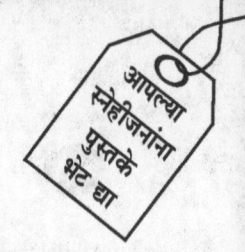
मगरडोह

वाचकाला कोड्यात टाकणारा विलक्षण सस्पेन्स फॅक्टर आणि भयनिर्मितीचं
अफाट कौशल्य असणारा मराठी गूढकथेचा नवा बाज...

शशिकांत वामन काळे

AA000824

मेहता पब्लिशिंग हाऊस

Email : production@mehtapublishinghouse.com
Website : www.mehtapublishinghouse.com

- *या पुस्तकातील लेखकाची मते, घटना, वर्णने ही त्या लेखकाची असून, त्याच्याशी प्रकाशक सहमत असतीलच असे नाही.*

MAGARDOH by SHASHIKANT WAMAN KALE

मगरडोह : शशिकांत वामन काळे / गूढकथासंग्रह

© शशिकांत वामन काळे

author@mehtapublishinghouse.com

प्रकाशक : सुनील अनिल मेहता, मेहता पब्लिशिंग हाऊस,
१९४१ सदाशिव पेठ, माडीवाले कॉलनी, पुणे - ३०.

मुखपृष्ठ : सतीश भावसार

प्रथमावृत्ती : जून, २०१९

P Book ISBN 9789353172480
E Book ISBN 9789353172497
E Books available on : play.google.com/store/books
https://www.amazon.in/b?node=15513892031

'गूढकथा आवडीने
वाचणाऱ्या
प्रत्येक वाचकास अर्पण'

प्रस्तावना

मराठी साहित्यात गूढकथा हा प्रकार आता हळूहळू रुजू लागला आहे. पूर्वी अनेक दर्जेदार साहित्यिकांच्या साहित्यात कधीकधी गूढतेचा अंश डोकावे. उदाहरणार्थ, य. गो. जोशींच्या, पूर्णत: कौटुंबिक अशा 'वहिनीच्या बांगड्या'चा शेवट काहीसा गूढ आहे, तर अरविंद गोखलेंच्या काही कथांमध्येही ('विघ्नहर्ती'सारख्या) गूढतेला महत्त्व आहे. पु. भा. भावेंची 'पालक' किंवा वसुंधरा पटवर्धन यांच्या काही कथाही या संदर्भात आठवाव्यात. जी. ए. कुलकर्णींच्या 'राक्षस'सारख्या काही कथांमधूनही गूढता प्रामुख्याने येते; परंतु बहुसंख्य साहित्यिकांच्या लेखनात गूढता हाच कथाविषय केलेला क्वचित आढळतो. नंतरच्या काळात द. पां. खांबेटे यांच्या 'भीतीच्या छाया' किंवा 'माझं नाव रमाकांत वालावलकर' अशा कथासंग्रहांमधून निश्चितपणे 'गूढकथा' हा एक वाङ्मयकार पुढे आला; परंतु माझ्या समजुतीने त्यातील बहुतेक कथा आधारित असल्यामुळे आणि गूढापेक्षा भयनिर्मितीला महत्त्व दिलेले असल्यामुळे टीकाकारांना त्या कथांची दखल न घेणे सोपे गेले. पुढे, 'नवकथा' या प्रकाराने जिथे कथेमधून कथानकाचेच उच्चाटन करून, शैलीला प्रमाणाबाहेर महत्त्व दिले, तिथे गूढकथा, भयकथा, अद्भुत कथा, लोककथा अशा सर्वच साहित्यप्रकारांकडे दुर्लक्ष करणे, किंबहुना त्याला साहित्यच न मानणे, हे वाङ्मयप्रेमींनी प्रतिष्ठेचे लक्षण मानले. अशा परिस्थितीत अनंत अंतरकरांनी 'हंस' व 'नवल' या मासिकांद्वारा गूढकथा जगवली. नारायण धारपांनी मोठ्या प्रमाणात, सातत्याने आणि निष्ठेने भयकथा लिहिल्या, त्या अत्यंत लोकप्रिय झाल्या. मात्र त्यामुळे 'गूढकथा' आणि 'भयकथा' या दोन साहित्यप्रकारांमध्ये बरेच वाचक गोंधळ करू लागले. आजचा तरुण वाचक, कदाचित, जुन्या समीक्षकांनी टाकलेल्या बहिष्काराचे ओझे मनावर नसल्यामुळे, मोठ्या प्रमाणावर गूढकथा- भयकथा यांना आश्रय देऊ लागला आहे.

'धनंजय'सारखी मासिके व त्यांचे 'राजेंद्र प्रकाशन' आणि अभिरुचीपूर्ण स्वरूपात कथासंग्रह काढणारे 'मेहता पब्लिशिंग हाऊस'सारखे प्रकाशक यांना 'गूढकथा' हा साहित्यप्रकार आजच्या वाचकांपर्यंत पोहोचवण्याचे श्रेय द्यावे लागेल. त्याबरोबरच तरुणांना आकर्षित करणारे आणि त्यात स्वत:ला काही सर्जनशील काम करता येईल असे वाटायला लावणारे, लघुपट, चित्रमालिका, वेब सिरीज इत्यादी माध्यमांमुळेही पुन्हा एकदा गूढकथेकडे पाहण्याचा दृष्टिकोन अधिक गंभीर होताना दिसत आहे. मागील पिढीत अनिल रघुनाथ कुलकर्णी यांनीही गूढकथा लिहिण्याचा प्रयत्न केला होता, तर अलीकडे म्हणजे गेल्या काही वर्षांत, विनोद भट, र. अ. नेलेकर, दीपा वर्दे व इतर लेखक-लेखिका गूढकथा लिहू लागल्या आहेत. शशिकांत काळे हे त्यांच्यापैकीच एक नाव.

इथे गूढकथा या साहित्यप्रकाराविषयी माझे विचार मांडणे अप्रस्तुत ठरणार नाही. माझ्या दृष्टीने गूढकथेमध्ये गूढ तर असावेच लागते; परंतु ती एक उत्तम कथाही असावी लागते. उत्तम कथेच्या अनेक निकषांवर ती यशस्वी ठरावी लागते. रचना, पात्रयोजना, व्यक्तिचित्रण, प्रसंग परिपोष, वातावरणनिर्मिती, ओघवती लेखनशैली, उत्कर्षबिंदू हे यशस्वी कथेचे निकष गूढकथेला लागू पडतात. किंबहुना, त्याशिवाय गूढकथा वाचकांपर्यंत पोहोचणारच नाही. भयकथेमध्येही हे घटक हवेतच; परंतु तेथे भयोत्पादनाला अधिक महत्त्व आहे. कथेतील सारे गुण अखेर भयनिर्मितीसाठीच महत्त्वाचे - किंबहुना, तिला साहाय्यभूत असतात. धारपांच्या बऱ्याच कथांमधून एखादी अमंगळ अमानवी शक्ती चराचरावर ताबा ठेवण्याचा प्रयत्न करीत असते आणि काही सत्प्रवृत्त व्यक्तींना तिच्याशी लढा देणे भाग पडते. आता या अमानवी शक्तीचे अस्तित्वच मुळात काल्पनिक (आणि भयप्रद) असल्यामुळे वास्तववादी, मानसशास्त्रीय इत्यादी कसोट्या बाजूला ठेवाव्या लागतील आणि वातावरणनिर्मिती किंवा प्रसंगयोजना ही, ती शक्ती अधिकाधिक भयप्रद ठरावी, यासाठीच केली जाईल. गूढकथा मात्र इतर वास्तववादी कथांप्रमाणेच तर्कनिष्ठ असून, तिच्यात मानवी मनातील वा एखाद्या 'सिच्युएशन'मधील, जिचे स्पष्टीकरण देता येत नाही, अशा 'गूढ' गोष्टींविषयी लेखक बोलत असतो. अर्थात, वाचकाची उत्कंठा कायम राहील अशी तिची मांडणी असावी लागते, हे वेगळे सांगायला नकोच. किंबहुना, या 'उत्कंठा-घटका'मुळे- 'सस्पेन्स फॅक्टर'मुळेच वाचकांची गूढकथा आणि भयकथा यामध्ये गफलत होते; एवढेच नाही तर रहस्यकथा-गुन्ह्याची उकल करणारी शुद्ध रहस्यकथा, हीदेखील कधीकधी वरील दोन प्रकारांपैकीच एक समजली जाते.

वरील विवेचनानंतर शशिकांत काळे यांच्या, या संग्रहातील कथा वाचल्या तर असे लक्षात येईल, की त्या शुद्ध गूढकथा आहेत. भयोत्पादन किंवा गुन्ह्याचे

अन्वेषण यांच्याशी त्यांचा फारसा संबंध नाही. एखादी स्पष्टीकरणापलीकडची, विचित्र-विलक्षण म्हणा हवे तर, अशी अशक्यप्राय आणि वाचकाला कोड्यात टाकणारी 'गोष्ट' ('फिनॉमेनन' या अर्थी) ते मांडतात आणि संबंधित व्यक्तींवर तिचा होणारा परिणाम सांगतात. या गोष्टी प्रत्यक्षात घडणे अशक्यच असते; परंतु 'समजा असे झाले तर' या भूमिकेतून काळे वाचकाची उत्सुकता चाळवतात.

यात आणखी एक सांगण्यासारखे वैशिष्ट्य असे, की या ज्या काही घटना ते घडवतात, त्या आपल्या आजूबाजूच्या, सर्वसामान्य वातावरणातच घडतात. स्मशान, वाडे, (एका कथेतील मंदिर सोडायचे) अशा भयकारी वातावरणाला पोषक अशा स्थळांऐवजी, राहती घरे, डॉक्टरांचे क्लिनिक, रेल्वे स्टेशन अशा सर्वसाधारण स्थळांच्या पार्श्वभूमीवरच ते आपली कथा घडवतात. त्यातील रहस्यही, आरसे, भिंतीवरील चित्रे, स्वैपाकघरातील डबे अशा रोजच्या वापरातील वस्तूंशी निगडित असते. या साध्या वाटणाऱ्या पण 'चमत्कारिक' गोष्टींशी कथेतील काही पात्रे बांधली जातात, आणि इतर पात्रे त्यांना त्यातून सोडवण्याचा प्रयत्न करीत असतात. या प्रयत्नात बऱ्याच वेळा शास्त्रीय दृष्टिकोन, वैज्ञानिक संदर्भ इत्यादी येतात. मात्र त्यामुळे खरे स्पष्टीकरण मिळतच नाही आणि गूढ, गूढच राहते.

काळ्यांच्या कथेचे आणखी एक वैशिष्ट्य सांगायला हवे. तिच्यात अतिमानवी असे काही असते, पण पारलौकिक नसते. पिशाच, आत्मा वगैरेंना फारसे स्थान नसते. क्वचित पुनर्जन्म असतो, पण तो, एखाद्या वैज्ञानिक सत्याप्रमाणे गृहीत धरलेला असतो. या संग्रहातील काही कथांमध्ये 'काळ' या अत्यंत गूढ संकल्पनेशी खेळ केलेला आहे. 'चकवा', 'डोकेदुखी' अशा कथांमध्ये डॉक्टर काही वैद्यकीय स्पष्टीकरण देण्याचा प्रयत्न करतात; पण खरोखर असे स्पष्टीकरण असले-नसले तरी वाचकाचे काही बिघडत नाही; कारण त्याला स्वारस्य असते ते अनाकलनीय अशा, स्पष्टीकरणापलीकडच्या गूढ, अवास्तव वास्तवातच. गूढकथेचा वाचक हा नेहमीच त्याला आखून दिलेल्या चौकटीत जे जे काही घडते, त्यावर विश्वास ठेवायला तयार असतो.

अर्थात, ते अधिकाधिक विश्वसनीय करण्यासाठी, वास्तववादी वाटावे यासाठी, लेखक त्यात वास्तवातले तपशील भरतो; मात्र या तपशिलांनी कथेतील मथितार्थावर कुरघोडी करून चालण्यासारखे नसते. प्रत्येक वाङ्मयकृतीमध्ये देण्याचा तपशील हा वेगवेगळ्या हेतूने दिलेला असतो. त्यामुळे त्याचे स्वरूप निरनिराळे असते. निबंधात दिलेला तपशील वेगळा, विनोदी सदरलेखनातला वेगळा, वास्तववादी कथेतला वेगळा. लेखकाने स्वत:ला जे जे माहीत आहे, ते ते सारे लिहून कथा सजवणे योग्य नसते. जो तपशील कथेतील गूढाला अधिक अर्थ देईल, तेवढाच देणे ठीक. अन्यथा कथेच्या अर्थाची तीव्रता कमी होते. भिंगातून कागदावर पडणारे

प्रकाशकिरण एकाच तीव्र झोतातून आले तर त्याखाली धरलेला कागद जळतो. त्याचप्रमाणे अर्थ एकाच ठिकाणी तीव्रपणे 'फोकस' करण्याची किमया गूढकथा लेखकाला साधावी लागते. वरवर अनेक तपशील देत असल्यासारखे दाखवणारा लेखक, त्यातल्या प्रत्येक तपशिलाद्वारे वाचकावर एक विशिष्ट परिणाम करीत असतो, जो अखेरीस त्याचा कथेमधल्या उत्कर्षबिंदूकडे घेऊन जातो. शब्दयोजना देखील त्याच हेतूने केलेली असते. कधी वाचक एखाद्या शब्दाने, एखाद्या वाक्याने देखील कथेचा शेवट समजू शकतो आणि त्याची उत्कंठा संपुष्टात येते. यासाठी गूढकथेत शब्द आणि गूढ चित्रपटात अगर गूढ नाटकात हालचाली फार जपून वापराव्या लागतात.

या सर्वच गोष्टींचे भान ठेवावे लागत असल्यामुळे गूढकथा-वाचकाच्या मनाचा ठाव घेणारी गूढकथा लिहिणे अत्यंत कठीण असते. ती लिहायला घेणारा लेखक, इतर कुठल्याही कथेप्रमाणे वाचकाला स्नेहभावनेने काही सांगत नसतो, तर तो त्याला हुलकावण्या देतो, चकवतो, घाबरवतो, उत्कंठेने त्याचा जीव नकोसा करतो, प्रसंगी त्याच्या विरोधातही उभा राहतो. एवढे सगळे करूनही अखेरीस त्याला वाचकाची दाद मिळवायची असते. हे सगळे कर्मकठीण असल्यामुळे, एकूण जागतिक वाङ्मयातच गूढकथांचे प्रमाण खूपच कमी आहे. तरीही, आपल्या येथीलप्रमाणे गूढकथा ही परदेशात बदनाम नाही; कारण तिथे तिचे मोल समजणारे लोक आहेत. म्हणूनच सर आर्थर कॉनन डायल, एडगर ॲलन पो यांच्यापासून ते रे ब्रॅडबरी, रोआल्ड डाल आणि स्टीव्हन किंगपर्यंत सर्वांना योग्य तो मान मिळाला, त्यांचे साहित्य सर्वदूर पसरले, त्यावर चित्रपट निघाले वगैरे वगैरे. आपल्याकडचा साहित्यिक दृष्टिकोन व्यापक व्हायला पुष्कळच वेळ जावा लागेल. तरीही, चुकतमाकत का होईना, काही लेखक या वाटेने निघाले आहेत. त्यांचे कौतुक करायला हवे. म्हणूनच, गूढकथालेखनाचा ध्यास घेऊन त्याच साहित्यप्रकारात सातत्याने प्रयत्न करणारे शशिकांत काळे यांचे अभिनंदन करून त्यांना भविष्यात अधिकाधिक चांगले लेखन करण्यासाठी शुभेच्छा द्यायला हव्यात.

– रत्नाकर मतकरी
मुंबई, जुलै २०१८

लेखकाचे मनोगत

शालेय वयापासूनच द.पां. खांबेटे यांच्या कथांची मोहिनी माझ्यावर पडलेली होती. हल्लीच्या पिढीला द.पां. खांबेटे हे माहीतही नसतील; पण सामाजिक कथांबरोबरच खांबेटे यांनी विज्ञानकथा, गूढकथा, भयकथा, तसेच विनोदी कथा असे चौफेर लिखाणही केलेले आहे. खांबेटे यांच्या निधनानंतर आणि माझ्या जाणत्या वयात त्यांची जागा नारायण धारप यांनी घेतली. नारायण धारप विशेष करून भयकथा आणि गूढकथांबद्दल प्रसिद्ध असले तरी त्यांनी काही विज्ञानकथाही लिहिलेल्या आहेत.

मी गूढकथा आणि विज्ञानकथांमध्ये जास्त रमलो; पण भयकथा मात्र लिहायला जमले नाही. भयकथेमधील व्यक्ती एका तणावाखाली वावरत असते. तो तणाव एखाद्या विकृत मनोवृत्ती असलेल्या व्यक्तीकडून किंवा काही वेळा अनाकलनीय/ अमानवीय गोष्टीमुळे निर्माण झालेला असतो. तर गूढकथेमधील व्यक्ती बहुधा अनाकलनीय प्रकारामुळे तणावाखाली ओढल्या गेलेल्या असतात. विज्ञानकथेमधील व्यक्ती वैज्ञानिक कल्पनांचा स्वार्थासाठी उपयोग केल्यामुळे अडचणीमध्ये आलेल्या असतात. गूढकथेमधील व्यक्तींनी त्यांचे आयुष्य जसे असेल तसे बहुधा स्वीकारलेले असते. किंवा काही वेळेला आपल्या आयुष्यामध्ये असे काही घडलेले आहे, याची जाणीवही त्या व्यक्तींना नसते. 'हॉटेल पहेली', 'रेखाचा आरसा' आणि 'सन १८६०चा रुपया' या कथांमधील नायकांना काय झाले आहे याची पूर्ण कल्पना आहे आणि त्यांनी ते वास्तव त्रास करून न घेता स्वीकारलेले आहे.

गेल्या १५ वर्षांमध्ये मी लिहिलेल्या गूढकथांमध्ये किंवा विज्ञानकथांमध्ये एकही खलनायक का नाही, (अपवाद 'घातचक्र') असा मला प्रश्न पडतो. त्याला कारण बहुधा माझे सरळ, साधे, सरधोपट आयुष्य असावे, खल प्रवृत्तीच्या व्यक्तींबरोबर

बहुधा संबंधच आला नसावा हे असेल किंवा समाजातील विविध प्रवृत्ती लक्षात घेण्याइतकी संवेदनशीलता माझ्याकडे नसेल.

हा गूढकथासंग्रह प्रकाशित होण्यास रत्नाकर मतकरी कारणीभूत झालेले आहेत; कारण मेहता मराठी ग्रंथजगत दिवाळी अंक २०१७ हा गूढकथा विशेषांक म्हणून प्रकाशित होणार होता. त्या वेळी त्यांनी त्या संपादकांना माझे नाव सुचवले होते. योजना यादव यांना माझी कथा आवडली. त्यानंतर झालेल्या चर्चेमध्ये माझ्या गूढकथांचा संग्रह काढण्याची कल्पना समोर आली आणि आज ती प्रत्यक्षात येत आहे.

धनंजय, नवल, कथाश्री या अंकांच्या संपादकांनीही वेळोवेळी माझ्या कथा प्रकाशित करून मला प्रोत्साहित केले आहे. माझे मित्र कै. आनंद आपटे यांनी वेळोवेळी माझ्या कथा डी.टी.पी. माध्यमामध्ये संग्रहित केल्यामुळे त्या एकत्रित मिळू शकल्या. माझ्या आळसामुळे काही कथांच्या प्रतीच माझ्या संग्रही नाहीत.

प्रसिद्ध गूढकथालेखक श्री. रत्नाकर मतकरी यांनी त्यांच्या व्यस्त दिनचर्येमधून वेळ काढून ही प्रस्तावना लिहिली, त्याबद्दल मी त्यांचा आभारी आहे. गूढकथा आणि भयकथा या प्रकारांमधील साम्य आणि भेद नेमके विशद करण्यासाठी श्री. मतकरी यांच्यासारखी जाणकार व्यक्ती मिळावी, हे या कथासंग्रहाचे भाग्यच आहे. गूढकथा कशी असावी, हे समजून घेण्यासाठी वाचकांनी ही प्रस्तावना अवश्य वाचावी, असे मला वाटते.

-**शशिकांत वामन काळे**
डहाणू रोड

अनुक्रमणिका

घातचक्र । १

सन १८६०चा रुपया । २३

चकवा । ३५

रेखाचा आरसा । ५३

रंजनाची प्रतिमा । ७१

मगरडोह । ८५

हॉटेल पहेली । ११३

अरुंधतीचा डबा । १२१

बंद पाकीट । १३१

डोकेदुखी । १४१

उजाली । १५१

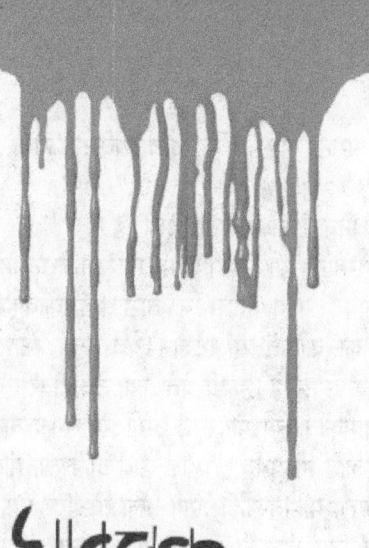

घातचक्र

सुमन

त्या दिवशी निघता निघता सासूबाई म्हणाल्या होत्या, "आज अमावस्या आहे, तेव्हा जपून जा." त्यावर श्यामकांतांनी त्यांचं म्हणणं उडवून लावलं होतं; पण का कुणास ठाऊक, तो विचार माझ्या मनात रुतून बसला.

आम्ही जमशेदपूरला यांच्या काकांकडे निघालो होतो. तिथे जायला 'गीतांजली'सारखी सोईची गाडी नाही. अगदी पहाटे ६ वाजता निघते. आमची थर्ड एसीची तिकिटे होती आणि तो डबा अगदी प्लॅटफॉर्मच्या टोकाला इंजिनाच्या जवळ असतो.

श्यामकांत रिझर्व्हेशन चार्ट बघत होते. मी गर्दीपासून जरा लांब उभी होते. तेवढ्यात जोशी दिसला. कॉलेजमध्ये दोन वर्षं आम्ही एकत्रच होतो. आईला घेऊन तो नागपूरला निघाला होता. उपचार म्हणून त्याने आईशी ओळख करून दिली आणि मायलेक पुढे सटकले. श्यामकांतनी येता येता त्यांना बघितलं आणि सहजच विचारलं, "कोण होता?" मी सांगितलं, "जोशी!

आमच्या वर्गात होता. मराठी वाङ्मय मंडळाचा सेक्रेटरी होता. मी हस्तलिखितात लिहीत होते.''

डब्याकडे निघता निघता मी माहिती दिली.

गाडीत वाचायला म्हणून मी एक फिल्मी मासिक घेतलं होतं. त्यांना असली मासिकं वाचायची आवड नाही. तास न् तास खिडकीबाहेर बघत असतात. भुसावळनंतर पांगिरा का कोणतंतरी स्टेशन येतं. त्या स्टेशनानंतर पाच-सात मिनिटांनी डावीकडे एक छोटीशी टेकडी येते. त्या टेकडीवर एक जुनं मंदिर आहे. नागपूरला जाताना श्यामकांत त्या मंदिराची अगोदरपासूनच वाट पाहत असतात, ते अगदी ते मंदिर दृष्टीआड होईपर्यंत. ''एवढं काय आहे त्या मंदिरात?'' मी एकदा त्यांना विचारलं, ''ते मला माहीत नाही; पण मला ते मंदिर एकदा आतून पाहायचं आहे. केव्हातरी खास ट्रिप काढली पाहिजे फक्त त्या मंदिरासाठी. तसं खास नसेलही काही; पण मला मात्र फार कुतूहल वाटतं. अशा निर्जन जागी कोणी येतही नसेल,'' यांनी सांगितलं होतं. हे असंच काहीसं संभाषण प्रत्येक ट्रिपच्या वेळी होत असे. आतासुद्धा मी त्यांना गमतीनं म्हटलं होतं, ''काका इतके दिवस बोलावताहेत, मग आत्ताच तडकाफडकी का ठरवलंत? का मंदिराची आठवण झाली? वेळ असेल तर आत्ताच वाटेत उतरून मंदिर पाहून घेऊ आणि पुढे जाऊ.'' श्यामकांत काही बोलले नाहीत. त्यांना ती चेष्टा आवडली नसावी; पण नुसतं हसून त्यांनी तो विषय बंद केला होता.

'गीतांजली' वेळेवर सुटली. सुरुवातीला परिचित स्टेशनं, नंतर घाट, ब्रेकफास्ट यात नाशिकपर्यंतचा वेळ चांगला जातो. मग सगळा रखरखाट. मैलो न् मैल माळरानं. मध्येच एखादं गाव आणि स्टेशन. एसीमुळे रखरखाट जाणवत नव्हता एवढंच. नाशिकनंतर मासिक वाचायला काढलं. चाळता चाळता एका फोटोवर नजर स्थिरावली. नाव वाचून खात्री करून घेतली. ती ज्युली परेराच होती. कुठेतरी, केव्हातरी एका पार्टीच्या वेळी कानावर आलं होतं... ३१ डिसेंबरची पार्टी, सगळ्यांचीच विमानं आकाशात तरंगत असतात. त्यातलं खरं किती, खोटं किती, देव जाणे! पण कानावर आलेली गोष्ट अशी होती-

ज्यूली परेरा पूर्वी श्यामकांतांच्याच ऑफिसात त्यांची स्टेनो होती. त्यांचे संबंधही खूप जवळपर्यंत आलेले होते. सगळ्यांची खात्रीच होती, की श्यामकांत व ज्यूली विवाहबद्ध होणार म्हणून; पण नंतर काय झालं कुणास ठाऊक! ज्यूलीनं ती नोकरी सोडली आणि सिनेमा-नाटकांतून कामं करायला सुरुवात केली. नुकतीच सी टीव्हीवर एक सिरियल पाहिली होती. पूर्वजन्माची गोष्ट होती. त्यातील नायिकेचं काम तिनं केलं होतं. मागच्या जन्मात अपुरी राहिलेली इच्छा ती पुरी करून घेणार होती. नायकाभोवती ती जाळे पसरत होती; पण

नायक मात्र त्याच्या पूर्वजन्माबद्दल अनभिज्ञ होता.

श्यामकांतांना ही असली गूढ कथानकं फार आवडतात. मला मात्र वाटतं, असले कार्यक्रम बंद केले पाहिजेत. उगाचच अंधश्रद्धा पसरवत असतात. यांचं म्हणणं, "तसं नाही. डिस्कव्हरीवर एक कार्यक्रम 'स्मृती'बद्दल होता. त्यात गर्भालाही स्मृती असते, हे सिद्ध केलेलं होतं; परंतु ही स्मृती किती जुनी असू शकते, याबद्दल संशोधन चालू असल्याचं सांगितलं होतं. जी गोष्ट सिद्ध करता येत नाही, ती अस्तित्वातच नाही, असं म्हणणं चुकीचं आहे."

थोड्या वेळानं वाचायचा पण कंटाळा आला होता. श्यामकांतांना बोलतं करावं म्हणून त्यांना तो फोटो दाखवला आणि विचारलं, "ही बघा तुमची ज्यूली परेरा. मस्त दिसते नाही? अगदी भारतसुंदरी पण झाली असती; पण त्या वयात नोकरी करत बसली ना! तुमच्याच ऑफिसात होती म्हणे!" श्यामकांत आणि ज्यूली यांच्या संबंधांबद्दल मला माहीत असल्याचं मी त्यांना कधीच जाणवू दिलं नव्हतं. आमच्या दोघांत तो विषय कधीच निघाला नव्हता. मेली मढी उकरून काढून सुखी संसारात वादळ उठवायची माझी इच्छा नव्हती. त्या पार्टीतलं बोलणं श्यामकांतांच्या कानी पडलं असेलच असं नाही किंवा ही गोष्ट मला माहीत आहे, हे त्यांच्या लक्षात आलं नसेल. हा विषय आमच्या बोलण्यात कधीच आला नव्हता; पण त्या बेसावध क्षणी मी तो विषय कसा काढला कोणास ठाऊक! पण श्यामकांतांची प्रतिक्रिया तिखट होती. "हो! होती. माझ्याच ऑफिसात होती. एवढंच नव्हे तर ती माझी स्टेनोही होती. आताच्या फोटोत दिसते त्यापेक्षा खूपच सुंदर दिसत होती. आणखी काही? तिथे लिहिला आहे का आमच्या ऑफिसचा पत्ता?" श्यामकांतांचा स्वर अकारण चढला होता.

"अहो, मी नुसतं विचारलं तर त्यात एवढं चिडायला काय झालं. ती तुमची स्टेनो असेल की आणखी काही असेल; मला काय त्याचं? तुम्ही तिच्या सिरियल्स आवडीने बघता. मला वाटलं ती तुम्हाला आवडत असेल म्हणून दाखवला फोटो." माझा आवाजसुद्धा जरा चढला होता.

"गूढ सिरियल्स मला आवडतात. त्यात ज्यूलीबरोबर इतर अनेक जण आहेत आणि समजा ज्यूली माझ्या ऑफिसात असली तरी त्याचा माझ्याशी काय संबंध? पत्रकारासारखं उगाचच काहीतरी उकरून काढू नकोस. पत्रकारांचा तो धंदाच आहे. ती जरी माझी स्टेनो होती तरी ती ऑफिसात. त्यापलीकडे आमचा संबंध नव्हता, कळलं? तो मघाशी भेटलेला जोशी का कोण तो? तो वाङ्मय मंडळाचा सेक्रेटरी आणि तू त्याची स्टेनो म्हणजे तुझी आणि त्याची भानगड होती का, असं विचारू?" श्यामकांत आता खरोखरच चिडले होते.

"हे बघा! उगीचच वाकड्यात शिरू नका. तो जोशी आमच्या म्हणजे

कॉलेजच्या वाङ्मय मंडळाचा सेक्रेटरी होता. जर त्याने ओळख दाखविली तर नको का त्याच्याशी चार शब्द बोलायला? भानगड म्हणे! आम्ही कधी एकत्र फिरायला गेलो होतो का, कधी सिनेमाला गेलो होतो? ऑफिसात लोक स्टेनोबरोबर काय काय चाळे करतात ना त्याला भानगडी म्हणतात. मी कधी कुणाची स्टेनो म्हणून काम केलेलं नाही. ज्यांनी केलं असेल त्यांनाच तसल्या भानगडी आणि लफडी करायला जमतात आणि पुरुष नंतर नामानिराळे राहतात. मला उगाच बोलायला लावू नका. खाई त्याला खवखवे. मी एका शब्दाने तरी तुमचे आणि तिचे संबंध होते असं म्हटलं होतं का? आता ती ज्यूली असो वा फिली असो, आपण तिला विसरून जाऊ. वटपौर्णिमेला मी पुढच्या जन्मी तरी तुम्हाला ज्यूलीच मिळो अशी प्रार्थना करीन. झालं?'' मी समारोप केला.

''खरं? बघू तुझी प्रार्थना फळाला येते का?'' श्यामकांत उपहासाने म्हणाले. मला पण विषय वाढवायचा नव्हता. नंतर बराच वेळ आम्ही गप्प होतो. श्यामकांत मात्र अस्वस्थ होते.

दुपारच्या चहानंतर मीच बोलायला सुरवात केली, ''आता ते तुमचं मंदिर येईल. आपल्याला जायचंय ना ते मंदिर पाहायला?'' आमच्या सीट्स उजवीकडे होत्या. ती टेकडी व मंदिर डाव्या बाजूला आहे. त्यांच्या मनात काय आलं कुणास ठाऊक. ''मी दरवाज्याजवळ जाऊन उभा राहतो,'' म्हणाले आणि उठले; एसीमध्ये काळ्या खिडक्यांमुळे सकाळ-दुपार फारशी जाणवत नाही आणि आवाजही ऐकू येत नाहीत. त्यामुळे गाडी थांबली की स्टेशन आलं असं समजायचं. इतर डब्यांतून फेरीवाल्यांचा आरडाओरडा ऐकू येतो. खिडक्यांमधून पैशांची व पदार्थांची देवाणघेवाण होत असते. एसीमध्ये सगळं शांत. जणू जगापासून दुसरं अलिप्त जगच. मी परत मासिक वाचू लागले.

बराच वेळ झाला तरी श्यामकांत परत आले नाहीत. म्हणून बाहेर जाऊन टॉयलेट्स बघून आले. अटेन्डटजवळ चौकशी केली तेव्हा तो म्हणाला, ''हां, वो साब! यहाँ दरवाजेपे खडे रहकर बाहर देखते थे! लेकिन उसको एक घंटा हुआ! वहाँ गाडी रुकी थी, पाच मिनिट के लियेही होंगी! सामने एक मंदिर दिखाई पडा तो उन्होने पूछा भी कि कौनसा मंदिर है? मैने कहा मुझे क्या मालूम कौनसा है? बस! इतनीही बात हुई और मैं अपने कामपर चला गया!''

म्हणजे मंदिराजवळ गाडी थांबली होती आणि श्यामकांत त्याची चौकशीही करत होते. त्या मंदिराबद्दलचं कुतूहल त्यांना तिकडे खेचून नेत होतं. हळूहळू ती बातमी पसरत चालली. आजूबाजूच्या कोणत्याच डब्यात श्यामकांतचा पत्ता नव्हता. एका चहावाल्यानं सांगितलं, की त्या मंदिराजवळ गाडी उभी असताना एक माणूस टेकडीवरच्या मंदिराकडे जाताना त्यानं पाहिला होता. तो माणूस पोशाखावरून

शहरी वाटत होता. संधिप्रकाशात नीट दिसलं नाही; गाडी पण सुटलेली होती. बेसिनवर ग्लास विसळायला का कशालातरी तो उभा होता. एवढं होईपर्यंत आणखी एक तास तरी गेला होता. अकोलाही मागे पडलं होतं. गाडी थांबवून मागे फिरणं शक्यच नव्हतं.

मला तर रडूच फुटलं. सहप्रवासी मला धीर देत होते, की नागपूरला गेल्यावर पोलीस कम्प्लेंट नोंदवू. पोलीस त्यांचा नक्की शोध घेतील. जमेची बाजू म्हणजे श्यामकांत पडले नव्हते. सुखरूप होते. अति साहस किंवा फाजील आत्मविश्वासाने ते गाडीतून उतरले होते आणि मग गाडीने वेग घेतल्याने गाडी चुकली होती. मला मात्र मनोमन जाणवत होतं, की ज्यूलीचा विषय काढायला नको होता, वाढवायला नको होता. श्यामकांत कधीतरी त्या मंदिराकडे जाणारच होते; पण अशा सांजवेळेला आणि अमावस्येच्या रात्रीच तिथे का उतरले? त्यांना तिथे उतरायला मी कारणीभूत झाले का? का ज्यूलीचा काही संबंध आहे?

श्यामकांत

मुंबईहून जमशेदपूरला जाण्यासाठी 'गीतांजली'सारखी दुसरी सोईस्कर गाडी नाही. कलकत्ता मेल किंवा हावडा एक्स्प्रेसनं गेलं, की पूर्ण दोन रात्रींचा प्रवास होतो. थोडक्यात, मुंबईहून दिवसभराची कामं आटोपून रात्री निघायचं आणि पोहोचायचंही मध्यरात्रीच. म्हणजे जरा विश्रांती घेतली की लगेचच कामाला लागायचं. याउलट 'गीतांजली' मुंबईहून सुटतेच सकाळी ६वाजता आणि जमशेदपूरला पोहोचते दुसऱ्या दिवशी १०च्या सुमारास. मध्ये फक्त एक रात्र. वेळेवर गाडी पकडायची म्हणजे ३.३० ते ४ वाजता उठावं लागतं. परत टॅक्सी पकडून C.S.T.ला पोहोचायचं म्हणजे टेन्शनच असतं; पण टाटानगरला दिवसाउजेडी पोहोचल्यानं रिक्षा वगैरे मिळायला अडचण येत नाही.

मला आगगाडीचा प्रवास खूप आवडायचा. आताही आवडतो; पण पूर्वीइतका नाही. हल्लीहल्लीपर्यंत वाफेची इंजिनं वापरात होती. त्या इंजिनांना झुऽऽक झुऽऽक असा लयबद्ध आवाज होता. त्याचबरोबर रुळांचा. त्यांच्या सांध्यांचाही ताल. असं शांत पडून ऐकत राहावं. ऐकता ऐकता कधी झोप लागे कळतही नसे. मध्येच जाग आली तरी सोबतीला तो ताल असेच. ऐकत पडून राहावं. बरं, गाडी थांबलेली असली तर स्टेशनवर उतरून गरम चहाचे घुटके घेत पाय मोकळे करणं. थंडीच्या दिवसात तर हमखास इंजिनापर्यंत जात असे. तेथे फायरमन व इतर एकदोघं काहीतरी खुडबूड करीत असत. पाणी भरत असत. कोणीतरी त्या वाफेवर किटली गरम करत असे. थंडीमुळे बाकी सर्व प्लॅटफॉर्म रिकामाच असे. मुद्दाम कोण थंडीत उतरतो. बरं, ड्रायव्हर व फायरमन इंजिनामध्ये

चढले की आरामात परत येऊन डब्यामध्ये चढावं. ही इलेक्ट्रिकची इंजिन्स आली आणि ती सगळी मजाच गेली. इतक्या पट्‌कन वेग घेतात, की जर तुम्ही जवळपास नसाल तर गाडी जाईल निघून आणि तुम्ही राहाल मधल्या स्टेशनवरच. दुसरं असं की पूर्वी प्रत्येक डब्यासाठी एक स्वतंत्र अटेन्डन्ट असे. आता सगळाच आनंद आहे. अगदी स्लीपरचा रिझर्व्ह डबा असला तरी खाली जमिनीवर इतके प्रवासी झोपलेले असतात, की अगदी बाथरूमला जरी जायचं झालं तरी त्यांच्या अंथरुणावर पाय देतच चालावं लागतं. परत सामान चोरीला जाण्याची भीती असतेच. म्हणून हल्ली मी प्रवास टाळतोच. सुमनसुद्धा म्हणते, "का हो! लग्न झाल्यापासून प्रवास आवडत नाहीसा झाला वाटतं? कुठे जायचं म्हटलं की टाळत असता." झालं आहे खरं तसं. म्हणजे लग्नामुळे नाही; पण मघाशी म्हटल्याप्रमाणे पूर्वीच्या इंजिनची आणि सुरक्षित प्रवासाची आता मजाच गेली आहे. स्लीपरमध्ये गाद्या आल्या. त्यामुळे बेडिंग नाही. गाडीमध्ये जेवणखाण सगळं मिळतं; त्यामुळे जेवणाचे डबे, पाण्याचे तांबे वगैरे लवाजमा नाही. सुटसुटीत प्रवास; पण त्या गर्दीमुळे तो स्लीपरक्लास नको वाटतो. जरा जास्त पैसे पडले तरी आता एसी स्लीपरनेच प्रवास करतो. एक आहे, एसीमधले प्रवासी तसे शिष्टच वाटतात. दिवसभर मासिक तरी वाचत बसतील किंवा झोपून तरी जातील.

माझे काका जमशेदपूरला असतात. वर्षभरात निवृत्त होणार आहेत. त्यापूर्वी एकदा जाऊन यावं म्हणून निघालो होतो. जास्त नाही- आठवड्याभराचा मुक्काम होता. डिसेंबरपूर्वी रजा पण संपवायला हवी होती. L.T.A. घ्यायचा म्हणजे १५ दिवसांची रजा हवीच. प्रवासास दोन-दोन दिवस असा हिशेब होता. म्हणून घाईघाईने बेत ठरवून 'गीतांजली'ची तिकिटं काढली होती. परतीच्या प्रवासाची तिकिटंही पण काढल्याचा काकांचा फोन आला होता. म्हणजे प्रवास नक्की झाला होता; पण मध्येच माशी शिंकली. आईनं भिंतीवरचं कॅलेंडर बघितलं आणि म्हणाली, "अरे श्यामकांत, तिकीट काढण्याअगोदर जरा बघायचं तरी, भिंतीवर कॅलेंडर लावलं आहे ते काय शोभेसाठी? तुम्ही निघताय त्या दिवशी अमावस्या आहे. एक-दोन दिवस मागे-पुढे गेला असतात तर नसतं का चाललं? तिकडे कुठला मुहूर्त गाठायचा आहे?"

आता आईला काय सांगणार? हल्ली ते पंचांग फारसं कुणी पाहत नाही. कॅलेंडरचा मुख्य उपयोग रविवार आणि सुट्ट्या पाहण्यासाठीच असतो. बारीक अक्षरांत काय लिहिलेलं आहे ते कोण वाचतंय? आणि वाचलंच तरी त्याचा अर्थ कुणाला कळतो? आपली राष्ट्रीय अस्मिता (?) जागृत आहे म्हणून गुढीपाडव्याला आम्ही सुट्टी घेतो; पण व्यवहारात मात्र ३१ डिसेंबर आणि १ जानेवारी साजरी

करतो. दुसरं म्हणजे S.S.C.चं पंचांग. संजू माझा भाऊ दहावीला आहे. म्हणजे त्याची प्रिलीम-फायनल वगैरे सांभाळायला पाहिजे. शिवाय ऑफिसमध्ये रजा सगळ्यांनाच असतात. म्हणून प्रत्येकाने विचारविनिमय करूनच आपापल्या रजा व कार्यक्रम पक्के केलेले असतात. त्यात ऐन वेळी बदल करणं शक्य होत नाही. परत डिसेंबर म्हणजे ख्रिसमसची सुट्टी. त्यामुळे पाहिजे त्या दिवसाचं एसी तिकीट मिळणं कठीणच. तेव्हा आईला एवढंच म्हणालो, "एवढे हजारो लोक आमच्याबरोबर आहेत. काय व्हायचं ते सगळ्यांचंच होईल आणि आता तर जमशेदरपूरची परतीची तिकिटं निघालेली आहेत; ती पण बदलता येणार नाहीत. पुढं जायचं म्हटलं तर संजूची परीक्षा पण आहे. तेव्हा जे होईल ते होईल." मला वाटलं होतं तो विषय तेवढ्यावरच थांबेल.

पण निघताना आई परत म्हणाली, "निघा बरं! इकडची काळजी करू नका. प्रवासात जपून राहा. सारखा खाली उतरू नकोस. आता बायको बरोबर आहे. आज अमावस्या आहे म्हणून सांगते. काळजी घे." मी होऽहोऽ करत खाली उतरलो. नशिबानं टॅक्सी लवकर मिळाली. C.S.T.ला बऱ्याच आधी येऊन पोहोचलो. सुमनला सामानाशी उभं करून रिझर्व्हेशन चार्ट बघायला गेलो. सुमन कोणाशी तरी बोलत होती. एक तरुण होता आणि एक वृद्धा होती. मी येईपर्यंत ते निघून गेले होते. "कोण होती ती दोघं?" मी सुमनला विचारलं. "तो जोशी आणि त्याची आई नागपूरला जात आहेत. आमच्या कॉलेजच्या वाङ्मय मंडळाचा सेक्रेटरी होता." जाता जाता सुमन सांगत होती. मी मनात म्हटलं, "त्याची आई अमावस्येला प्रवासाला निघाली आहे आणि माझी आई मात्र घाबरते आहे." मी जरी म्हटलं तरी मनात सारखं येत होतं. खरंच, आजच निघायला हवं होतं का? दोन दिवस मागे-पुढे झालं असतं तर काय मोठंसं बिघडणार होतं? परत तर ठरलेल्या दिवशीच येणार होतो; पण विधिलिखित टळणार नव्हतं. आमच्या प्यूननं तिकिटं देताना सांगितलं होतं, "साहेब, लकी आहात. फक्त आजच्याच दिवसाची दोनच तिकिटं शिल्लक होती. बाकी मागचा-पुढचा आठवडा फुल्ल होता. जणू आपल्यासाठीच ठेवलेली होती." होय! ते विधिलिखितच होतं.

गाडी वेळेवर सुटली होती. नाशिकपर्यंतचा वेळ तसा भरभर जातो. ब्रेकफास्ट, घाट, सहप्रवाशांच्या ओळखी वगैरे; पण नंतर कंटाळा यायला लागतो. सुमनचं आपलं बरं आहे. कुठलंतरी फिल्मी मासिक घेतलं होतं, ते वाचत बसली होती. मला तर कंटाळा आला होता. मी वरच्या बर्थवर चढून झोपायच्या विचारात होतो. तेवढ्यात सुमननं मासिकातला एक फोटो दाखवला आणि म्हणाली, "ही बघा तुमची ज्यूली परेरा. मस्त दिसते नाही? भारतसुंदरी झाली असती; पण नोकरी करत बसली ना! तुमच्याच ऑफिसात होती म्हणे?"

"हो होती, माझ्याच ऑफिसमध्ये होती. एवढंच नव्हे तर माझी स्टेनोही पण होती." हे असंच आणखी खूप बोललो. माझ्या बोलण्यात चीड स्पष्ट दिसत होती. खरं म्हणजे सुमन सहजच म्हणाली असेल; पण माझा स्वर तिखट झाला होता.

ज्यूली परेरा माझ्याच ऑफिसमध्ये होती. माझी पी.ए.कम स्टेनो देखील होती. नाही म्हटलं तरी पी.ए.शी इतरांपेक्षा जास्त संबंध येतो. बऱ्याच वेळा घरी फोन करून निरोप सांगणं किंवा घरून आलेले निरोप याच्यामुळेसुद्धा त्यांना आपल्या बॉसच्या कुटुंबाची जास्त माहिती असते. आपली कौटुंबिक सुख-दु:खं, त्यांच्या आवडीनिवडी नकळत का होईना आपण त्यांच्याशी बोलत असतो. कोणाला काय सांगायचं आणि काय लपवायचं हे आपण त्यांना शिकवत असतो. त्यातून पी.ए. ही मुळातच हुशार जमात. 'ता'वरून 'ताकभात' ओळखणारी असते. किंबहुना, अशा व्यक्ती लवकर वर चढतात. देखणेपणा, आकर्षक राहणी, चटपटीतपणा हे गुण ज्यूलीमध्येही पण होते. (त्या वेळी माझं लग्न झालेलं नव्हतं.) त्या मानानं बायको फारच गबाळी वाटते नाही का? अर्थात, त्याला कारण आहे. रोजच्या घरकामात पावडर, लिपस्टिक लावून बसता येत नाही. सकाळी अंथरुणातून बाहेर पडणारी बायको त्या विस्कटलेल्या केसात व वेशातही आकर्षक दिसते, असं वाटतंच ना? पण त्यानंतर चहापाणी, स्वयंपाक यामध्ये गुंतलेली बायको 'त्या' वेळेपेक्षा जास्त नीटनेटकी असली तरीसुद्धा गबाळीच वाटते. थोडक्यात, वेळेचा आणि मूडचा संबंध आहे; पण या पी.ए. ऑफिसमध्ये येतात त्या नटूनथटून. त्या दिवसभर चेहऱ्यावर पावडर-लिपस्टिकचे हात फिरवत असतात. मग का नाही आकर्षक दिसणार? ज्यूली तर खरोखरच देखणी होती. टापटिपीनं राहत होती. मी तर तिला म्हणालोही होतो, "ज्यूली, तुझी वागणूक एखाद्या संस्थानाच्या राणीसारखी आहे. पूर्वीच्या जन्मी एखाद्या संस्थानिकाची राणीबिणी होतीस की काय?"

त्यावर ज्यूली हसून म्हणाली होती, "ते मला माहीत नाही; पण मला विचारलं तर मला राणी होण्यापेक्षा साधी गृहिणी होणं आवडेल. आता संस्थानं नाहीत आणि असती तरी मी राणी झाले नसते. एखादा राजपुत्रही माझ्या हृदयाचा राजा होऊ शकला असता; पण ते माझ्या नशिबातच नाही आणि त्या सरदारपुत्राच्याही नशिबात नाही. जाऊ दे! या जन्मी नाही तरी पुढच्या जन्मी तरी गाठ पडेलच."

तुम्हाला या संभाषणाचा अर्थ कळला नसेल; पण मी सांगतो. दोन वर्षांपूर्वी ज्यूली स्टेनो म्हणून लागली. मग माझी पी.ए. झाली. अर्जावर तिचा फोटो पाहिला आणि मी तिची निवड करून टाकली होती. सुरुवातीपासूनच आमचं चांगलं जमलं होतं. आम्ही फिरायला जात होतो; पण आमचे संबंध तेवढ्यापुरतेच मर्यादित होते. बहुधा ती माझ्या पुढाकाराची वाट बघत होती. मी पुढाकार घेऊन विचारलं असतं तर ती नक्कीच हो म्हणाली असती; पण का कुणास ठाऊक,

आम्ही एकत्र येऊ शकणार नाही हे दोघांनाही मनोमन वाटत होतं. म्हणून ती पुढच्या जन्माचा वायदा करत होती. आमची फक्त मैत्रीच होती हे मात्र शंभर टक्के सत्य आहे.

एके दिवशी तिच्या भावानं आम्हाला बहुधा एकत्र पाहिलं असावं. त्यानं घरी काय सांगितलं माहीत नाही; पण तिच्या बाहेर राहण्यावर मर्यादा पडल्या होत्या. ऑफिसमध्ये ती अजूनही कामाला येत होती. एक दिवस तिनं अचानक मला मलबार हिलवर संध्याकाळी भेटायला बोलावलं; पण ती आली नाही. त्यानंतर ती ऑफिसलाही आली नाही. आला तो पोस्टानं तिचा राजीनामा. तिच्या हिशेबाचे पैसे न्यायलाही तिचा भाऊच आला होता. मी एक प्रयत्न करून पाहिला, की तिनं स्वतःच येऊन चेक न्यावा; पण भावानं ॲथॉरिटी लेटर आणलं होतं. जाताना मला भेटून गेला. फक्त एवढंच सांगण्यासाठी ''तुम्ही ज्यूलीला विसरून जा. त्यातच तुमचं 'भलं' आहे.''

त्यानंतर ज्यूलीची आणि माझी भेट झाली नाही. नंतर माझं लग्नही झालं. सुमनबरोबरचा माझा संसार सुरू झाला. ज्यूलीचा विषय आमच्यात कधीच निघाला नाही. पुढे ज्यूली नाटकात काम करू लागली. टीव्ही सिरियल्समध्येही दिसायची. तरी तिला पाहून मी कधी अस्वस्थ झालो नाही. जणू काही 'ज्यूली' हे नाव माझ्या आठवणीतून पार पुसलं गेलं होतं. मग आजच गाडीत सुमन का चिडली? तिला माझ्या आणि ज्यूलीच्या संबंधांबाबत काय माहीत आहे? ती वेळ खुलासा करण्याची नव्हती. बोलण्यानं बोलणं वाढलं असतं, म्हणून मीच गप्प बसलो होतो. थोड्या वेळानं सुमननं मंदिराचा विषय काढला. ती सबब पकडून मी उठून दरवाज्याजवळ जाऊन उभा राहिलो. सूर्य मावळतीला निघाला होता. गाडी हळूहळू होत थांबली. समोर ती टेकडी व ते मंदिर दिसत होतं. अगदी हाकेच्या अंतरावर होतं. त्या मंदिरातील घंटा वाजलेलीसुद्धा मी ऐकली. मी गाडीतून उतरलो. (की मला उतरायला भाग पाडलं?) आणि मी तसाच टेकडीच्या दिशेनं चालू लागलो. मी जेव्हा टेकडी चढून मंदिराजवळ पाहोचलो, तेव्हा सूर्यबिंब क्षितिजाला टेकलं होतं. ते पाहत मी क्षणभरच थांबलो असेन. तेवढ्यात मंदिराच्या आतून हाक आली,

''श्यामकांत, आत ये. मी तुझीच वाट पाहत होतो.''

धुनीबाबा

आज मार्गशीर्ष अमावस्या आहे. सहाशे वर्षांनंतर असे ग्रहयोग परत येत आहेत. आजची संधी गेली तर आणखी सहाशे वर्षं थांबावं लागेल. 'गीतांजली' थांबली आणि निघाली. म्हणजे आणखी दहा-पंधरा मिनिटांत तो इथं यायला हवा.

सूर्यास्तापूर्वीच त्यानं मंदिराच्या आवारात यायला हवं. ''श्यामकांत आत ये. मी तुझीच वाट बघत होतो.'' दरवाज्याजवळ घुटमळणाऱ्या श्यामकांतला मी आत बोलावलं. तो दबकतच आत आला. ''बैस,'' समोरच्या मृगाजिनाकडे बोट दाखवत त्याला म्हणालो. एका बैराग्याला पाहून तो नक्कीच गोंधळला होता. त्याला धीर देणं आवश्यक होतं.

''श्यामकांत, तुझा गोंधळ उडणं स्वाभाविकच आहे. मी कोण, तुला कसा ओळखतो आणि तुझीच वाट का पाहत होतो, हे प्रश्न तुला पडले असतील; पण धीर धर. माझ्यावर विश्वास ठेव. ही हकिगत खूप मोठी आहे. एका मोठ्या दुष्टचक्रात आपण गुरफटलो गेलो आहोत. तू, मी, आणखी काही जण आहेत. आजची अमावस्या टळली तर आणखी सहाशे वर्षं तरी आपल्याला बाहेर पडता येणार नाही. फक्त तूच मला या बाबतीत मदत करू शकतोस, तेव्हा मला समजून घे आणि प्रश्न न विचारता मी सांगतो तसं कर. सगळा खुलासा मी नंतर करीन.

''तू इथे येणार हे मला माहीत होतं. या मंदिराची ओढ तुला वाटत आहे, हेही मला ठाऊक आहे आणि ज्यूली परेराचा विषय तुला डाचत आहे, हे पण मी तुला सांगतो. मला वाटतं एवढं सांगितल्यावर तरी तुझा माझ्यावर विश्वास बसेल. मी सांगतो त्यावर विश्वास ठेव. त्यातच तुझं, माझं आणि सर्वांचं हित आहे.

''या देवळाच्या आवारातच एक विहीर आहे. तेव्हा तिथं जाऊन प्रथम स्नान करून ये.''

एवढं सांगितल्यावर त्याचा माझ्यावर विश्वास बसला नसता तरच नवल होतं. दिलेले कपडे घेऊन तो विहिरीवर जाऊन स्नान करून आला. आल्यावर मी त्याला एका वनस्पतीचा रस प्यायला दिला आणि एका वर्तुळात बसायला सांगितलं.

''श्यामकांत, आता मी सांगतो ते लक्षपूर्वक ऐक. तू, मी, आणखी काही व्यक्ती सहाशे वर्षांपूर्वी घडलेल्या एका घटनेनं बांधलेले आहोत. खरं म्हणजे तू निर्दोष आहेस; पण घटनेचा केंद्रबिंदू तूच आहेस. अनेकांच्या वासनांचा केंद्रबिंदूही पण तूच आहेस. त्यामुळे तुझी उपस्थिती अनिवार्य आहे. तुझ्यामुळेच त्या घटनेशी संबंधित व्यक्ती किंवा आत्मे म्हणा, येथे येणार आहेत. त्यांच्या वासनांचं केंद्र तूच असल्यामुळे त्या वासना किंवा आत्मे तुझ्यावर प्रभाव टाकायचा प्रयत्न करतील. म्हणूनच तुला या भारलेल्या वर्तुळात ठेवलं आहे. हा रस काही काळ तरी तुला हालचाल करण्यापासून रोखेल. तुझ्या सर्व जाणिवा शाबूत राहतील; पण तोंडून शब्दही फुटणार नाही. अवतीर्ण होणाऱ्या व्यक्तींना तू ओळखशील, पाहिलेल्या घटनांनी प्रक्षुब्ध देखील होशील; पण हालचाल करू नकोस. कोणत्याही कारणाने

तू बाहेर येणं म्हणजे सर्व खेळ बिघडवणंच आहे. हे मला नको आहे.''

श्यामकांत खरोखरच उमद्या स्वभावाचा आहे. दुसरा कोणी असता तर त्यानं कदाचित त्रास दिला असता. बारा वाजण्यापूर्वी मलाही स्नान करून होमाची तयारी करायला हवी. दोन तासांनी चंद्रलेखेचा आत्मा इथे येईल. एकदा का चंद्रलेखा आणि भद्रपालाचा विवाह झाला, की मगच हे दुष्टचक्र थांबेल.

सुमन

नागपूरला गाडीतून सामानासकटच उतरले. तोपर्यंत गाडीभर ही बातमी पोहोचली होती. मला मदत करण्यासाठी नागपूरचे काही प्रवासीही बरोबर होते. नशिबाने नागपूरला गाडीचा ड्रायव्हर, गार्ड बदलतात. कम्पार्टमेंट, अटेन्डन्ट आणि कंडक्टरही माझ्याबरोबर आले. रीतसर पोलीस कम्प्लेंट नोंदवली. गाडी जास्त वेळ थांबवण्यात अर्थ नव्हता. 'गीतांजली' तिच्या वेळेवर पुढे गेली.

इन्स्पेक्टर मुत्तेवार खरोखरच कुशल तपास अधिकारी होते. त्यांनी प्रथम एकही प्रश्न न विचारता माझी सर्व हकिगत ऐकून घेतली. सह-प्रवाशांनीही दुजोरा दिला. एव्हाना मीही सावरले होते. त्यामुळे सर्व हकिगत (ज्यूली प्रकरण सोडून) व्यवस्थित सांगू शकले होते. आमचं भांडण वगैरे झालं नव्हतं; पण श्यामकांतांना त्या वाटेतल्या मंदिराबाबत फारच कुतूहल होतं. योगायोगाने गाडी तिथेच थांबली होती. कुतूहलाने ते गाडीतून उतरले असावेत आणि गाडी सुटली असावी, अशी सर्वसाधारण पटणारी हकिगत सांगितली. ड्रायव्हर आणि गार्डने पण त्या जागी गाडी थांबली असल्याचं मान्य केलं. चेन खेचल्यानं गाडी थांबली होती; पण ती आमच्या डब्यातून खेचली गेली नव्हती. कोणतंही खास कारण न दिसल्याने गाडी परत चालू झाली होती. मी वाचनात दंग असल्याने ते मला जाणवलं नव्हतं. ड्रायव्हर व गार्डनी गाडी थांबलेल्या ठिकाणाच्या खांबाचा नंबर टिपून ठेवला होता. म्हणजे श्यामकांत उतरले होते ते ठिकाण पक्कं झालं होतं. इन्स्पेक्टर मुत्तेवारांनी भराभर फोन फिरवून पांगिराच्या पोलिसांना निरोप पोहोचविण्याची व्यवस्था केली आणि रात्री ८-८.३०च्या सुमारास आमची जीप नागपूरहून निघालीसुद्धा. इन्स्पेक्टर मुत्तेवार आणि एक हवालदार बरोबर होता.

वाटेत इन्स्पेक्टर मुत्तेवार खूप बोलत होते. माझ्या मनावरचा ताण कमी करण्याचा प्रयत्न करत होते. तसेच अधिक माहिती आणि विसंगती वा कच्चे दुवे शोधण्याचाही प्रयत्न होता. मी काहीतरी लपवीत असावे, असा त्यांना संशय होता; कारण अशा प्रकरणात नवरा-बायकोच्या भांडणाला दुसरी एखादी स्त्री कारणीभूत असते, असा त्यांचा अनुभव होता. माझा थंडपणा किंवा अलिप्तपणा त्यांना खटकत असावा.

पांगिरा पोलीस स्टेशनवर आमचा निरोप पोहोचला होता. तेथील हवालदार आमची वाट पाहत होता. तेथील सब-इन्स्पेक्टर पाटील जिल्ह्याच्या रुग्णालयात गेले होते. एका मारुती गाडीला अपघात झाला होता. गाडी एक स्त्री चालवत होती. रात्रीच्या वेळी अंदाज चुकला असेल किंवा इतर काही कारण असेल. गाडी रस्ता सोडून कडेच्या झाडावर आदळली होती. त्या स्त्रीला बेशुद्धावस्थेतच रुग्णालयात हलवलं होतं. तिचं नाव ज्यूली परेरा. जवळपास कोणत्यातरी सिरिअलचं शूटिंग चालू होतं. शूटिंग संपल्यावर आजूबाजूचा परिसर पाहण्यासाठी ती एकटीच निघाली होती. युनिटच्या इतरांनी तिने रात्री एकटं जाऊ नये असं सांगून पाहिलं होतं; पण तिने ते मानलं नव्हतं. युनिटचे लोकही सध्या रुग्णालयातच होते.

ज्यूलीचं नाव ऐकताच सूक्ष्म असूयेची एक लहर माझ्या मनात दाटून गेली. हीच ती बया, जी आजच्या या सर्व प्रकाराला कारणीभूत आहे. मरू दे तिला हॉस्पिटलमध्ये, आमच्या मागची पीडा तरी कायमची टळेल; पण लगेच मनात दुसरा विचार आला, की खरोखरच ज्यूलीचा श्यामकांतांच्या उतरण्याशी काय संबंध आहे? गाडी थांबली तेव्हा ज्यूली कितीतरी लांब होती. लग्न झाल्यापासून श्यामकांतांनी ज्यूलीचा विषय एकदाही काढला नव्हता. उलट मीच कारण नसताना तो विषय काढला होता. खरी अपराधी मीच आहे. दुसरे असेही कुतूहल होते, की पाहावी तरी ही ज्यूली प्रत्यक्षात कशी दिसते. श्यामकांतांना भुरळ घालणारी ज्यूली पाहण्याची मला ओढ होती. इन्स्पेक्टर मुत्तेवार विचारात पडले होते, तेव्हा मीच त्यांना म्हटलं, ''मला वाटतं आपण पहिल्यानं हॉस्पिटलमध्ये जाऊ. मलाही बाथरूमला जायचं आहे.'' आणि जीप हॉस्पिटलकडे वळली.

हॉस्पिटलमध्ये ज्यूली कॉटवर बेशुद्धावस्थेत होती. हाताला सलाईन लावलं होतं. त्या हातावर एक सर्पाकृती गोंदलेली होती. सर्पाच्या तोंडाजवळच सुई खुपसलेली होती. डॉक्टरांची धावपळ चालू होती. ज्यूलीची नाडी मंद होत होती. रक्ताची गरज भासत होती. बी पॉझिटिव्ह हा रक्तगट तसा दुर्मिळच आहे. त्या आड ठिकाणी त्या ग्रुपच्या किती बाटल्या असणार? माझ्या मनाची चलबिचल चालू होती. रक्ताअभावी ती मेली तर? मला जन्मभर टोचणी लागून राहिली असती; कारण माझा ब्लडग्रपुही बी पॉझिटिव्हच आहे. ज्यूलीच्या जागी मी असते तर कोण देणार होतं मला रक्त? शेवटी मीच पुढे झाले आणि म्हणाले, ''डॉक्टर, माझा ब्लडग्रुपसुद्धा तोच आहे. मी देते तिला रक्त.''

इन्स्पेक्टर मुत्तेवार जरासे चमकलेच. या बाईला नवरा हरवल्याचं काहीच कसं टेन्शन नाही? का खरोखरच बाई धीराची आहे? त्यांनाही बहुधा विश्रांती हवीच असावी. पाटलांशी पण सविस्तर बोलता आलं असतं. रात्रीचे दोन वाजायला आले होते. अशा मध्यरात्री जाणार तरी कुठे? डॉक्टरांनी माझं रक्त घेतलं. नुसती चहा,

बिस्किटंच नाही, तर पोटभर जेवायलाही वाढलं आणि मला म्हणाले, ''आता उजाडेपर्यंत विश्रांती घ्या. इथे इकडच्या खोलीत शांत झोपा. सकाळी सिस्टर तुम्हाला उठवतील.''

मलाही शारीरिक आणि मानसिक थकवा होताच. पडल्या पडल्या मला लगेच झोप लागली. झोपेतच मी स्वप्नात शिरले होते. जरी मी स्वप्नात असले तरी जागृतावस्थेतील जाणिवा शाबूत होत्या.

स्वप्नात आम्ही मुलेमुले खेळत होतो. बहुधा लपंडावासारखा खेळ होता. जागा संपूर्णपणे अपरिचित वाटत होती. निदान मला तरी त्या जागी कधी गेल्याचं आठवत नव्हतं. एखादी बाग किंवा उपवन वाटत होतं. पलीकडे एक मुलगा लपून बसलेला होता. तशी मी पण लपलेलीच होते. मला तो त्याच्याजवळ यायला खुणावत होता. मला हलक्या आवाजात हाक मारून सांगत होता, ''विलासिनी, इकडे ये.'' मीही इकडे-तिकडे पाहून पट्कन त्याच्याकडे गेले. सगळं स्वप्नातच होत होतं.

पण मघाशी म्हटल्याप्रमाणे माझ्या जागृतावस्थेच्या जाणिवा जागृत होत्या. म्हणून मी पट्कन म्हणाले, ''मी विलासिनी नाही. सुमन आहे.'' मला नक्की कळत नव्हतं, की मी जागी आहे की स्वप्नात आहे. स्वप्नातला तो मुलगा, त्याचं नाव विलासराज आहे, हे मला नंतर कळलं. मला विलासिनी म्हणून हाका मारीत होता. मी त्या नावाला प्रतिसाद दिला होता, म्हणजे माझं नाव दोघांनाही माहीत होतं आणि मान्यही होतं; पण माझं जागृतावस्थेतील मन मात्र ते नाकारत होतं. मानसशास्त्रज्ञ सांगतात, 'झोपेमध्ये बाह्यमन निष्क्रिय असतं. याउलट सदासर्वकाळ अंतर्मन स्वप्नांचे खेळ दाखवत असतं. जागृत मनाच्या अभावामुळेच अंतर्मनाने दाखवलेली दृश्यं माणसाला इतकी खरीखुरी वाटतात, की त्याच्या शरीराचा आणि मनाचा ताबा घेतात. मग बाह्यमनाच्या तावडीतून सुटलेलं मन व शरीर त्या अंतर्मनाच्या आदेशानुसार वागतं. त्यामुळे माणूस तोंडाने नको ते बोलतो, हातवारे करतो, हसतो. एवढंच नव्हे तर प्राणभयानं हृदयाची धडधडसुद्धा वाढते, घाम सुटतो; पण इथे तर माझी दोन्ही मनं समांतर काम करत होती. स्वप्नात मी विलासिनी म्हणून वावरत होते, तर बाह्यमन सांगत होतं, 'मी विलासिनी नाहीये. मी सुमन आहे.' आणखी थोडा वेळ गेला असता तर नक्कीच जागी झाले असते; पण तेवढ्यात आवाज आला,

''होय, तू सुमनच आहेस.''

आवाजाच्या दिशेने पाहिलं- तिथे कोणीच नव्हतं; पण क्षणभरात दृष्टीसमोर टेकडीवरील मंदिर दिसू लागलं. त्यापाठोपाठ त्या मंदिराचा आतला देखावा दिसू लागला. तिथे जमिनीवर काढलेल्या वर्तुळामध्ये श्यामकांत बसलेले होते. अगदी

पुतळ्यासारखे. जिवंतपणाची कोणतीही खूण त्यांच्यात दिसत नव्हती. दृष्टी स्थिर आणि एकटक होती. त्यांनाही मी दिसले असावे; कारण नजरेत एका क्षणी ओळख दिसली. जिवंतपणाची तेवढीच खूण. श्यामकांतांना तशा अवस्थेत बघून मला भीती वाटली, की ते सुखरूप आहेत ते बघून बरं वाटलं, ते नक्की सांगणं कठीण आहे. समोरच एक साधू बसलेला होता. कसल्यातरी होमाची तयारी करत होता. ती थांबवून तो माझ्याकडे बघत म्हणाला,

"तू सुमनच आहेस. जर सगळं सुरळीत पार पडलं तर तुझी-माझी भेट उद्या सकाळी होईलच. ज्यूलीला रक्त देऊन तू तिचे प्राण वाचवले आहेस. आता सकाळपर्यंत शांत झोप. जे काही दिसतं आहे ते शांतपणे बघ. उद्या सकाळी सर्व खुलासा करीन, तोपर्यंत धीर धर. आता स्वप्नात तरी तू विलासिनीच आहेस."

त्यानं स्थिर नजरेनं माझ्याकडे पाहिलं. त्याचे डोळे मी कधीच विसरणार नव्हते. जागी झाल्यावरही त्याची नजर मला आठवत होती; पण त्या वेळी त्याच्या आज्ञेप्रमाणे मी विसरून गेले, की मी सुमन आहे. मला कळलं, की मीच विलासिनी आहे आणि आमचा लपंडावाचा खेळ सुरू झाला.

विलासिनी

मी विलासराजला म्हटलंसुद्धा, "चंद्रलेखा आता रडकुंडीला आली आहे. कुणीतरी सापडायला हवं." त्यावर विलासराज म्हणाला, "तो भद्रपाल आहे ना तिची बाजू घ्यायला. तोच सापडेल बघ आता." खरोखरच थोड्याच वेळात 'सुट्यो' असा आवाज आला. भद्रपालने राज्य घेतले होते. असे नेहमीच व्हायचे. मला वाटायचे एकदातरी चंद्रकांत किंवा विलासराजने तिला मदत करावी.

राजकुमार चंद्रकांत आणि राजकुमारी चंद्रलेखा ही राजघराण्यातील मुले होती. मी आणि विलासराज मुख्य प्रधानांची मुले होतो. भद्रपाल हा उग्रसेनाचा मुलगा होता. त्यामुळे तो आम्हाला बरोबरीचा वाटत नसे.

मी त्या वेळी एक-दोन वर्षांची असेन. एका हातघाईच्या लढाईत उग्रसेनांनी महाराजांच्या अंगावरचे घाव आपल्या अंगावर झेलले होते. एवढेच नव्हे, तर पराक्रमाची शर्थ करून महाराजांना सुरक्षित स्थळी पोहोचवले होते. महाराजांच्या स्मरणात तो प्रसंग कायमचा राहिला होता. त्या वेळी उग्रसेन साधा नायक होता. महाराजांनी लढाईनंतर त्याचा यथोचित सत्कार केला होताच; पण त्याच्या प्रगतीवर बारकाईने लक्षही ठेवले होते. वेळोवेळी बढती देखील दिली होती. उग्रसेनांचे वाड्यावरचे जाणे-येणे वाढले होते. दसरा किंवा तत्सम प्रसंगी उग्रसेनांबरोबर भद्रपालही वाड्यावर येत असे. दरबारी उपचार आटोपल्यावर आम्ही मुले आत किंवा बाहेर बागेत खेळत असू. सेवक बोलवायला आला म्हणजे आमचा खेळ आटोपे. त्या सुरुवातीच्या काळात उग्रसेन जरी दरबारी

मंडळीत मोडत नसले तरी महाराजांच्या खास मर्जीतील म्हणून वाड्यावर उग्रसेनांना मुक्तद्वार असे. उग्रसेनही ते जाणून असत आणि योग्य मर्यादा राखूनच वाड्यात वावरत असत. भद्रपालही ते जाणून होता.

खेळता खेळता बालपण कधी संपले ते कळलेच नाही. आता उग्रसेन महाराजांचे सरसेनापती झाले आहेत. त्या वेळी बावळट वाटणारा आणि दबून राहणारा भद्रपाल आता रुबाबात आणि आत्मविश्वासाने वावरतो आहे. कसून केलेल्या मेहनतीमुळे त्याचे मूळचे भरदार शरीर त्याच्या देखणेपणात भरच घालते. मर्दानी खेळ असो वा राजकारण, चंद्रकांत किंवा विलासराजपेक्षा भद्रपाल खूपच वरचढ ठरतो; कारण चंद्रकांत आणि विलासराज यांना एक अहंगंड आहे. त्यांचे वडील त्यांच्या जन्मापासूनच श्रेष्ठ होते. भद्रपालाचे तसे नाही. उग्रसेन आता जरी सेनापती झाले असले तरी पूर्वी एक साधे शिपाई होते, हे भद्रपाल विसरला नाही. यातच त्याच्या मनाचा साधेपणा व उमदेपणा दिसून येतो. भद्रपाल हा खरोखरच एकमेव आहे. उग्रसेनानंतर भद्रपालच सरसेनापती होणार. सेनापतीच काय तो राजा होण्याच्याही योग्यतेचा आहे. राजा नुसताच शूर असून चालत नाही, की त्याचे सैन्य मोठे असूनही भागत नाही. त्या सैन्याला वळण लावण्याची, ते वापरण्याची कुवतही राजाच्या अंगी असावी लागते. चंद्रकांतकडे ती कुवत नाही. म्हणूनच मला वाटते भद्रपालच राजा व्हायला योग्य आहे. असे असले तरी ते त्याच्या मनातही येणार नाही. ते काम मलाच केले पाहिजे; कारण मला भद्रपालसारख्या सामर्थ्यवान राजाची राणी व्हायचे आहे. चंद्रकांतसारख्या बुळ्या माणसाची राणी नाही व्हायचे.

होय, आमच्या वडिलांच्या मनात विलासराजचा विवाह राजकन्या चंद्रलेखेशी करायचा आहे आणि माझा राजकुमार चंद्रकांतबरोबर. माझ्या सौंदर्याची भुरळ चंद्रकांतला पडली आहे. या ना त्या कारणानी मला भेटायचा प्रयत्न करत असतो. मी त्याला एकदा स्पष्ट सांगितलं, "हे बघा चंद्रकांत, आपण माझ्यामागे वेळ घालवता, त्यापेक्षा जरा राज्यकारभारात लक्ष द्या. पुढे-मागे त्याचाच फायदा होईल. न पेक्षा राज्य मिळाले, पण ते टिकवता आले नाही अशी गत होईल.'' पण चंद्रकांत खरोखरच बुळ्या आहे. ही गोष्ट त्याने हसून सोडून दिली. मला चंद्रकांत नको आहे; मला हवा आहे भद्रपाल. विलासराजलाही माझी मते माहीत आहेत; पण त्याला ती पसंत नाहीत; कारण त्याला भद्रपाल आवडत नाही. त्याला राजकुमारी चंद्रलेखा हवी आहे आणि चंद्रलेखा तर विलासराजला धूप घालत नाही. ती घोटाळत असते भद्रपालाभोवती. माझ्या आणि भद्रपालमध्ये चंद्रलेखा हा एक अडथळा आहे.

लहानपणी दोन भावंडं घरी एकमेकांबरोबर खेळतात; पण मित्रांबरोबर खेळताना नेहमीच भांडत असतात. त्यामुळे लहानपणी आम्ही खेळताना चंद्रकांत आणि

विलासराज एका बाजूला तर मी व चंद्रलेखा दुसऱ्या बाजूला असू. दोन्ही बाजूंचा तोल सांभाळण्यासाठी भद्रपालही आमच्या बाजूला असे. त्या वेळच्या खेळात मला नेहमी वाटायचं, की भद्रपाल चंद्रलेखेची बाजू घेतो; पण तसं नव्हतं. लहानपणापासूनच तो समजूतदार होता. आम्हा दोघींबरोबरचीच का, सगळ्यांबरोबरची त्याची वागणूक समानच होती. अहंगंड होता तो आम्हा तिघांना. महाराजांनी सांगितलं असेल किंवा इतरही काही कारण असेल; पण चंद्रलेखा भद्रपालाबरोबर आपुलकीनंच वागत असे. मी जर त्या वेळी शहाणपणा शिकले असते तर? मी चंद्रलेखापेक्षा खूपच सुंदर आहे; पण आता खूपच उशीर झाला आहे.

माणसाला संधी कुठून व केव्हा मिळेल सांगता येत नाही. त्या दिवशी चंद्रलेखाने तिचे मन माझ्याकडे उघडे केले. महाराजांनी आपला विचार स्पष्टपणे चंद्रलेखेला सांगितलेला होता. भीतीमुळे वा मर्यादेमुळे चंद्रलेखा महाराजांना आपल्या निवडीबद्दल बोलू शकली नव्हती. तिला विलासराज पती म्हणून नको होता, तिला भद्रपाल हवा होता. जर तिला भद्रपाल मिळाला नसता तर ती प्राणत्याग करणार होती. महाराजांकडे मी किंवा दुसऱ्या कुणीतरी रदबदली करावी, अशी तिने मला गळ घातली. संधी माझ्याकडे चालून आली होती. कालांतराने ती सावरलीही असती; पण मला ते नको होते. माझ्या आणि भद्रपालच्या मार्गातील काटा दूर करायला हवा होता. मी चंद्रलेखासमोर काळाकुट्ट भविष्यकाळ चितारला. तिच्या सुटकेचा एकच मार्ग होता. तो तर तिनेच सुचवला होता. मी तिला एक छोटीशी पुडी दिली. ती पुडी तिला या जन्मापासून मुक्ती देणार होती. मला आठवते ती मार्गशीर्ष अमावस्येची रात्र. चंद्रलेखा ती पुडी खाऊन झोपली ती पुन्हा न उठण्यासाठीच.

सुमन

मी आणि विलासिनी एकच आहोत. जागृतावस्थेत सुमन आणि स्वप्नात विलासिनी.

विलासिनी स्वभावाने दुष्ट असेल; पण मी तशी नाहीये. कुणाचा खून करण्याइतकी तर खचितच नाहीये. लोकांच्या मते जरी चंद्रलेखेने आत्महत्या केली तरी एका अर्थी विलासिनीने केलेला तो एक खूनच होता. तिने तिला आत्महत्येपासून परावृत्त करण्याऐवजी आत्महत्येच्या दिशेने जायला मदत केली होती; पण त्या परिस्थितीत विलासिनी तरी काय करू शकणार होती?

महाराजांनी चंद्रलेखेचा हट्ट पुरवला नसता तर ती आत्महत्या करणारच होती. भद्रपालाचा विचार स्पष्ट होता. सेनापती झाल्याशिवाय तो लग्न करणार नव्हता. त्याची वाट पाहायची तयारी होती. काही झालं तरी विलासराज प्रधानपुत्र होता. भद्रपालाचे तसे नव्हते. चंद्रलेखेच्या विलासराजबरोबरच्या विवाहाने विलासिनीचा

मार्ग मोकळा झाला असता हे खरे; पण त्यानंतरही चंद्रलेखेसमोर भद्रपाल सतत वावरणार होता. असे असताना चंद्रलेखा विलासराजबरोबर सुखाने संसार करू शकली असती?

चंद्रलेखेच्या आत्महत्येने अनेक प्रश्न सुटणार होते. विलासिनी फक्त निमित्तमात्र झाली होती.

विलासिनी

दुसऱ्या दिवशी राजधानीवर शोककळा पसरली. राजकन्या चंद्रलेखेने आत्महत्या केली होती. त्या बातमीने विलासराजही सैरभैर झाला होता. थोड्याच वेळात राजधानी हादरवणारी बातमी येऊन थडकली. गावाबाहेर मंदिरात कुणीतरी भद्रपालाचा खून केला होता. त्याचे शिर धडापासून वेगळे तुटून पडले होते. खून कपटाने झाला होता हे उघडच होते; कारण समोरासमोरील युद्धात भद्रपालाला हरवणारा योद्धा अख्ख्या पंचक्रोशीत नव्हता. शिवाय हल्ल्याची जरादेखील चाहूल त्याला लागली असती, तरी त्याने नक्कीच प्रतिकार केला असता. त्याच्या अंगावर काही जखमाही नव्हत्या. म्हणजे त्याच्या शत्रूने त्याला आडवेळेला तिकडे बोलावून त्याचा घात केला असावा, नाहीतर तो तिथे का गेला असता?

मी सुन्न झाले होते. भद्रपाल ना माझ्या नशिबात होता, ना चंद्रलेखेच्या. मी एक दिवस जरी धीर धरला असता तर? चंद्रलेखेच्या खुनाचे पातक मला लागले नसते. चंद्रलेखेच्या खुनाची बोच मनाला लागून राहिली होती. त्यामुळे चंद्रलेखेच्या अंत्यदर्शनासाठी वाड्यावर जायचा मला धीरच होत नव्हता; पण न जाऊन चालण्यासारखे नव्हते. उपचार म्हणून मला जाणे भागच होते; म्हणून मी आणि आई तिकडे गेलो.

चंद्रलेखेचे कलेवर मंचावर ठेवलेले होते. दोन्ही हात तिच्या बाजूंना समांतर ठेवलेले होते. मला कसा धीर झाला कुणास ठाऊक! पण तिथे गेल्यावर मी मंचाजवळ बसले. तिचा हात हातात घेतला आणि मनातल्या मनात म्हणाले,

"चंद्रलेखे, मीच तुझा खून केला आहे, ही बोच मला जन्मभर राहील. चंद्रलेखे, या जन्मी नाही तरी पुढच्या जन्मी तरी तुला भेटण्यासाठीच भद्रपालही या जगातून निघून गेला आहे. भद्रपाल आणि तुझे मिलन पुढील जन्मी तरी होऊ दे. मला क्षमा कर."

माझ्या अश्रूंनी भरलेल्या डोळ्यांतूनही चंद्रलेखेच्या हातावरची गोंदवलेली सर्पाकृती मला ठळकपणे दिसत होती. विष अंगात भिनल्यामुळे ते गोंदण अधिकच ठळक झाले होते.

श्यामकांत

मी मंदिरात शिरलो, तेव्हा एक बैरागी धुनीसमोर बसलेला दिसला. त्यानं मला

समोरच्या मृगाजिनावर बसायला सांगितलं. त्यानंतर त्यानं मला ज्या गोष्टी सांगितल्या त्या ऐकून मी स्तिमितच झालो. त्यानं मला अंघोळ करून यायला सांगितलं. त्यानंतर कुठलासा रस प्यायला दिला आणि एका वर्तुळात बसायला सांगितलं. मला त्याचं नावसुद्धा माहीत नाही, तरीही त्यानं सांगितलेली प्रत्येक गोष्ट मी बिनतक्रार करत होतो. मी त्याला धुनीबाबा असं नाव ठेवलं आहे. त्यानंतर तो कुठेतरी निघून गेला. तो बोलत होता ते सर्व मला ऐकू येत होतं; पण त्यानं सांगितल्याप्रमाणे माझी सर्व हालचाल गोठली होती. जणू काही श्वास घेणारा पुतळाच. मला त्याची प्रत्येक हालचाल दिसते आहे. आता स्नान करून त्यानं धुनी प्रज्वलित केली आहे. तोही एका मोठ्या वर्तुळात बसला आहे; पण ते वर्तुळ दरवाज्याच्या दिशेने उघडं आहे.

मांडामांड करता करता तो मध्येच थांबला आणि म्हणाला, "होय, तू सुमनच आहेस." त्याच वेळी मला सुमन दिसली. तिच्या आजूबाजूचं वातावरण किंवा खोली एखाद्या हॉस्पिटलसारखी दिसत होती. तेथील कॉटवर सुमन शांतपणे झोपली होती, तरी माझ्या नाहीसं होण्याचा ताण तिच्या चेहऱ्यावर स्पष्ट दिसत होता. मला वाटत होतं, की धुनीबाबांना विचारावं, की तिला काय झालं आहे? ती हॉस्पिटलमध्ये का आहे?" पण मी गोठून गेलो होतो. धुनीबाबा सुमनशी बोलत होते. ते संपल्यावर त्यांनी माझ्याकडे रोखून पाहिलं. हळूहळू माझ्या जाणिवा अस्पष्ट होऊ लागल्या. मला भास होऊ लागला.

मी त्याच मंदिराकडे चालत येत होतो. मघाशी आलो तेव्हा संधिप्रकाश होता. आता गर्द काळोख पसरला होता.

आजूबाजूला रान होतं आणि त्या वेळी माझ्या हातात सज्ज असलेली तलवारही होती. मी मंदिरात येऊन एका खांबाआड लपून कोणाचीतरी वाट पाहत बसलो होतो.

भद्रपाल

मी केव्हापासून मंदिरात वाट पाहत बसलो होतो. मी विलासराजची वाट पाहत होतो. इतक्या रात्री त्यानं मला या टेकडीवरच्या मंदिरात गुप्तपणे बोलवण्याचं प्रयोजन माझ्या लक्षात येत नव्हतं. आम्ही तसे रोजच भेटत होतो. जे बोलायचं होतं ते तो कधीही बोलू शकला असता. त्यासाठी इतक्या रात्री आडबाजूच्या देवळात बोलवण्याचं कारणच काय होतं?

"भद्रपाल, आत आहेस का?" बाहेरून विलासराजचा आवाज आला.

"हो, मी इथंच आहे." मी उत्तर दिलं.

"तिथेच थांब. मी आत येतो," विलासराज म्हणाला.

मी त्याची आत येण्याची वाट पाहत उभा राहिलो. तो आत माझ्याजवळ आला. त्याच्या हातात नंगी तलवार होती. अशा वेळी इतक्या आडजागी येणं म्हणजे श्वापदांची भीती होती. मीही तशीच तलवार हातात घेऊन आलो नव्हतो का? पण मंदिरात शिरल्यावर मी ती बाजूला ठेवली होती. मी बेसावध असताना माझ्यावर तलवारीचा वार झाला होता. वार प्राणघातक असला तरी मी सरकल्यानं तो प्राणघातक ठरला नाही. मी ओरडलो, "विलासराज, मी भद्रपाल आहे." पण पाठोपाठ दुसराही वार झाला. तो मी चुकवू शकलो नाही. मी घायाळ होऊन खाली पडलो. विलासराज माझ्यावर तलवार रोखून उभा होता. माझी शुद्ध जाता जाता मी एवढंच ऐकलं, "भद्रपाल, चंद्रलेखा माझीच होणार आहे. आता माझा मार्ग मोकळा झाला आहे."

राजकुमारी चंद्रलेखा आणि मी एकमेकांवर प्रेम करत होतो हे खरं आहे. तसं तिनं मला प्रत्यक्षात सांगितलंही होतं; पण मला कळत होतं की आमचा विवाह शक्य नव्हता. म्हणून मी तिला म्हणालो होतो, "चंद्रलेखे, तू एक राजकुमारी आहेस. मी मात्र आज कुणीच नाहीये. मी सेनापती झाल्यावर मीच महाराजांकडे तुझा हात मागेन. थोडा धीर धर." पण चंद्रलेखेला तेवढा धीर नव्हता. तिनं विलासिनीकडे आपलं मन मोकळं केलं. विलासिनी आपल्या भावाकडे विलासराजकडे बोलली असणार. चंद्रलेखेनं एक गोष्ट विलासिनीला सांगण्याचं टाळले असेल, की महाराजांच्या मनात चंद्रलेखेसाठी विलासराज होता, मी नव्हतो; पण त्यामुळे विलासराज मात्र मला त्याचा प्रतिस्पर्धी समजत होता. त्याचा गैरसमज दूर करण्याची मला संधीच मिळाली नाही. त्याच्या उतावळेपणाचा व गैरसमजाचा मी बळी ठरलो होतो. शुद्ध हरपता हरपता माझी शेवटची आठवण हीच होती की, मी चंद्रलेखाचा हात हातात घेतला आहे आणि तिला वचन देतो आहे, "चंद्रलेखे, या जन्मी मला शक्य झालं नाही; पण पुढच्या जन्मी आपलं मिलन नक्कीच होईल." क्षणातच माझं शिर धडावेगळं झालं होतं.

सुमन

"अहो, उठता का? इन्स्पेक्टर तयार आहेत." नर्स मला उठवत होती. इन्स्पेक्टर मुत्तेवार तयार झाले होते; सब इन्स्पेक्टर पाटीलही तयार होते. मी ज्यूलीची चौकशी केली. रात्री दोन वाजायच्या सुमारास तिच्या सर्व क्रिया मंदावल्या होत्या. जणू काही कलेवरच उरलं होतं; पण डॉक्टरांनी प्रयत्न चालूच ठेवले होते. मी दिलेल्या रक्ताचाही उपयोग झाला होता. पहाटे पहाटे ज्यूलीच्या सर्व शरीरक्रिया पूर्ववत झाल्या होत्या. डॉक्टरांना आश्चर्य वाटत होतं, की ज्यूलीची प्रकृती इतकी झपाट्यानं खालावूनसुद्धा इतक्या कमी वेळात पूर्ववत कशी झाली? एक-दोन

दिवसांच्या विश्रांतीनंतर ती आता घरी जाऊ शकली असती. मी तिच्या खोलीत गेले तेव्हाही तिच्या हातावर सलाइन लावलं होतं आणि हातावरची सर्पाकृती उठून दिसत होती. त्या सर्पाकृतीची खूण मला पटली होती. मी तिच्या हातावरून हात फिरवला. ज्यूलीनं डोळे उघडून माझ्याकडे पाहिलं आणि क्षीण आवाजात मला म्हणाली, "विलासिनी, झालं गेलं विसरून जा. श्यामकांतांना सांग मी कृतार्थ झाले आहे. मुक्त झाले आहे. तुम्ही दोघं सुखानं संसार करा." एवढं बोलून तिनं परत डोळे मिटून घेतले.

माझं सुमन हे नाव तिला माहीत असेल किंवा नसेल, मला माहीत नाही; पण तिनं मला विलासिनी म्हणून हाक मारली होती, की माझ्याच मनाचे खेळ होते? चंद्रलेखेच्या व ज्यूलीच्या हातावरील सर्पाकृतीची संगती कशी लावायची? स्वप्नातील साधूबाबांनी सकाळी भेट होईल तेव्हा सर्व खुलासा होईल असं म्हटलं होतं. श्यामकांतही तिथेच भेटणार होते; पण ते कोणत्या अवस्थेत असतील याची काळजी वाटत होती. म्हणून ज्यूलीची भेट आवरती घेऊन मी लगेच निघाले.

आम्ही जीपनं निघालो. पाटलांना ती टेकडी माहीत होती. तिथे कुणी 'धुनीबाबा' राहतो, असं पण ऐकलं होतं. आम्ही तिथं पाहोचलो तेव्हा देवळाच्या पायऱ्यांपाशीच श्यामकांतांचे बूट काढून ठेवलेले दिसले. इन्स्पेक्टर मुत्तेवारांना मी तसं सांगितलंही. वर गेलो तर साधूबाबा आवराआवर करताना दिसले. काही काळापूर्वीच होमहवन केल्याच्या खुणा दिसत होत्या. श्यामकांत एका बाजूला शांतपणे झोपले होते. आता ते वर्तुळात नव्हते. मी श्यामकांतांकडे झेपावले तेव्हा धुनीबाबा म्हणाले, "थांबा. ते आत्ताच झोपले आहेत. इतक्यात त्यांना जागं करू नका." मी तिथंच थांबले आणि इन्स्पेक्टर मुत्तेवारांकडे पाहिलं.

इन्स्पेक्टर मुत्तेवार जेव्हा चौकशीसाठी पुढे सरसावले, तेव्हा धुनीबाबांनी त्यांना एवढंच सांगितलं, की त्यांचा मुक्काम याच देवळात असतो. काल संध्याकाळी हे गृहस्थ इथे आले. त्यांची गाडी चुकली म्हणून त्यांनी त्यांना वस्तीला इथेच ठेवून घेतले होते. उजाडल्यावर त्यांना गावात पोचवणारच होतो; पण रात्री बराच वेळ बोलत बसल्याने त्यांना पहाटेच झोप लागली.

त्यानंतर धुनीबाबांनी खासगीत फक्त माझ्याशीच बोलण्याची परवानगी मागितली. इन्स्पेक्टर मुत्तेवारांनी माझ्याकडे पाहिलं. मला तेच हवं होतं. मला माझ्या शंकांचं निरसन करून घ्यायचं होतं; पण ते तिऱ्हाइतासमोर नको होतं. मी लगेच मान डोलावली आणि त्यांना जरा बाहेर उभं राहायला सांगितलं. त्यांना जरा विचित्र वाटलं असेल; पण ते काही न बोलता बाहेर गेले. धुनीबाबांनी मला हाक मारली, "विलासिनी," मी चमकलेच.

"विलासिनी, चमकू नकोस. मला वाटतं की आतापर्यंतच्या अनुभवामुळे तू

गोंधळून गेली असशील. म्हणून मी आता काय सांगतो ते नीट ऐकून घे. श्यामकांत सुरक्षित आहे. आपलं बोलणं संपल्यावर त्याला उठवू या.

"काल तू अनुभवलेली ती स्वप्नं नव्हती तर तो एक इतिहास आहे. सहाशे वर्षांपूर्वी याच मार्गशीर्ष अमावास्येला राजकन्या चंद्रलेखा आणि भद्रपालाची हत्या झाली होती. त्यांच्या इच्छा अतृप्त राहिल्या होत्या, तर विलासिनी आणि विलासराज यांचे आत्मे पश्चात्तापामुळे भटकत राहिले होते.

"कालही मार्गशीर्ष अमावस्याच होती. हे अतृप्त आत्म्यांचं घातचक्र भेदण्याची हीच वेळ होती. ती टळली असती तर आणखी ६००वर्षं ते आत्मे तसेच भटकत राहिले असते.

"ज्यूली हीच राजकन्या चंद्रलेखा आहे आणि श्यामकांत हा पूर्वीचा भद्रपाल आहे. प्रत्येक आत्म्याचे भोग वेगळे असतात. त्यामुळे चंद्रलेखा आणि भद्रपालचा विवाह किंवा शारीरिक मिलन शक्य झालंच नसतं. त्यामुळेच ज्यूलीच्या आत्म्याला काही काळ इथं बोलावून घेतलं होतं. श्यामकांतचा आत्माही काही काळ शरीरावेगळा झाला होता. मी स्वतःच त्यांचं लग्न लावून दिलं आहे. म्हणूनच ज्यूली म्हणाली, की ती आता मुक्त झाली आहे.

"तुझ्या लक्षात आलंच असेल, की तुझ्यात विलासिनीचा आत्मा आहे. तुझ्या उत्कट प्रेमामुळेच तुझा विवाह श्यामकांतांशी म्हणजेच भद्रपालाशी झालेला आहे. ज्यूलीला, म्हणजे चंद्रलेखेला रक्त देऊन तूही तिची उतराई झाली आहेस.

आता माझ्या सहभागाबद्दल सांगतो. मी तुझा भाऊ विलासराज. निव्वळ मत्सरापायी मीच भद्रपालाचा खून केला होता. त्या पापाचं निरसन मला करायचं होतं. गेली ६०० वर्षं मी या सिद्धीच्या मागे आहे. माझ्या सिद्धीमुळेच मी आज हे सारं घडवून आणू शकलो.

"विलासिनी, आता भद्रपालाबरोबर सुखानं संसार कर. माझी वेळ झाली की मी या जगाचा निरोप घेईन. मला विसरून जाण्यातच तुम्हा सगळ्यांचं हित आहे. तेव्हा हा रस पिऊन टाक. म्हणजे पूर्वजन्मीच्या स्मृती तुला सतावणार नाहीत. श्यामकांतलाही मी हा रस पूर्वीच दिलेला आहे.

"आता त्याला जागं करू या."

श्यामकांत जागे झाले तेव्हा आम्ही दोघंही धुनीबाबांच्या पाया पडलो.

इन्स्पेक्टर मुत्तेवारांना आत बोलावलं. धुनीबाबाबद्दल आमची काहीच तक्रार नव्हती. श्यामकांतांचा अतिसाहसीपणा आणि विक्षिप्तपणा समजून हे प्रकरण मिटलं होतं.

जीपमधून परत फिरताना इन्स्पेक्टर मुत्तेवारांनी हॉस्पिटलवरून जीप घ्यायची

का, असं विचारलं. मी त्यांना 'नाही' म्हणाले; कारण ज्यूली परेरा हे प्रकरण आता कायमचं मिटलं होतं. दृष्टीआड होईपर्यंत मी त्या मंदिराकडे पाहत होते. विलासराज आता परत भेटण्याची शक्यता नव्हती.

जमशेदपूरहून परत येताना ते मंदिर केव्हा आलं आणि कधी गेलं याच्याकडे ना माझं लक्ष होतं ना त्यांचं. ते मंदिर आता आमच्या दृष्टीनं इतर सर्वसाधारण मंदिरांसारखंच मंदिर होतं. फक्त नागपूर रेल्वे स्टेशनच्या रेल्वे डायरीमध्येच त्याची नोंद असेल, श्यामकांत या विक्षिप्त माणसाच्या संदर्भात.

(मेहता मराठी ग्रंथजगत, दिवाळी अंक, २०१७) ∎

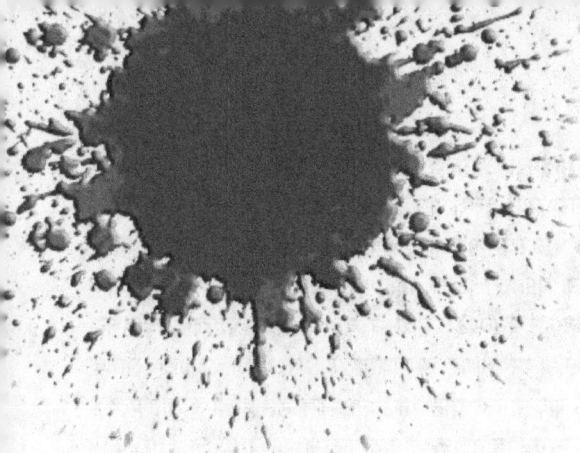

सन १८६० चा रुपया

''अरुणा इकडून ये'' मी हात पुढे करीत म्हणालो.

आमच्या लग्नानंतरचा हा पहिलाच पावसाळा होता. सुरुवातीच्या पावसाच्या सरींखाली भिजणं आम्हा दोघांनाही आवडणार होतं. त्यानुसार जूनच्या सुरुवातीलाच M.T.D.C.मध्ये रिझर्व्हेशन करून लोणावळ्याला अगदी १५ दिवसांची सवड काढून आलो होतो. नशिबानेही साथ दिली. अंदाजाप्रमाणे दोन दिवसांमध्येच पावसाला सुरुवात झाली होती. सकाळी लवकर उठून ब्रेकफास्ट आटोपून बाहेर फेरफटका मारणे, जेवून गुडुप्प झोपणे, संध्याकाळी कॉफी घेऊन परत बाहेर पावसात भिजायला जाणे, हाच कार्यक्रम गेले चार दिवस चालला होता; पण आज जरा उघडीप होती. बहुधा पावसाने थोडी विश्रांती घेण्याचा विचार केला असावा.

आम्ही आज नेहमीचा रस्ता सोडून जरा आडवाटेने फिरण्याचा विचार केला होता. अशा आडवाटेने फिरताना अनेकदा दुर्मिळ अनुभव मिळतात. काही रंगीबेरंगी फुलपाखरे, तर कधी रंगांची उधळण करणारी आपल्यात मग्न असलेली फुले. कधी आर्ततेने

साद घालणारे, तर कधी मादीला आपल्या सौंदर्याचे दर्शन घडवणारे मनमोहक पक्षी. विविध अनुभव. एकासारखा दुसरा नाही. वाटलं तर त्यांना कॅमेऱ्यामध्ये बंद करावं किंवा त्यांचा मागोवा घेत स्वैर भटकावं. वर्षातील काही दिवस तरी प्रत्येकाने अशा निसर्गामध्ये राहिलंच पाहिजे, असं माझं मत आहे. नशिबाने अरुणाही माझ्याच विचाराची आहे म्हणून रेनकोट, छत्री न घेताच बाहेर पडलो. त्यातल्या त्यात जरा बरीशी पायवाट बघून डोंगर उतरायला आरंभ केला. आदिवासींच्या वहिवाटीचा रस्ता असावा. पावसामुळे वाट थोडीशी निसरडी झाली होती. प्रत्येक पाऊल सांभाळून टाकावं लागत होतं. कधी एकमेकांना आधार देत, तर कधी बाजूच्या झुडपांचा आधार घेत एक एक पाऊल टाकावं लागत होतं. माझ्यापाठोपाठ अरुणा येत होतीच. एका ठिकाणी दोन फाटे फुटलेले दिसले, तेव्हा अरुणाला तिथेच उभे राहायला सांगून मी पुढे निघालो. एका करवंदीच्या झुडपाचा आधार घेऊन खाली उतरत होतो. अरुणा मागून मला सावधानतेचा इशारा देत होती. एवढ्यात काय झालं मला कळलंच नाही. जणूकाही कोणीतरी ओढल्यासारखं वाटले. मी आधाराला धरलेलं झाड समूळ उपटून हातात आलं आणि माझी उतारावरची घसरण सुरू झाली. झाडाच्या पाठोपाठ मुळाजवळची मातीही सुटी झाली होती. पुढे मोठा खड्डा असावा किंवा मोठासा उतार असावा. मी त्या खड्ड्यामध्ये पडलो. वरून येणारी माती माझ्या अंगावर कोसळत होती. अरुणाच्या हाका ऐकू येत होत्या. त्याही थोड्या वेळात ऐकू येईनाशा झाल्या. पडणाऱ्या मातीमधून हात बाहेर काढत काही आधार मिळतो का, ते मी चाचपडत होतो.

मला चालताना खूपच त्रास जाणवत होता. डाव्या पायाचं हाड मोडलं होतं. गेले दोन महिने मी अगदी पडूनच होतो. आता जरी हाड सांधलं गेलं असलं तरी अजून दुखत होतंच. काठीच्या आधाराने थोडाफार फिरायला लागलो होतो.

लाखी मला हाताला धरून नेत होती. दोन महिन्यांपूर्वीच मी अरुणाचा हात धरून डोंगरावरून उतरत होतो; पण हे लाखीला सांगण्यात अर्थ नव्हता. M.T.D.C., हॉटेल 'रीगल' हे शब्द तिच्या गावीही नव्हते. खरं म्हणजे आपल्याला वाटतं तेवढे हे आदिवासी मागासलेले नसतात. त्यांचं शहरांमध्ये जाणं-येणं असतं. M.T.D.C. सारख्या गोष्टी म्हणजे तर त्यांच्या उत्पन्नाची साधनंच असतात; पण लाखीला ते सगळे शब्द अगदीच अपरिचित वाटत होते. एवढंच नव्हे तर त्यांना माझी आणि मला त्यांची भाषासुद्धा अपरिचित वाटत होती. गेल्या दोन महिन्यांत अगदी गरजेपुरते संवाद आमच्यात होत होते. गरजेपुरते म्हणजे माझी गरज भागण्यापुरते; कारण त्यांच्या गरजा अगदीच नगण्य होत्या. मला धक्का बसला, जेव्हा मी त्यांना केलेल्या मदतीबद्दल पैसे देऊ केले तेव्हा, त्यांच्या चेहऱ्यावरचे भाव बघून. त्या

नोटांचं काय करायचं, हेच त्यांना माहीत नव्हतं, असं दिसलं. त्यांनी उलटसुलट पाहून ते कागद परत केले. माझा मोबाइल तर कुठलेच नेटवर्कचे सिग्नल दाखवत नव्हता. शेवटी मी बॅटरी वाचवण्याच्या उद्देशाने तो बंदच करून ठेवला; कारण बॅटरी चार्ज करायला तिथे वीजच नव्हती.

या दोन महिन्यांत माझ्या कानांवर काही गोष्टी आल्या होत्या. त्यापैकी एक म्हणजे लाखी डोंगरात फिरताना तिच्या मागच्याच बाजूला कसला तरी मोठा आवाज झाला होता. तिने मागे वळून पाहिलं तर वरून माती कोसळत होती आणि त्या मातीबाहेर माझा हात हलत होता. तिने अरुणाच्या हाका ऐकल्या की नाही हे मला कळलं नाही. बहुधा नसाव्यात. नाहीतर तिने तिचा शोध घेतला असता किंवा मातीच्या कोसळणाऱ्या आवाजापुढे तिला अरुणाच्या हाका ऐकूच आल्या नसण्याची शक्यता होती. लाखीने प्रसंगावधान राखून माझ्या तोंडावरची माती दूर सारली होती. मी बेशुद्धच होतो म्हणून तिने तिच्या वस्तीवर जाऊन इतरांना बोलावून आणलं होतं. त्या सर्वांनीच मला उचलून खाली त्यांच्या वस्तीवर आणलं होतं. मला एक गोष्ट डाचत होती, ती म्हणजे अरुणाने मदतीसाठी आरडाओरडा का केला नाही? वर रस्त्यावर जाऊन मदत का आणली नाही? कारण लाखीने माझ्यावरची माती दूर करून खाली वस्तीवर जाऊन माणसं आणेपर्यंत बराच कालावधी गेला असणार. तेवढ्या वेळात तिला मदत मिळवता आली असती. मग अरुणा असं का वागली? मला संकटात सोडून तशीच का परत फिरली?

दुसरी शक्यता होती ती म्हणजे तिनेही मला मदत करण्यासाठी पुढे पाऊल टाकलं असेल. घाईमध्ये तीही माझ्यासारखीच खाली पडली असेल; पण ते लाखीला दिसायला हवं होतं, की अरुणाही अशाच एखाद्या खड्ड्यात बेशुद्ध होऊन पडली असेल; पण दुर्दैवाने तिला मदतच मिळाली नसेल. म्हणजे... अरुणा अजून खड्ड्यामध्येच अडकलेली नसेल ना? विचार करून माझ्या डोक्याचा भुगा झाला होता.

दुसरी गोष्ट कळली होती. वर घाटामध्ये रेल्वेचं कसलं तरी काम चाललं होतं. त्या वस्तीवरची बरीच मंडळी त्या कामावर जात होती. जॅक्सन का कोणी गोरा साहेब त्या कामावरचा अधिकारी होता. माझ्या माहितीप्रमाणे रेल्वेचं कोणतंच मोठं काम सध्यातरी चालू नव्हतं आणि जरी असं काम गेल्या दोन महिन्यांत निघालंच असलं तरी त्यावर गोऱ्या साहेबाची नेमणूक होणं शक्य नव्हतं; कारण आता भारतीय इंजिनिअर्स अशी कामं करायला समर्थ आहेत. मी तिकडे जाण्याच्याच उद्देशाने आज बाहेर पडलो होतो.

थोड्याशा उंचीवर जाऊन मी खाली नजर टाकली. नजरेला टाटाचे पॉवर हाउस, खोपोली दिसेल अशी अपेक्षा होती; पण त्यांचा काहीच पत्ता नव्हता. ना घाटातले रस्ते, ना मोटारी, काहीच दिसत नव्हतं. नाही म्हणायला खाली दोन-चार

तुरळक खेडी मात्र दिसत होती. एवढी मोठी वस्ती, पॉवर हाउससारखा प्रकल्प दोन महिन्यांत कसा काय गायब होऊ शकणार होता? लाखीला विचारण्यात काहीच अर्थ नव्हता. ती फक्त एकच गोष्ट करू शकत होती, ती म्हणजे वरती जाऊन रेल्वेच्या कामाला भेट देणे. तो जॅक्सन का कोण होता तोच मला मदत करू शकत होता. एव्हाना आणखी एक गोष्ट माझ्या लक्षात आली होती, ती म्हणजे घाटात रस्ते दिसत नव्हते. मोटारी नव्हत्या. म्हणजेच आम्ही ज्या रस्त्यावरून खाली उतरलो होतो तो रस्ता पण बहुधा अस्तित्वात (?) नसावा; पण इतक्या उंचीवर चढून जाण्याइतकं बळ अजून माझ्या पायात आलं नव्हतं. त्यासाठी आणखी आठ दिवस मला थांबावं लागलं.

वरती रेल्वेचं म्हणून जे काम चाललं होतं, ते पाहून मला स्मृतिभ्रंश तर झालेला नाही ना, अशी मलाच शंका आली. त्या ठिकाणी रेल्वेच्या रुळांचा पत्ताच नव्हता. एक गोरा साहेब सर्व्हे करीत होता. अनेक मजूर डोंगर फोडून सपाटीकरणाच्या कामावर काम करीत होते. आमच्या वस्तीवरील काही लोकही त्या कामावर होते. पोशाखामुळे मी त्यांच्यात उठून दिसत होतो; कारण मी पडलो तेव्हाचेच कपडे माझ्या अंगावर होते. त्या आदिवासींनी मला रोजच्या वापरापुरते कपडे म्हणजे पंचे दिले होते, पण त्या पंचांमध्ये मलाच विचित्र वाटत होतं. आज रेल्वे अधिकाऱ्यांना भेटायला म्हणून मी माझे ठेवणीतले कपडे घालून सजलो होतो.

माझ्या पोशाखामुळेच त्या सर्व्हेअरचं लक्ष माझ्याकडे गेलं. त्यांनीच मला जवळ बोलावून घेत इंग्लिशमध्ये विचारलं, "What do you want?" मी माझ्या खिशातील व्हिजिटिंग कार्ड काढून त्याच्या हातात देत म्हणालो, "प्रल्हाद घाटगे, I want to see Mr.Jackson." माझं सफाईदार इंग्रजी आणि व्हिजिटिंग कार्डाचा रुबाब पाहून तर तो चक्रावून गेला. "Please come. I am Jackson." त्याने त्याच्या मदतनिसाकडे त्याचं काम सोपवलं आणि माझ्याशी हस्तांदोलन करीत मला त्याच्या तंबूकडे घेऊन गेला. माझं व्हिजिटिंग कार्ड आणि इंग्रजी बोलणं ऐकून जॅक्सन जरा गोंधळल्यासारखा वाटला. तंबूत दोन-तीन खुर्च्या आणि एक टेबल होतं. खुर्चीवर बसवत त्याने मला माझं काम विचारलं. मीही त्याला सरळच विचारलं, "मि. जॅक्सन, हा लोणावळा परिसर आहे ना? मग इथल्या रेल्वेलाइन्स कुठे गेल्या?" माझ्या प्रश्नाला उत्तर देण्याऐवजी त्यानेच मला प्रतिप्रश्न केला, "महाशय, आपण कोण आहात? हा प्रकल्प पुरा होण्यासाठी आणखी चार वर्षं तरी लागतील. बॉम्बे-पूना गाडी १८६३मध्ये चालू व्हावी, असे प्रयत्न चालू आहेत. तेव्हा आपण कोणत्या रुळांबद्दल बोलत आहात?"

"काय?" मी मोठ्याने ओरडलो. "Please say it again." मला ओरडायला काय झालं, ते जॅक्सनच्या लक्षात आलं नाही; पण सफाईदार इंग्रजी बोलणारी,

छापील व्हिजिटिंग कार्ड बाळगणारी व्यक्ती तशीच कोणीतरी बडी असामी असली पाहिजे अशीच त्याची भावना झालेली असावी. शर्ट-पॅन्टसारख्या पोशाखामुळेपण मी वेगळाच दिसत होतो. "महाशय, बॉम्बे-पूना रेल्वे सुरू करायचा कंपनी सरकारचा इरादा आहे. त्याचं हे काम सुरू आहे. हा प्रोजेक्ट १८६३पर्यंत पूर्ण करण्याचं ठरविलं आहे.

आता हळूहळू काही गोष्टींची संगती मला लागू लागली. माझ्या काळातील २००७ सालातील खोपोली १८६०सालामध्ये अस्तित्वातच नव्हते (जॅक्सनच्या म्हणण्याप्रमाणे मी १८६० सालात होतो.) माझ्याकडच्या नोटांचं महत्त्व त्यांना कळणारच नव्हतं; कारण त्यांनी नोटा कुठे पाहिल्या होत्या? मी काळाच्या १५० वर्षं मागे फेकला गेलो होतो. नारायण धारपांच्या कथांमध्ये वाकलेला काळ, वाकलेला अवकाश या गोष्टी येतात; पण त्या कथाकल्पनाच असतात अशी माझी कल्पना होती. प्रत्यक्षात असं काही घडेल असं मला वाटत नव्हतं; पण अशाच एका वाकलेल्या काळाच्या घडीवरून मी अलगद १५० वर्षं मागे घरंगळलो होतो. माझ्या ओरडण्यामुळे आणि नंतर सुन्न बसण्यामुळे जॅक्सन आणखीनच भांबावला होता.

"हॅलो ऽऽ हॅलोऽऽ मि. घाटगे. आपण ठीक आहात ना?"

"मी? मी ठीक आहे." भानावर येत मी उत्तर दिलं. मी त्याला काय सांगणार होतो? तोच कशाला? मी तर या सगळ्यामधून प्रत्यक्ष गेलो होतो. जातही होतो. तरीसुद्धा हे असं काही होऊ शकेल यावर माझा विश्वास बसत नव्हता.

धक्क्यामधून सावरायला मलाही वेळ हवा होताच. "दोन दिवसांनंतर परत भेटतो," असं सांगून मी जॅक्सनचा निरोप घेतला. परतीच्या वाटेवर मला लाखीच्या आधाराची जास्तच गरज भासली.

परतीच्या वाटेवर अरुणाचा विचार मनात येत होता. मी असा अचानक, अगदी तिच्या नजरेसमोरचा १५० वर्षे मागे गेलो. तिची काय अवस्था झाली असेल? पण लगेचच मनात विचार आला. अरे, १५० वर्षांपूर्वी तीच कशाला? मीही जन्माला आलो नव्हतो. मग लग्न, विरह, धक्का या सगळ्या गोष्टींचा संबंध येतोच कुठे? संबंध कुठे येतो म्हणजे? मी जरी जन्मलो नव्हतो तरी या १८६० सालात मी आहेच ना? या उलटसुलट विचारांनी माझं डोकं भणभणायला लागलं होतं. मला २००७ सालामध्ये जायची वाट शोधायलाच हवी होती. आणि ती वाट शोधायला फक्त लाखीच मला मदत करू शकणार होती.

घरी परतल्यावर मी लाखीकडे तो विषय काढला; पण मी काय म्हणतो आहे ते लाखीला कळत नव्हतं. की ते ठिकाण मला दाखवायला लाखी तयार नव्हती? म्हणजे त्या अपघाताच्या ठिकाणी जायची वाट मलाच शोधावी लागणार होती. म्हणजे भटकंती आलीच. तेवढी ताकद आजतरी माझ्या पायात नव्हती. त्याहीपेक्षा

मुख्य गोष्ट होती ती म्हणजे जेव्हा मला त्या अपघाताच्या जागेवरून हलवलं त्या वेळी मी अर्धवट शुद्धीत होतो. म्हणजे मला तो परिसर आठवतच नव्हता. म्हणजे ती जागा सापडेपर्यंत तरी मला या वस्तीवरच राहणं भाग होतं; पण त्यांच्यावर बोजा होऊन राहायची माझी इच्छा नव्हती. खरं म्हणजे मी त्यांना बोजा वाटलो आहे असं त्यांनी कधीच जाणवू दिलं नव्हतं; कारण कोणीही अतिथी आला तरी त्याचं स्वागत करणं, आपल्या जेवणातील दोन घास त्याच्यासाठी बाजूला काढणं ही त्या काळातली रीतच होती; पण मी २१व्या शतकातला पुढारलेला शिक्षित होतो. प्रत्येक गोष्ट पैशांमध्ये तोलायची सवय मला लागली होती आणि माझ्या दुर्दैवाने माझ्याकडील पैसे ते उपकार चुकवायला असमर्थ होते. त्यासाठी मला त्यांच्या काळातील चलनच लागणार होतं. ते मिळवण्याचा मार्ग मला दिसत होता. जॅक्सनला सांगून नोकरी मिळवणं. त्यासाठी माझ्याकडे इंग्रजी लिहिणे, वाचणे व बोलणे ही कला होती. मी एकटाच त्याच्या पातळीवर संबंध राखू शकत होतो. मी जॅक्सनकडे शब्द टाकला आणि त्यानेही आनंदाने मला कामावर लावून घेतलं. माझा पगार सुरू झाला.

जॅक्सनच्याच ओळखीने मी बॉम्बेहून शर्ट-पॅन्टसारखे कपडेही मिळवले. अगदी माझ्या मापाचे जरी नाही तरी आदिवासींच्या पंचापेक्षा नक्कीच रुबाबदार होते. त्याच्याकडून मी एक तंबूसुद्धा मिळवला. जॅक्सनच्या सेवेसाठी एक-दोन नेटिव्ह नोकर होते; पण माझी मदार मात्र लाखीवरच होती. इतक्या दिवसांच्या सहवासाने लाखीलासुद्धा माझी भाषा, विचार समजू लागले होते. रोज सकाळी लाखी माझ्या तंबूत येत होती. दिवसभर माझं काम करून रात्रीच्या मुक्कामाला तिच्या वस्तीवर परतत होती. माझं जेवण करणे, कपडे धुणे, तंबूतले माझं सामान व्यवस्थित लावून ठेवणं, ही कामं लाखी बिनतक्रार करीत होती. माझं सामान तरी काय? मी या जगात (का काळात?) येताना अक्षरश: नेसत्या वस्त्रानिशीच आलो होतो; पण इथे आल्यावर पसारा वाढला होता. कपडे, गादी, जेवणाची भांडी, सगळंच नवीन घ्यावं लागलं होतं. त्या वस्तू खरेदी करण्यासाठी लागणारा पैसा माझ्याकडे उपलब्ध होता. इतर मजुरांच्या मानाने मी श्रीमंत होतो. गोऱ्या साहेबाचा उजवा हात होतो. कधीकधी गोऱ्या साहेबाच्या पंक्तीचा लाभ देखील मला मिळत होता.

बघता बघता ख्रिसमस आला. जॅक्सनच कुटुंब तिकडे दूर देशात इंग्लंडमध्ये होतं. जातभाई मुंबईला-त्याच्या भाषेत बॉम्बेला होते. त्यामुळे त्याला खूपच एकाकी वाटत होतं. ख्रिसमस म्हणजे काय, हे माझ्याइतकं इतर कुणीच जाणू शकत नव्हतं. बॉम्बेची गोष्टच वेगळी होती. तिथे त्यांचंच राज्य होतं. ख्रिसमस जरी नाही तरी न्यू इअर, नववर्षाचं स्वागत आम्ही भारतीयही आपलाच एखादा सण असल्यासारखे

२००७ साली तरी साजरा करीत असतो. त्यामुळे दिवाळी कधी आली, कधी गेली, ते मला त्या आदिवासींच्या वस्तीवर जाणवलंच नाही; पण आता जॅक्सनमुळे ख्रिसमसपाठोपाठ न्यू इअरची ओढ मात्र लागली होती.

ख्रिसमस ईव्हला आम्ही एकमेकांना 'मेरी ख्रिसमस' म्हणून शुभेच्छा दिल्या. जॅक्सनने इम्पोर्टेड दारूची बाटली तयार ठेवली होती. आम्ही दोघांनीच ख्रिसमस आणि न्यू इअर ईव्हची रात्र जागवली. मलापण आता जरा आपल्या माणसात आल्यासारखं वाटलं.

माझा पायही आता पूर्ववत झाला होता. लाखीच्या मदतीशिवाय मी स्वतंत्र हिंडूफिरू लागलो होतो. दिवस भराभर जात होते. एक दिवस वस्तीवर गडबड दिसली. चौकशी केल्यावर कळलं की आज होळी आहे. लाखीने मला आवर्जून वस्तीवर बोलावलं होतं. होळीपूजनानंतर त्यांचा नाच सुरू झाला. पायावर सध्यातरी जास्त जोर देणं मला बरं वाटत नव्हतं. मी बाजूला एका झाडाखाली बसलो होतो. समोरच मडक्यामध्ये मोहाची दारू ठेवलेली होती. इतक्या दिवसांच्या सहवासानंतर मलासुद्धा त्यांचं खाणं-पिणं आवडू लागलं होतं. सुरुवातीला तरी मी फक्त नावालाच पेला ओठाला लावत होतो; पण आता मलाही ती चव आवडू लागली होती. नाचाला रंग चढू लागला होता. थोड्याच वेळाने लाखी नाचाचे रिंगण सोडून माझ्याकडे आली. माझा हात ओढत मला नाचायला चलण्यासाठी आग्रह करू लागली. इतके दिवस मी दुखऱ्या पायामुळे नाचलो नव्हतो; पण आता तर मी हवेत तरंगू लागलो होतो. त्यामुळे लाखीचा आग्रह मोडवेना. मीही त्यांच्या रिंगणामध्ये सामील झालो. लाखीचा हात माझ्या कमरेभोवती होता व माझा हात लाखीच्या कमरेभोवती आणि माझ्या पावलांनी नाचाचा ठेका पकडला होता. अगदी सराईतपणे जरी नाही, तरी दुसऱ्यांच्या पायावर पाय न देता मी त्या साखळीमधून फिरत होतो. अधूनमधून विश्रांतीसाठी बाजूला जाऊन बसत होतो. सोबत मोहाची दारू होतीच. पौर्णिमेच्या चांदण्यात नाच खूप उशिरापर्यंत चालला होता. होळी केव्हा विझली ते मला कळलंच नाही; कारण त्यापूर्वीच मी झाडाखाली लवंडलो होतो. सकाळी जेव्हा जाग आली तेव्हा लक्षात आलं की लाखी माझ्या शेजारीच कलंडली होती. तिचा हात माझ्या अंगावर होता. मी तो हात हलकेच दूर करायचा प्रयत्न केला. तर ती मला आणखीनच बिलगली. डोक्यात रात्रीच्या पेयपानाचा अंमल होताच. नाचामुळे सगळं अंगही आंबून गेलं होतं. डोळे मिटून पडून राहावंसं वाटत होतं. म्हणून मीही लाखीचा हात दूर न करता तसाच शांतपणाने पडून राहिलो.

त्यानंतर लाखीच्या आणि माझ्यामधलं अंतर कमी कमी होत गेलं. काही वेळा अरुणाची आठवण होत होती; पण एक सत्य मला नाइलाजाने का होईना स्वीकारावं लागलंच होतं. ते म्हणजे मी आणि अरुणा यांच्यामध्ये आता १५०

वर्षांची दरी होती. ती ओलांडून अरुणाकडे जाणं मला नक्कीच आवडलं असतं. २००७चं जीवन या १८६०पेक्षा नक्कीच लुभावणारं होतं; पण ती दरी मिटण्याचं कोणतंही साधन किंवा उपाय माझ्या दृष्टिपथात नव्हते. मधल्या सहा महिन्यांमध्ये रेल्वेचं काम आणखी पुढे सरकलं होतं. आमचे तंबू आता पुढच्या मुक्कामी सरकले होते. माझ्याबरोबर आता लाखीसुद्धा पुढच्या मुक्कामाला आली होती.

मी अरुणालाही विसरू शकत नव्हतो आणि लाखीला दूर ठेवू शकत नव्हतो. वर्षानुवर्षं कामानिमित्त दूरवर राहणाऱ्या जोडप्यांची व्यथा मी अनुभवत होतो; पण त्यामध्ये एक मोठा फरक होता. तो प्रोजेक्ट किंवा काम संपल्यानंतर ती जोडपी परत येण्याची शक्यता असते. किमान एकमेकांशी टेलिफोनवरून बोलू शकत होती. एकमेकांना पत्र, फोटो पाठवू शकत होती; पण आमचं काय? कोणत्याच प्रकारे आम्ही एकमेकांशी संपर्क साधू शकत नव्हतो. निदान मी जिवंत आहे हे तरी अरुणाला माहीत होतं की नाही याचीही शंकाच होती; कारण माझं मृत शरीर त्यांना शोधून सापडलं नसणार. त्यांनी मला शोधण्याचा प्रयत्न तरी केला होता किंवा नाही अशी शंकाच मला येत होती; कारण तसं झालं असतं तर त्यांच्यापैकी एखादा तरी त्या काळाच्या घडीवरून घरंगळत इकडे आला असता. २००७च्या प्रचलित कायद्यानुसार आणखी सात वर्षांनंतरच मी 'मृत' म्हणून घोषित केला गेलो असतो. अरुणाच्या मन:स्थितीची तर मी कल्पनाही करू शकत नव्हतो.

कारण आमचा जरी अगदी प्रेमविवाह नव्हता, तरी लग्नापूर्वी आम्ही बराच काळ एकत्र फिरलो होतो. तरीसुद्धा पती-पत्नी म्हणून आमचा सहवास अगदीच थोडा काळ होता. लग्नानंतरच्या पहिल्याच पावसाळ्यात आमची अगदी अचानक ताटातूट झाली होती. लग्नसंस्काराचा पगडा मनावरून दूर झाला नव्हता. लाखीबरोबरची वाढती जवळीक त्यामुळेच मला अस्वस्थ करीत होती. आदिवासींमध्ये तरुण-तरुणी वर्षानुवर्षं एकत्र राहतात. त्यांना मुलंबाळंसुद्धा होतात आणि लग्न! ते मात्र सवडीनुसार केव्हातरी उरकतात. त्यामुळे मी आणि लाखीच्या एकत्र राहण्याला कोणाचीच हरकत नव्हती. उलट मी जॅक्सनसारख्या गोऱ्या साहेबाच्या मर्जीतील होतो, त्यामुळे या जमातीमध्ये मला मान होताच आणि माझ्या जवळिकीमुळे लाखीचा भावही वाढला होता.

आज अरुणाची फार आठवण येत होती; कारण आता मला १८६०मध्ये येऊन एक वर्ष झालं होतं. मी जॅक्सनची परवानगी घेऊन परत त्या ठिकाणाला भेट द्यायचा विचार केला. त्या दिवसासारखीच आजही थोडी उघडीप होती. रेल्वेच्या ट्रॉलीवरून आम्ही निघालो होतो. त्याच भागात जाणार म्हटल्यावर लाखीसुद्धा माझ्याबरोबर निघाली होती. अंदाजे त्या जागी पोहोचल्यावर पायउतार होऊन डोंगर उतरू लागलो. तीही एक मळलेली पायवाट होती. उतरताना कधी झाडाची फांदी

तर कधी लाखीचा हात धरून उतरत होतो. मनात गेल्या वर्षीच्या आठवणी होत्या. कानामध्ये अरुणाने मारलेल्या हाका ऐकू येत होत्या. उतारावर माझा वेग आपोआपच वाढला. लाखी जरी त्या भागातलीच असली तरी मी तिला मागे टाकलं होतं. लाखी मागून मला हाक मारीत होती.

एका झुडपाचा आधार घेत मी माझा वेग कमी करायचा प्रयत्न केला; पण तो सफल झाला नाही. ते झुडूपच समूळ उपटून माझ्या हातात आलं आणि माझी घसरण सुरूच राहिली. पुढे एक मोठा खड्डा किंवा उतार असावा. माझ्यापाठोपाठ सैल झालेली मातीसुद्धा घरंगळत येत होती. मी त्या खड्ड्यामध्ये पडलो. पाठोपाठ वरून येणारी माती माझ्या अंगावर कोसळत होती. कोसळणाऱ्या मातीमध्ये आधार शोधण्यासाठी मी हात हलवत होतो. थोडा वेळ लाखी मारीत असलेल्या हाका मला ऐकू येत होत्या. काही वेळाने त्यासुद्धा बंद झाल्या. माझी शुद्धही हरपली होती.

बऱ्याच लोकांचा आवाज ऐकू येत होता. मध्ये मध्ये अरुणाचा आवाज देखील कानावर पडत होता. माझ्या अंगावर मणामणाचं ओझं पडल्यासारखं वाटत होतं. हळूहळू माझ्या लक्षात आलं. मी डोंगर उतरत असताना एका झुडपाचा आधार घेतला होता; पण दुर्दैवाने ते झुडूपच समूळ माझ्या हातात आलं होतं. त्यानंतरची घसरगुंडी, खड्ड्यात पडणं, मागून ऐकू येणाऱ्या लाखीच्या हाका, लाखीच्या का अरुणाच्या? मला कोण हाका मारीत होतं? डोक्यात थोडा गोंधळ माजला होता.

एक गोष्ट मला जाणवली ती म्हणजे अंगावरची माती ओली होती. अंगावर फार मोठा थर नसावा; कारण बाहेरचे आवाज मला ऐकू येत होते. मी एकदा ओरडायचा प्रयत्न केला; पण माझ्या तोंडामध्ये माती गेली. सुदैवाने ते झुडूप माझ्या तोंडावर पडलं होतं. त्यामुळे माझं तोंड मोकळं होतं. ओठाला लागलेली मातीच माझ्या तोंडात गेली असावी. एक हात अंगाखाली होता, तर दुसरा मोकळा होता. मी तो हात थोडाफार हलवू शकत होतो; पण माती पडण्याच्या भीतीमुळे तो जास्त हलवला नाही. फक्त कान देऊन बाहेरचे आवाज ऐकत होतो. इंग्रजी, हिंदी आणि अरुणाचे मराठी शब्द कानांवर येत होते. म्हणजे मी आता २००७ सालामध्ये परतलो होतो तर.

थोड्याच वेळात माझ्या तोंडावरची माती दूर झाली. मी मोकळं आकाश बघितलं. मोकळा श्वास घेतला. त्याहीपेक्षा जास्त म्हणजे अरुणाचा चेहरा माझ्या नजरेसमोर होता. बघता बघता माझ्या अंगावरची सगळी माती दूर झाली. काही जणांनी मला हाताला धरून खड्ड्याबाहेर काढलं. म्हणजे मला भासला तसा तो उतार वगैरे काही नव्हता. तो साधा खड्डा होता; पण मला एक गोष्ट कळली नाही

की अरुणा माझ्याकडे अशी परक्यासारखी का बघत होती?

जमलेल्या लोकांपैकी कुणाची तरी गाडी वरती रस्त्यावर उभी होती. लोकांनीच मला उचलून गाडीमध्ये बसवलं. अरुणालाही बसायला सांगितलं. अरुणा अजूनही गोंधळलेलीच होती. माझ्यापासून थोडीशी दूरच होती. तिने अगदी सिनेमात दाखवतात त्याप्रमाणे माझ्या गळ्यात पडून रडायला हवं होतं, अशी माझी अपेक्षा नव्हती; पण इतका दुरावाही अपेक्षित नव्हता. गाडीतून मला सरळ हॉस्पिटलमध्ये नेलं. माझं नाव, पत्ता सगळा तपशील मीच सांगितला; कारण अरुणा हॉस्पिटलमध्ये आल्यापासून दूर बाकावरच बसून होती. लोकांना वाटलं की तिला मानसिक धक्का बसला असावा. ते संयुक्तिकही होतं. आपला नवरा नजरेसमोर गाडला जाताना बघून कुठल्या पत्नीला धक्का बसणार नाही? पण मला तिच्या नजरेत माझ्याबद्दलचा अविश्वास दिसत होता.

वरवरच्या तपासणीमध्ये तरी मला गंभीर दुखापत झालेली दिसत नव्हती. एक्स-रे सारख्या तपासण्या कराव्या लागणार होत्या. त्यासाठी माझे कपडे उतरवले गेले; कारण ते चिखलमातीने भरलेले होते. हॉस्पिटलच्या कर्मचाऱ्यांनासुद्धा ते कपडे विचित्र वाटत होते. तेव्हा माझ्या डोक्यात प्रकाश पडला. ते कपडे १८६० सालचे होते. अरुणाबरोबर बाहेर पडताना माझ्या अंगावर २००७ सालचे कपडे होते. जंगलामधील वास्तव्यामुळे माझी त्वचाही रापलेली असण्याची शक्यता होती. हे सगळं अरुणाला आणि फक्त अरुणालाच जाणवलं होतं; कारण इतरांनी मला २००७च्या कपड्यांमध्ये पाहिलेलंच नव्हतं. त्यांना फक्त एवढंच वाटलं असेल, की २००७ मधल्या आधुनिक तरुणीच्या नवऱ्याचे कपडे असे कसे? पण हल्ली कोणीही कसलेही कपडे घातले तरी ते फॅशन म्हणून समजले जातात; पण अरुणाला माझ्या त्या कपड्यांचं स्पष्टीकरण मी काय देणार होतो? आणि समजा दिलं असतं तरी तिने त्यावर विश्वास ठेवला असता का?

एक्स-रेमध्ये आणखी एक गोष्ट उघडकीला आली होती. ती म्हणजे माझ्या डाव्या पायाचं हाड हल्लीच मोडलं होतं; पण ते नीट सांधलं गेलं नव्हतं. इतर कोणतीही गंभीर दुखापत नव्हती. डॉक्टरांनी मला एक धनुर्वात प्रतिबंधक इंजेक्शन दिलं. गरज पडल्यास असाव्यात म्हणून वेदनाशामक गोळ्याही लिहून दिल्या. आणि संध्याकाळी मला घरी जायची परवानगी दिली. मधल्या काळात अरुणा खोलीवर जाऊन माझे बदलायचे कपडे, हॉस्पिटलच्या बिलाचे पैसे वगैरे घेऊन आली. हॉस्पिटलमधून मी आणि अरुणा खोलीवर परतलो. सगळ्या वेळात अरुणा अगदी गप्प होती. मला जाणवलं होतं, की मला झालेल्या अपघाताचा धक्का सुरुवातीला तिला बसला असेल; पण आता मात्र ती माझ्या रंगामध्ये, कपड्यांमध्ये झालेल्या अनपेक्षित बदलाचाच विचार करीत असावी, अशी मी माझी समजूत करून घेतली.

रात्री मी तिच्याजवळ जाण्याचा प्रयत्न केला. तेव्हा "तुम्ही आता दमला असाल. आज विश्रांती घ्या." असं सांगून दूर झाली. मी परत एकदा प्रयत्न केला आणि म्हणालो, "अरुणा, काय झालं आहे? तू जर वेळेवर मदत मिळवली नसतीस तर मी हे जग बघू शकलो नसतो. एवढा मोठा अपघात झाला, तरी तू माझी साधी चौकशीही केली नाहीस?" तरी अरुणा गप्पच होती. मी परत सुरुवात केली, "अरुणा, मला खरं सांग, मी किती वेळ मातीखाली होतो? तास? दोन तास? दिवस? का वर्ष? एवढ्याच वेळात तू मला परका समजू लागलीस?"

"काहीतरीच बोलू नका. मला एक सांगा, मातीखाली तुम्ही फारतर अर्धा-एक तासच होतात. मातीखाली दबले जाताना मी माझ्या डोळ्यांनी पाहिलं आहे. तुम्हाला वर काढतानासुद्धा मी तिथे हजर होते. आता मला सांगा, तेवढ्या अवधीमध्ये तुमचे कपडे कुठे गेले? हॉस्पिटलमध्ये तुमचे कपडे बदलले. त्या कपड्यांमध्ये तुमचं पाकीट, मोबाइल, क्रेडिट कार्ड्स काहीच कसं नव्हतं? तुमचा रंग मातीखाली असूनही तासाभरात इतका कसा रापला?" अरुणाने प्रश्नांची फैर झाडली.

"अगं, ते सगळं तिथेच आजूबाजूला पडलं असेल. उद्या शोधू या परत तिथे जाऊन." मी तिची समजूत काढली.

"काही उपयोग नाही. दुसऱ्यांच्या हाताला लागायला नको म्हणून दुपारी मी हॉस्पिटलमधून निघाल्यावर दोघांना घेऊन तिथे जाऊन आले आहे; पण मला तुमची एकही वस्तू मिळालेली नाही." अरुणाने निक्षून सांगितलं.

"काय? तुम्ही गेला होता? अरुणा, तुम्ही तसा धोका पत्करायला नको होतात. परत तसं काही झालं असतं तर?" माझ्या स्वरात काळजी होती.

"परत तसं म्हणजे कसं? त्या तासाभरात तिथे काय घडलं? तिथे कोण लोक वावरतात? त्यांनी तुमचे कपडे बदलले. वस्तू काढून घेतल्या. तुमचा आणि त्यांचा काय संबंध आहे?" अरुणा उसळून म्हणाली.

"अरुणा, शांत हो. मी काय सांगतो ते नीट ऐकून घे. तुझी कल्पना आहे त्याप्रमाणे माझे कोणाशीही बेकायदेशीर व्यवहार नाहीत. आता मी काय सांगतो ते नीट शांतपणाने ऐकून घे. मी सांगतो त्या हकिगतीवर तुझा विश्वास बसावा किंवा बसेल याची मीही अपेक्षा करीत नाही; कारण मी खुद्द जरी या सगळ्या अनुभवातून गेलेलो असलो, तरीसुद्धा माझा अशा गोष्टींवर विश्वास बसला नसता; पण हे बदललेले कपडे, रापलेलं अंग हे सगळे त्या अनुभवांचे साक्षीदार आहेत. आणखी एक गोष्ट सांगतो ती म्हणजे एक्स-रे तपासणीमध्ये माझ्या डाव्या पायाचं हाड नुकतंच मोडून जोडलं गेलेलं दिसत आहे. ते परत नीट सांधलं गेलेलं नाही, असा वैद्यकीय रिपोर्ट आहे. आपला परिचय गेले दोन वर्षं तरी आहे; पण माझं हाड मोडल्याचं तुलासुद्धा आठवत नसेल. म्हणून मी सांगतो की मी जे सांगणार आहे

त्यावर निदान अविश्वास तरी दाखवू नकोस.'' मी अरुणाला सांगायला सुरुवात केली. मी खड्ड्यामध्ये पडल्यापासून ते परत खड्ड्याबाहेर निघेपर्यंत सगळं सांगितले. फक्त माझे आणि लाखीचे संबंध सोडून; कारण तिचं मन उगाचच गढूळलं असतं. माझा मोबाइल, पैशाचं पाकीट, माझे कपडे, जे आता जुने झाले होते ते सगळं त्या तंबूमध्येच राहिलं होतं. अंगावर होते ते जॅक्सनच्या मदतीने मिळवलेले कपडे.

''अरुणा, म्हणून मी म्हणालो, की तुम्ही त्या जागी जायचा धोका पत्करायला नको होता. अरुणा, तू जर माझ्यासारखी त्या काळात ओढली गेली असतीस तर? माझ्या इकडे येण्याला काय अर्थ उरला असता?''

अरुणाने शांतपणे सगळं ऐकून घेतलं. तिचा विश्वास बसला की नाही याची काहीच कल्पना मला आली नाही. मी तिला जाणवलेल्या फरकाबद्दलचं स्पष्टीकरण दिलं होतं. तसं म्हटलं तर जास्तीत जास्त १५-२० मिनिटेच मी, म्हणजे मी पडलो होतो तो खड्डा, तिच्या दृष्टीआड होता. तेवढ्या कमी कालावधीमध्ये कपडे बदलायला मी काही प्रभाकर पणशीकर नव्हतो, हे तिला पण समजत होतं. समजा, जरी कपडे बदलले असते तरी माझा मूळचा रंग बदलणं तरी शक्य होतं का?

''ठीक आहे. आता तुम्ही झोपा. दमला असाल. का एखादी झोपेची गोळी देऊ?'' अरुणाने विषय संपवला.

लोणावळ्याचे उरलेले दिवस आम्ही जवळजवळ खोलीवरच काढले. जेव्हा बाहेर गेलो तेव्हासुद्धा कटाक्षाने सार्वजनिक जागीच फिरलो. मला आणि अरुणाला आता कोणताच धोका पत्करायचा नव्हता. काळ हे उत्तम औषध आहे. अरुणाही आता पूर्वीसारखी वागू लागली. लोणावळा सोडण्याच्या आदल्या दिवशी आम्ही दोघं परत त्या जागी गेलो. रस्त्यावरूनच ते ठिकाण पाहायचं ठरवलं होतं; पण त्या ठिकाणी गेल्यावर मला लाखीने मारलेल्या हाका ऐकू येऊ लागल्या. मी अरुणाला विचारलं, की तिला काही ऐकू येतं आहे का? त्यावर तिने हसत उत्तर दिलं, ''होऽऽ मोटारींचे हॉर्न ऐकू येत आहेत.''

तेवढ्यात माझी नजर एका चकाकणाऱ्या वस्तूवर गेली. अरुणाचा हात सोडून मी खाली उतरू लागलो. एका एका झुडपाचा आधार घेत उतरत होतो. पाठीमागून अरुणा मला मागे फिरायला सांगत होती. तरी मी पुढे सरकलोच. खाली पडलेली ती चकाकणारी वस्तू घेऊन मी वर आलो. घाबरलेल्या अरुणाच्या हातावर ती चकाकणारी चकती ठेवली. तो १८६०सालचा चांदीचा बंदा रुपया होता.

(साहित्य अखिल भारतीय दिवाळी अंक, २००९)

■

चकवा

मुंबई सोडून डहाणूला आल्याला आता दोन वर्षं तरी झाली होती. नाही म्हटलं तरी दोन-चार परिचित झाले होते. संजय गिते यांची ओळखही अशीच झाली होती. डहाणूला स्थायिक व्हायचं ठरविल्यावर बँकेत खाते उघडणं, लॉकर घेणं वगैरे अपरिहार्य होतं. संजय गिते हे बँकेच्या संचालक मंडळावर होते; पण त्यांची ओळख मात्र एका दुकानात झाली होती. डहाणूला घर सजविण्यासाठी टी.व्ही, वॉशिंग मशिनसारख्या गरजेच्या वस्तू घेण्यासाठी म्हणून आम्ही दोघं दुकानात गेलो होतो. विविध मॉडेल्सवर चर्चा चालू होती. योगायोगाने गितेही तिथे उपस्थित होते. व्यक्ती तशी बोलकी वाटली. निदान सल्ला देताना तरी आगाऊपणा वाटला नाही. शेवटी आमची निवड संपली. दुकानदाराला वस्तू घरी पोहोचवायला सांगितले आणि घरीच रोख पैसे दिले तर चालतील का, असे विचारले. दुकानदार म्हणाला, ''साहेब, माणसाबरोबर द्यायचे तर चेकच द्या, नाहीतर सवडीने दुकानावर आणून दिलेत तरी चालतील.''

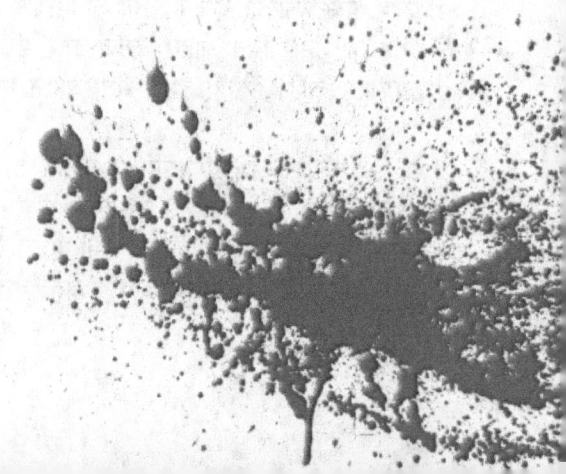

त्यावर मी म्हणालो, ''मला चेकचे व्यवहार आवडतात; पण मी नवखा आहे. तुम्ही चेक घ्याल का नाही हे माहीत नव्हते. दुसरं म्हणजे माझं अजून इथल्या बँकेत खातं उघडलेलं नाही.''

त्यावर गिते म्हणाले, ''अरे, अजून तुम्ही बँकेत खातं नाही उघडलं? तुमच्या घराजवळच तर आहे आमच्या बँकेची शाखा, शिवाय लॉकरसुद्धा आहेत.''

''वाऽऽ! छानच झालं,'' मी प्रतिसाद दिला आणि मी ते विसरूनही गेलो होतो. मला एखाद्या सरकारी बँकेत खातं उघडायचं होतं. सेन्ट्रल बँक तशी जवळ होती; पण तिथे लॉकर मात्र उपलब्ध नव्हते. गिते ज्या बँकेचा उल्लेख करत होते ती एक स्थानिक सहकारी बँक होती आणि त्या बँकेत मात्र लॉकर रिकामे होते.

यथावकाश आमच्या ऑर्डरचे टी.व्ही., वॉशिंग मशिन घरी आले. दोन दिवसांनंतर कंपनीची माणसं येऊन ती चालू करूनही गेली. ''संध्याकाळी दुकानात येऊन पैसे देतो,'' असा निरोप मी त्या माणसांबरोबर पाठवला.

संध्याकाळी त्या दुकानावर गेलो. पैसे मोजून त्याच्या हातावर ठेवले. पावती बनवेपर्यंत जरा बसा म्हणाला, म्हणून तिथेच जरा टेकलो. तेव्हा त्यानेच विषय काढला, ''गितेसाहेब आपली चौकशी करत होते.''

''कोण गिते?'' मी विचारले.

''तुम्ही आला होता ना, तेव्हा नाही का तुम्हाला भेटले, तेच गिते',' दुकानदार म्हणाला.

''हांऽऽ ते होय. काय म्हणत होते?'' मी विचारले.

''तसं काही नाही. बँकेत खातं उघडलं का नाही, याची चौकशी करत होते.''

''त्याचं काय आहे, मला लॉकर हवा आहे. इथल्या सेन्ट्रल बँकेत लॉकर उपलब्ध नाहीयेत. ह्या सहकारी बँकेपेक्षा सरकारी बँक जास्त सुरक्षित नाही का, म्हणून थांबलोय.'' मी.

''साहेब, एक सुचवू का? सहकारी बँक लहान आहे म्हणून सेवाही तत्पर आहे. येथील बहुतेक दुकानदारांची खाती त्याच बँकेत आहेत. सकाळ-संध्याकाळची वेळ आहे ना! गिते साहेब आणि इतर संचालक मंडळी पण चांगली आणि विश्वासू आहेत. तेव्हा तशी भीती वाटून घेऊ नका.'' दुकानदाराने शिफारस केली.

दुकानदाराच्या सांगण्यावरून नाही, तरी इतर दुसऱ्या कोणत्याही बँकेत लॉकर मिळण्याची शक्यता नसल्याने मी त्या बँकेत खातं उघडलं. खाते सुरू करणे, लॉकर घेणे या प्रक्रियेला नाही म्हटलं तरी तासभर लागलाच. योगायोगाने त्याच वेळी गिते बँकेत डोकावले होते. तेव्हासुद्धा नमस्कार-चमत्कार होऊन

चार शब्द आम्ही बोललो. त्यानंतरही आम्ही एकदा लॉकरमध्ये सामान ठेवायला म्हणून गेलो होतो तेव्हा गितेसुद्धा सपत्नीक आले होते. त्यामुळे ओळखीचा आणखी एक वळसा पडला. आता कुटुंबाच्याही ओळखी झाल्यामुळे घसट वाढत गेली. प्रसंगवशात एकमेकांच्या घरी जाणं-येणं पण वाढत गेलं. मी तर निवृत्तच होतो, पण गिते यांचा व्यवसाय होता. गेली ३५-४० वर्षं त्यांचं डहाणूतच वास्तव्य असल्याने त्यांच्या ओळखीही भरपूर होत्या. डहाणूचं झपाट्याने शहरीकरण झालं ते रिलायन्सच्या थर्मल पॉवर स्टेशननंतरच. त्यापूर्वी बहुतेकांचा मुख्य व्यवसाय बागायत व शेती हाच होता. शहरीकरणाबरोबरच तथाकथित सामाजिक बदल होत गेले. अनेक संस्था स्थापन होत होत्या आणि गिते त्यापासून अलिप्त राहिले नाहीत. उलट बहुतेक संस्थांमध्ये सक्रिय भाग घेत राहिले. कार्यबाहुल्यामुळे त्यांना मोकळा वेळ जरी कमी मिळत होता, तरी एकूण गिते गप्पिष्ट होते. माणसं जोडणारे होते, यात शंका नाही. परिचितांमध्ये संजय गितेंना S.G. म्हणून संबोधत.

एकदा S.G.कडून निरोप आला. रात्री जेवण झाल्यावर जरा सवड काढून एकटेच या. नवल वाटलं ते त्यांच्या 'एकटे' या शब्दाचे. S.G. भोवती माणसांचा नेहमी गराडा असे. तरीसुद्धा बऱ्याच वेळा आम्ही दोघंच बोलत बसलेलो होतो, नाही असं नाही. संध्याकाळच्या वेळेस स्वयंपाक व्यवस्था स्त्रीमंडळींकडे असते. घरी आम्ही दोघंच असल्याने संध्याकाळचा प्रश्न आमच्याकडे तरी फार मोठा नसे. पण S.G.कडची गोष्ट वेगळी होती. त्यांना मोठा मुलगा होता आणि त्यांच्या घरी कामानिमित्त येणाऱ्या-जाणाऱ्यांचा सतत राबता असे. अशा वेळी स्त्रीवर्ग स्वयंपाकाच्या गडबडीत असतो. म्हणून संध्याकाळी बायकोला भाजीला पाठवून मी एकटाच S.G.कडे जात असे. कधीकधी दोघेही जात असू. कसेही गेलो तरी S.G.च्या घरी चांगलं स्वागत होत असे; पण आज निरोप आला होता, की 'एकटे'च या. मला विचित्र वाटत होतं ते त्यामुळेच. ती शंका मनात ठेवूनच रात्री नऊ वाजता येतो म्हणून उलट निरोप पाठवला.

रात्री ठरल्याप्रमाणे त्यांच्या घरी गेलो. इतर वेळी S.G.च्या जेवणाची वेळ ठरलेली नसे; पण आज S.G.जेवून तयार होते. मी गेलो तर ते गच्चीवरच आहेत असा निरोप मिळाला. म्हणून थेट गच्चीवरच गेलो.S.G. जरा अस्वस्थच दिसले.

"या, आलात, बसा." S.G. नी स्वागत केलं. "काय कॉफी वगैरे घेणार का? का थोड्या वेळाने सांगू?" S.G.ना काहीतरी सांगायचं होतं; पण त्यांचं नक्की ठरत नसावं म्हणूनच बहुधा आल्या आल्या कॉफीचा प्रस्ताव मांडला असावा; कारण इतर वेळा कितीही उशीर झाला तरी आमची बैठक कॉफी झाल्यानंतरच संपत असे. तेवढाच त्यांना विचार करायला वेळ मिळेल म्हणून मीही म्हटलं, "नंतर नको, आधीच घेऊ. म्हणजे नंतर मग निवांतपणे बोलता

येईल.'' खरंतर त्यांना वरूनही कॉफी पाठवून द्यायला सांगता आलं असतं; पण ते स्वत:च खाली गेले आणि कॉफी घेऊन वर आले. बहुधा कोणालाही वर पाठवू नका, असं सांगून आले असावेत.

''काय S.G., आज काय विशेष काम काढलंत?'' कॉफी संपल्यावर मीच विषय काढला.

''सांगतो,'' S.G. म्हणाले, ''तुम्ही माझ्यापेक्षा चार पावसाळे जास्त पाहिले आहेत. तुमच्या कोकणात भानामती, चकवा यांसारख्या गोष्टीही तुम्ही ऐकल्या असतील किंवा अनुभवल्याही असतील. त्यावरून तुमचं स्वत:चं असं काहीतरी मत बनलेलं असेलच. नाही का?''

S.G.चा हा प्रश्न मला अगदीच अनपेक्षित होता; कारण असा काही विषय आमच्या बोलण्यात कधीच आला नव्हता. मी जरासा बेसावध पकडला गेलो होतो, पण स्वत:ला सावरत मी उत्तर दिलं -

''S.G,.मला स्वत:ला काही याचा अनुभव नाही; पण काही ऐकीव गोष्टी आहेत. खरं-खोटं तपासायला मी कधी गेलेलो नाही; पण जे काही वाचलं आहे, त्यावरून ही मानसिक अवस्था असावी असं वाटतं. काही वेळा विचारांच्या तंद्रीत आपण रस्ता चुकतो त्यालाच चकवा म्हणतात. काही वेळा जंगलातील सगळेच वृक्ष किंवा वाटा सारख्याच दिसतात आणि मग आपण तिथेच घुटमळत राहतो. मला काही अनुभव नाही; पण माझ्या पत्नीला आला आहे. म्हणूनच मी तो खरा मानतो.

''तुम्हाला माहीतच आहे, की आम्ही मुंबईला शिवाजी पार्क भागात राहत होतो. प्रसिद्ध सिद्धिविनायक मंदिर तेथून साधारण एक मैल अंतरावरच आहे. माझी पत्नी व मुलगा तोसुद्धा २०-२२ वर्षांचा. दोघे जण सिद्धिविनायकाला जायला म्हणून संध्याकाळी बाहेर पडले ते रात्री आठ वाजता परतले; पण उशीर का झाला, गर्दी होती का, या प्रश्नांवर त्यांचं मौन होतं.

पत्नीने रात्री मला खरी हकिगत सांगितली. परत येताना म्हणे ती रस्ता चुकली होती. स्कूटर मुलगा चालवत होता; परंतु आपण रस्ता चुकल्याचं त्यांना कुणालाच कळलं नाही. आणि ज्या वेळेस त्यांच्या लक्षात आलं तेव्हा त्यांना धक्काच बसला; कारण ते मांडवी पोस्ट ऑफिसजवळ होते. लक्षात घ्या, आम्ही त्या भागात २५-३० वर्षं राहत होतो. तरी ती दोघंही रस्ता चुकली. मांडवी पोस्ट ऑफिस आमच्या घराच्या पूर्ण विरुद्ध बाजूस १५-१६ किलोमीटर अंतरावर, तेही दुसऱ्या रस्त्यावर आहे. मुलाने जर ही हकिगत सांगितली असती तर थापा म्हटलं असतं. मीच काय कोणीही विश्वास ठेवला नसता; पण असं झालं होतं खरं!''

S.G. म्हणाले, ''मी रस्ता चुकलेलो नाही. माझं जन्मगाव मी कसा विसरेन? माझा मुलगा जो कधीच तिथे गेलेला नाही, जर तो माझ्या गावी घरी

जाऊ शकतो, तर मी कसा रस्ता चुकेन? मला माझ्या मुलाबद्दल खात्री आहे. त्याने तसा पुरावाच मला दाखविला आहे. थांबा, मी तुम्हाला माझी मुळापासूनची कहाणी सांगतो.

माझं लहानपण जुनापाडा या खेडेगावात गेलं. जव्हार संस्थानाच्या हद्दीत हे गाव येत होतं. गाव कसलं? त्या वेळी १०-१५ घरांची एक वस्तीच होती. जव्हार संस्थानाच्या राजांनी आजोबांना ती जमीन दिली होती. आजोबांचे दोन मुलगे. माझे वडील जमीन कसण्यासाठी गावात राहिले व माझे काका जव्हार संस्थानाच्या सेवेत गेले; पण त्यांना मी कधीच पाहिलेलं नाही. वडील देखील कधी तिकडे गेल्याचं बघितलेलं नाही. माझ्या वडिलांना, मी आणि माझी बहीण असे दोघंच होतो. निदान त्या वेळी तरी.

त्या वेळी म्हणायचं कारण म्हणजे मी आठ-नऊ वर्षांचा असतानाच घर सोडलं. मी मोठा, बहीण माझ्यापेक्षा लहान होती.

मला वाटतं, मधील एखादं भावंड गेलं असावं. मी घर सोडलं तेव्हा आई बाळंत झाली होती. नंतर मी कधीच घरी गेलो नाही. तरी मला माझं घर चांगलं आठवतं आहे. पुढचं छोटंसं अंगण, बाजूला गोठा. गोठ्यात बैलजोडी आणि एक म्हैस होती. गुरांची देखभाल शंकर नावाचा गडी बघत असे. शेतावर तोच जात असे. शेती फार मोठी नव्हती; पण आम्हा कुटुंबाला पुरेल एवढं पुरेसं उत्पन्न मिळत होतं. शिक्षणाची अशी खास सोय नव्हती. १०-१५ उंबरठ्याच्या गावात कसली आली आहे शाळा? तीसुद्धा ४० वर्षांपूर्वीची गोष्ट सांगतोय. आजूबाजूला पंचक्रोशीत मिळून एकच शाळा होती. दवणे गुरुजींची शाळा म्हणून लोक तिला ओळखत. माझ्या गावच्या आठवणी फारशा नाहीत; पण दवणे गुरुजी आठवतात. त्यांनी मला अभ्यासाची आणि वाचनाची गोडी लावली होती. माझ्या वडिलांना शिक्षणाचं महत्त्व कधीच वाटलं नाही. त्यांना वाटे मी शेतावर काम करावं; पण शेतावर काम करण्याच्या वयाचा मी नव्हतो. म्हणूनच मी दवणे मास्तरांकडे जाऊ शकत होतो.

आईचा माझ्या शिक्षणाला विरोध नव्हता. तरी आता तिचे दिवस भरले होते. घरकामाबरोबरच माझ्या बहिणीचंसुद्धा बघावं लागत होतं.

आता विचार करतो तेव्हा काही प्रश्न मनात उभे राहतात. खरंच माझ्या लहानपणी वडिलांचे किंवा आईचे कुणीच नातेवाईक राहायला तर सोडाच, साधे भेटायलाही आलेले आठवत नाहीत. कुणाकडून साधा खुशालीचा किंवा कसलाच निरोप किंवा सांगावा आला नाही. आई कधी माहेरी गेलेली आठवत नाही. तर मग मला आजोळ असण्याचा प्रश्नच नव्हता. माझं किंवा माझ्या बहिणीचं बाळंतपण मग कोणी केलं होतं? पण त्या वेळी हे प्रश्न मला सुचले नाहीत हे खरं. बहुधा अडीअडचणीला शेजारीपाजारी धावून येत असावेत. शंकरसुद्धा आमच्याकडे का व

कसा आला हे मला माहीत नाही; पण माझ्या आठवणीपासून तरी तो आमच्याकडेच होता. आजूबाजूच्या घरांमध्ये असे मदतनीस दिसत नव्हते; पण घरातील राबते हातच खूप होते. पुरुष मंडळी अशीच कोठेतरी कामाला जात. घरी राहिलेली मुले दंगामस्ती करण्यात वेळ घालवत. नियमितपणे शाळेत जाणारा मात्र एकटा मीच होतो. अर्थातच माझं इतर मुलांमध्ये मिसळणं कमीच होतं. किंबहुना, मुळीच नव्हतं. शाळेव्यतिरिक्तचा माझा वेळ मी पुस्तकं वाचण्यात घालवत असे. दवणे गुरुजी मला पुस्तकांचा पुरवठा करीत असत. माझी आवड जोपासताना तिला वळणसुद्धा लावत होते.

अशा पार्श्वभूमीवर तो दिवस उजाडला. आईची तब्येत नाजूक झाली होती. त्याची कल्पना तिने वडिलांना दिली होती. त्या काळी बायामाणसांचे लाड करायची पद्धत नव्हती; पण वडिलांना प्रसंगाचं गांभीर्य समजलं होतं. त्यांनी मला बजावलं, की 'आज घराबाहेर जाऊ नकोस, घरातच राहा.' दवणे गुरुजींनी मला वाचायला दिलेलं पुस्तक वाचून झालं होतं. गुरुजी त्याबाबतीत फार काटेकोर होते. सांगितल्या दिवशी जर मी पुस्तक परत केलं नसतं, तर मला शिक्षा म्हणून एक आठवडा नवीन पुस्तक मिळालं नसतं.

मी वडिलांना खूप समजावून सांगितलं. जाऊन फक्त पुस्तक परत करून येतो म्हटलं; पण वडिलांच्या मनात बदल झाला नाही. मुख्य म्हणजे काही वेळा माझी बाजू घेणारी आईसुद्धा बोलत नव्हती. निदान त्या दिवशी तरी ती अगतिक होती. घरात कोणीतरी असायला हवं होतं. बहीण अगदीच अजाण होती. मला समजून घ्यायला कुणीच तयार नव्हतं आणि त्या प्रसंगाचं गांभीर्य समजून घेण्याचं माझं वयही नव्हतं. माझं मन तो विचार करूच शकत नव्हतं. त्या दिवशी मला घरीच राहावं लागलं.

त्या दिवशी नाही पण दुसऱ्या दिवशी दुपार उतरल्यावर तिने माझ्या भावाला जन्म दिला. शेजारच्या जनाबाईंना मी वेळेवर बोलावून आणलं. त्यांनी आईचा ताबा घेतला. सुटकेनंतर मला भाऊ झाला आहे, असं सांगितलं आणि वडिलांना बोलावून आणायला सांगितलं. वडिलांना शेतावर जाऊन निरोप सांगितला. त्यांनी ''तू हो पुढे. मी येतोच आहे,'' असं सांगितलं. त्यानंतर मी सुटलो. सुटलो म्हणजे अक्षरशः सुटलो.

खरं म्हणजे जर मी त्या दिवशी दवणे गुरुजींना पुस्तक परत करायला गेलो असतो तर त्यांनी मला शिक्षा नक्कीच केली नसती आणि माझं जीवन पण बदलून गेलं असतं; पण त्या वेळी तरी मला दवणे गुरुजींची भीती वाटली होती. त्याच-बरोबर या सगळ्याला कारण म्हणजे माझे वडील, आई आणि ज्याच्यामुळे हे घडलं तो माझा भाऊ यांच्यावरचा राग उफाळून आला होता. मी त्याचा सूड उगवणार

होतो आणि माझ्या बालबुद्धीप्रमाणे मी तो उगवलाही. आदल्या दिवशी गुपचूप तयारी करून ठेवली होती. माझे दोन-तीन कपडे पिशवीत भरून ठेवले होते. गाडग्यातले थोडे पैसेही घेऊन ठेवले होते. घरी येऊन ती पिशवी उचलली आणि थेट रस्त्यावर आलो. तेथून जव्हारला जायचं असं ठरवून बसची वाट पाहत उभा राहिलो. जव्हार पूर्वी संस्थानाची राजधानी होती. तिथे काहीतरी कामधंदा करत शिक्षण घ्यायचं, असं ठरवूनच निघालो होतो; पण काय करणार, हे ठरवायला वेळच मिळाला नव्हता किंवा तेवढी समजही माझ्याकडे नव्हती. समोरून जव्हार-डहाणू-जव्हार एस.टी. येताना दिसली आणि हात दाखवून मी बसमध्ये चढलो.

जवळ आलेल्या कंडक्टरला जेव्हा जव्हारचं तिकीट द्यायला सांगितलं तेव्हा तो म्हणाला, "खाली उतर. ही गाडी डहाणूला जाते आहे. उलटी गाडी पकड." खाली उतरणं मला ठीक वाटत नव्हतं. गावाकडे जाणारा कुणी भेटला असता तर पंचाईत झाली असती. म्हणून मी त्याला सांगितलं, "अहो कंडक्टर, मला डहाणूलाच जायचं आहे. चुकून जव्हार म्हणालो." कंडक्टरने माझ्याकडे संशयाने पाहिलं.

"का रे पोरा, डहाणूला तरी नक्की ना? कुणाकडे चालला आहेस? आणि एकटाचसा चालला आहेस?"

"मी माझ्या मामांकडे चाललो आहे. मामा येणार आहेत ना डहाणूला मला उतरवून घ्यायला." मी दडपून सांगितलं. कंडक्टरनेही मग फारशी चौकशी न करता मला तिकीट देऊन टाकलं. आता मी डहाणू येईपर्यंत तरी निश्चिंत होतो.

पण माझ्या शेजारी एक गृहस्थ बसले होते. कांतीशेठ त्यांचं नाव. मला ते नंतर समजलं. त्यांना नक्कीच काहीतरी संशय आला असावा. त्यांनी मला माझं नाव विचारलं.

"संजय गिते," मी उत्तरलो. "तुझ्या मामांचं नाव काय?"

"भऽऽभिकू मामा म्हणतो आम्ही त्यांना," मी जरा अडखळलो.

"राहतात कुठे?"

"मला माहीत नाही, पण ते येणार आहेत ना मला न्यायला."

"त्यांना माहीत आहे, तू याच बसने येणार आहेस ते?"

"...." मी गप्प.

"समजा, जर आले नाहीत तर पत्ता नको का माहीत असायला?"

"..."मी.

डहाणूला मी पहिल्यांदाच येत होतो. उतरल्यावर माझ्या नसलेल्या मामांची वाट पाहत बाजूला उभा होतो. कांतीशेठजींचं माझ्यावर लक्ष होतंच. ते पुढे झाले आणि माझ्या खांद्यावर हात ठेवून म्हणाले, "खरं सांग, घरातून पळून आला आहेस

ना? भांडलास का?'' मी गप्पच उभा होतो. तेव्हा तेच पुढे म्हणाले, ''तुझे मामा वगैरे कुणीही येणार नाहीयेत. मग इथे किती वेळ उभा राहणार आहेस? सकाळी जेवला तरी आहेस का?''

त्यांच्या आपुलकीच्या स्पर्शाने माझा धीर सुटला. खरंच सकाळपासून आईच्या गडबडीत मी काहीच खाल्लं नव्हतं. आठ वर्षांच्या मुलाच्या चेहऱ्यावर ती भूक त्यांना दिसली असेल. नंतर एखादे वेळी मला सवयही झाली असती; पण तो माझा पहिलाच दिवस होता ना! घरापासून-मायेपासून दूर आल्यानंतर माझी किंवा माझ्या भुकेची चौकशी करणारा स्पर्श माझ्या डोळ्यांतले पाणी रोखू शकला नाही. मी मानेनेच नाही म्हणून सांगितलं; पण माझे ओठ मात्र घट्ट मिटलेले होते.

''ठीक आहे. आता असं करू या. पहिल्यांदा आपण माझ्या घरी जाऊ या. जेवू या. मग बघू काय करायचं ते.'' कांतीशेठनी माझा हात धरला आणि आम्ही चालू लागलो.

त्यांचं घर डेपोजवळच होतं. घरी गेल्यानंतर त्यांनी सरलाभाभींना हाक मारून मीही जेवणार असल्याचं सांगितलं. कांतीशेठजींची वाडी होती. वाडीत चार-सहा माणसं काम करताना दिसत होती.

जेवताना कांतीशेठजींनी काही विचारलं नाही. नंतर ते मला घेऊन वाडीत फेरी मारायला निघाले. ''हं बोल, आता खरं सांग, तू कुठला आहेस? नाव काय तुझं? आणि घर सोडून का आला आहेस?''

मी त्यांना सगळी हकिगत सांगितली. ज्या प्रसंगामुळे मला घर सोडावं लागलं होतं तो प्रसंगही सांगितला.

''बरं! मग आता काय करणार आहेस? म्हणत असलास तर माणूस देऊन उद्या घरी पोहोचवतो,'' कांतीशेठ म्हणाले.

''नाही, मला शिकायचं आहे. गावाकडे शाळा नाहीये. मी इथेच काम करीन आणि जमेल तसं शिकेन. तुम्ही मला परत पाठवलंत तर मी परत पळून जाईन. वाड्याला किंवा जव्हारला जाईन,'' मी ठामपणे उत्तरलो.

माझ्या आवाजातला ठामपणा पाहून कांतीशेठनी विचार केला आणि म्हणाले, ''ठीक आहे. मग इथेच राहा, पण काम करावं लागेल.'' कामाला माझी ना नव्हतीच. जुन्यापाड्याला नाहीतरी मी शेतावर जाणार होतोच. माझा राग होता माझ्या वडिलांवर-आईवर आणि कधीही न पाहिलेल्या माझ्या नव्या भावावर. मी कांतीशेठच्या वाडीवर राहू लागलो.

कांतीशेठजींचा आणखी एक व्यवसाय होता. त्यांचा रबराचे फुगे बनवण्याचा कारखाना होता. अधूनमधून मी कारखान्यावरही जाऊ लागलो. मुळात शिक्षणाची आवड, त्यामुळे लिहिणे-वाचणे सुलभ होतेच. कारखान्यातील प्रॉडक्शनचे आकडे,

कामगारांची हजेरी, पगारपत्रके बनविणे वगैरे कामं हळूहळू माझ्याकडे आली आणि त्या प्रमाणात वाडीच्या कामातून मुक्त झालो. कांतीशेठच्या गैरहजेरीत कारखान्याचा व्याप सांभाळू लागलो. कांतीशेठना दोन मुलं होती. मोठा मुलगा शिक्षणासाठी म्हणून कांतीशेठच्या भावाकडे मुंबईलाच राहत होता. मुलगी मात्र तिथेच होती. कांतीशेठनी माझ्यावर टाकलेला विश्वास जपण्यासाठी मी जिवापाड प्रयत्न करत होतो.

मी आता जुनापाडा, माझी माणसं पूर्ण विसरलो होता. निदान बाह्यत:तरी विसरलो होतो; पण अंत:करणात कुठेतरी खोलवर ती कडवट भावना रुजलेली होतीच. मला जर कोणी विचारलंच तर मला आई, वडील, भाऊ, बहीण कोणीच नाही हे उत्तर मी बिनदिक्कत, न कचरता देत होतो. माझ्या दृष्टीने ती सर्व जण मला मेलेली होती आणि त्यांच्या दृष्टीने मी मेलेला होतो. 'नाहीतर इतक्या दिवसांत त्यांनी माझा शोध घ्यायचा प्रयत्न का केला नाही?' हा प्रश्न माझा मीच विचारत होतो. खरं म्हणजे मला त्यांचा पत्ता माहीत होता. उलट माझाच पत्ता त्यांना माहीत नव्हता आणि एवढ्या जगात मला शोधणार तरी कुठे? त्या आडगावचा जगाशी संपर्क तरी होता का? पण मी सूड उगवल्याच्या खोट्या नशेत होतो. त्यांना माझ्या विरहाचं दु:ख सोसायला लावून मी माझ्या मते त्यांच्यावर सूड घेत होतो.

शालेय शिक्षण झाल्यावर मी कॉलेजला जाऊ लागलो. कांतीशेठनी मला नेहमीच मदत केली होती. शेठजींकडे मी एकदा विषय काढला. आपल्या उद्योगात आधुनिक तंत्रज्ञानाचा उपयोग केला गेला पाहिजे. मी नवीन रबर टेक्नॉलॉजीबद्दल बोलत होतो.

स्मॉल स्केल इंडस्ट्रीजतर्फे काही छोटे छोटे कोर्सेस घेतले जातात. त्यात नाव नोंदविण्याची इच्छा होती. माझ्या ज्ञानाचा फायदा शेठजींना होणार होताच. त्या कोर्सेसचा फायदा आमच्या कारखान्याला खूपच झाला. डहाणू परिसरात रबराचे फुगे बनवण्याचा व्यवसाय खूपच स्थिरावला आहे; पण कांतीशेठजींच्या कारखान्यातले फुगे एक्स्पोर्ट होतात. त्याचं श्रेय शेठजींच्या मुलाला आहे. ती उडी त्यानेच घेतलेली आहे. तरीही दर्जा टिकवण्याची जबाबदारी माझीच होती. शेठजींचा मुलगा कॉलेज शिक्षण संपवून डहाणूला परत आला आणि घरच्या उद्योगात त्याने लक्ष घातलं. आता शेठजींनी बागायतीवर लक्ष केंद्रित केलं होतं. तर मुलगा घरचा कारखाना सांभाळू लागला होता. व्यवसायात मी जरी अनुभवी असलो तरी त्या कुटुंबात मी उपराच होतो. परिणामत:, एके दिवशी मीच कांतीशेठजींकडे विचार मांडला,

"शेठजी, मला स्वतंत्र व्यवसाय करायची इच्छा आहे."

कांतीशेठ माझं महत्त्व जाणून होते. माझ्या वेगळं होण्याने त्यांना झळ तर बसणार होतीच; परंतु एक स्पर्धकही उत्पन्न होणार होता; पण आता त्यांची मुलं

व्यवसायात लक्ष घालू लागल्यामुळे निर्माण झालेली परिस्थितीसुद्धा ते पाहत होतेच; पण माझ्याकडे माझी वेगळीच योजना होती. मी त्यांना सांगितलें, ''मला फुग्यांच्या व्यवसायात जास्त रस नाही. मी माझ्या ज्ञानाचा उपयोग करून रबरी हातमोजे तयार करण्याचा व्यवसाय करू इच्छितो आहे''. डॉक्टर्स, हॉस्पिटलमध्ये तपासणी किंवा शस्त्रक्रियांसाठी असे उच्च दर्जाचे मोजे लागतात. किंवा रसायन हाताळणी व संरक्षक साधन म्हणूनही अनेक कारखान्यांमध्ये रबरी मोजे वापरले जातात. मला तशा तऱ्हेच्या उत्पादनात रस होता.

कांतीशेठजींनी पहिल्यापासून माझी पाठ राखली होती. आताही त्यांनी सर्वतोपरी मला मदत करायचं आश्वासन दिलं. व्यवसायाचा एक भाग म्हणून कांतीशेठ मला पगार देत होतेच. त्याचीही थोडीबहुत पुंजी जमलेली होतीच. ती त्याकामी मला उपयोगी पडली. बँकेकडून प्रोजेक्ट रिपोर्ट संमत होऊन आला आणि मी आता कांतीशेठजींपासून संपूर्णपणे वेगळा झालो.

पूर्ण स्वातंत्र्य म्हणायचं कारण म्हणजे, पगार चालू केल्यापासून म्हणण्यापेक्षा माझं शिक्षण पूर्ण झाल्यानंतर मी स्वतंत्र जागेत राहायला सुरुवात केली होती. कारखान्याच्या कामासाठी मला वरचेवर पालघरला जायला लागायचं. तिथल्याच एका कचेरीत माझी कामिनीशी ओळख झाली आणि यथावकाश आम्ही लग्न देखील केलं. तेव्हा आम्हाला ती जागा उपयोगी पडली होती. खरंतर कामिनीच्या पगाराच्या जोरावरच मी स्वतंत्र व्यवसाय करायचं ठरविलं होतं. कामिनी माझ्याबरोबर होतीच. हळूहळू माझा जम बसला. चांगल्या ऑर्डर्स मिळत गेल्या आणि हळूहळू गाडी, बंगला हे सर्व दिमतीला आलं; पण दुर्दैवाने हे सर्व पाहायला कांतीशेठ हयात नव्हते. सरलाभाभी त्यांच्या अगोदरच दोन वर्षं निवर्तल्या होत्या. त्यानंतर त्यांचाही जीवनातील रस संपला होता; पण त्यांच्यामुळे मला डहाणूमध्ये प्रतिष्ठा मिळाली होती. शाळा, सहकारी बँका आणि इतर काही संस्थांच्या संचालक मंडळावर देखील मी आता आहे.

माझा मुलगा रंजन तुम्ही पाहिलाच आहे. तो आता कारखाना सांभाळतो. नुसता जुलमाचा रामराम म्हणून नाही तर खरोखरच आवडीने लक्ष घालतो आहे आणि मी आता कारखान्यातील लक्ष कमी केलं असून माझ्या इतर व्यापांकडे जास्त लक्ष देत आहे. एका म्यानात दोन तलवारी राहणं कठीणच असतं. म्हणून त्याला आता पूर्ण मोकळीकच दिली आहे.

''छान! अगदी सिनेमासारखी गोष्ट आहे.'' मी उद्गारलो.

''नाही काळेसाहेब, तुम्हाला वाटते तशी कहाणी सुखांत झालेली नाहीये.

मी माझ्या आईवडिलांवर सूड घेण्यासाठी म्हणून घर सोडलं; पण आता नियतीने माझ्यावर सूड उगवला आहे.'' S.G. म्हणाले, ''ते घर, ती माणसं, तो गाव मी

संपूर्ण विसरायचं ठरवलं होतं; पण माणसाचा भूतकाळ त्याची पाठ सोडत नाही.''

"मग गावाला का जाऊन येत नाही? मनाला तेवढीच शांतता लाभेल?'' मी अनाहूत सल्ला दिला.

"काळे, मी गेल्याच आठवड्यात गावाला जाऊन आलो आहे. मीही तुमच्या सारखाच भानामती वगैरे मानत नाही; पण जे घडलं आहे, जे मी पाहिलें आहे, त्याने मला वेड लागेल असं वाटतं आहे. मी गावाला गेलोच नसतो तर बरं झालं असतं असं वाटतं.''

"म्हणजे, असं झालं आहे तरी काय?'' मी विचारलं.

सांगतो ऐका, मी माझं पूर्वायुष्य अगदी विसरून गेलो होतो; पण मागच्या महिन्यात आम्ही रात्री जेवायला बसलो होतो. कशावरून तरी विषय निघाला आणि मुलगा रंजन मला म्हणाला, "बाबा, आपला गाव कुठचा?''

"अरे! मला कुठचा गाव. मी अगदी लहानपणीच गाव सोडलं आणि इथे कांतीशेठकडे राहिलो. आता डहाणू हेच माझं गाव.'' मी उडवाउडवीचं उत्तर दिलं.

"असं काय करता? सांगा ना. जेवढं आठवेल तेवढं सांगा.'' रंजन म्हणाला.

"सांगा ना. मी विचारलं तेव्हा कधी सांगितलं नाहीत, आता मुलगा विचारतो आहे तेव्हा त्याला तरी सांगा. आणि आम्ही काही लगेच तुमच्या मागे लागणार नाही की आम्हाला तुमच्या घरी घेऊन चला म्हणून.'' कामिनी माझ्या प्रेमात पडल्यानंतर गावाचा मुद्दा गौण ठरला होता.

पण आता माझा मुलगा माझं पूर्वायुष्य जाणून घेऊ इच्छित होता. कामिनीही त्याला साथ देत होती. शेवटी मी त्यांना सांगून टाकलंच. माझ्या आयुष्याबद्दल जेवढं आठवत होतं तेवढं सांगितलं. बोलण्याच्या ओघात मी घर, बाजूचा ओटा आणि परिसर याबद्दल पण विस्तृत बोललो; पण माझ्या आठवणी भावाच्या जन्मापर्यंतच्या होत्या. त्यानंतर तिथे काय झालं असेल कुणास ठाऊक? कोण हयात आहेत, नाहीत, घरतरी जागेवर आहे की नाही, काहीच कल्पना नव्हती. जुन्या गोष्टींचा अभिमान केव्हातरी उगाचच डोकं वर काढतो. बोलण्याच्या ओघात मी बोलून गेला होतो की ती जमीन माझ्या आजोबांना संस्थानाकडून बक्षीस मिळालेली होती.

त्या बोलण्यानंतर रंजन आणि कामिनीने आपण सगळे एकदा गावाला जाऊन येऊ या असं सुचवलं; पण माझ्या डोक्यात सुडाची भावना पक्की घर करून बसलेली होती. मी त्यांना ठामपणे सांगितलं, "त्यांच्यापैकी कोणाचंही तोंड पाहायची मला इच्छा नाहीये. मला ते व त्यांना मी मेलेलो आहे.''

"अहो, असं काय करता? त्यांना कल्पना तरी होती का की तुम्ही कुठे होता त्याची. आणि त्यांनी तुम्हाला शोधायचे प्रयत्न केलेच नसतील असं तरी तुम्ही कसं म्हणता? त्यांनी प्रयत्न केलेलेही असतील, कुणी सांगावं? आणि तुम्ही तरी त्यांना

का नाही भेटलात? गेल्या ३०-४० वर्षांत तुम्ही तरी गेला होतात का?'' कामिनीने मलाच उलट विचारलं. मी माझ्या निश्चयावर ठाम होतो. मी गावाला जाणार नव्हतो. म्हणून तो विषय तिथेच संपवण्यासाठी टेबलावरून उठून खोलीत गेलो.

आठ-दहा दिवसांपूर्वी रंजन वाड्याला काही कामासाठी गेला होता. खरं म्हणजे संध्याकाळी तीन वाजेपर्यंत परत यायला हवा होता; पण तो खूप उशिरा परतला तेव्हा तो खूपच एक्साइट झालेला होता. धड काहीच बोलला नाही. कामापुरतं बोलून आम्ही उठलो. रात्रीनंतर जेवणाच्या वेळीही आमचं बोलणं कमीच झालं होतं. दोन दिवसांनी रात्रीच्या जेवणानंतर त्याने एक पाकीट बाहेर काढलं आणि म्हणाला, 'आई, बाबा, ओळखा पाहू हे कसले फोटो आहेत ते?'' कामिनीने ते बहुधा त्याच्या एखाद्या मैत्रिणीचे फोटो असावेत असा अंदाज केला.

"चूक, मी सांगतो, ते फोटो कसले आहेत ते.'' रंजन म्हणाला. "मी परवा वाड्याला गेलो होतो ना, येताना मला जुनापाडा गावाची पाटी दिसली. मला आठवलं की बाबांनी सांगितलेलं हेच ते गाव. मग माझी गाडी जुनापाडा रस्त्याकडे वळवली आणि गिते कुठे राहतात याची चौकशी केली. थोड्याशा प्रयत्नाने मला ते घरही सापडलं. बाबांनी अगदी वर्णन केल्याप्रमाणेच ते घर होतं. मी माझी गाडी रस्त्यावरच सोडली होती; कारण घरापर्यंत जायला मोटारचा रस्ता नाहीये.

मी चौकशी करीत होतो, तोवर एक वृद्ध आजीबाई बाहेर आल्या. का कुणास ठाऊक, पण मला ती बाबांची आईच वाटली. मी त्यांना विचारलं, "गिते इथेच राहतात ना?''

"हो, तो माझा मुलगा. आता शेतावर गेला आहे. तू रे कोण?'' आजीबाईंनी मला विचारलं.

"मी? मी रंजन. संजय गितेंचा मुलगा.'' मी म्हणालो.

"तू, तू संजयचा मुलगा? मग तो कुठे आहे?'' आजींनी विचारलं.

"बाबा नाही आले. ते घरातून रागावून गेले होते ना? त्यांचा राग अजून गेला नाहीये. पण तुम्ही त्यांच्या कोण?'' मी विचारलं.

"अरे, तोही माझाच मुलगा. घरातून का पळून गेला कुणास ठाऊक? मी या विजयच्या वेळेस बाळंत होते त्याच दिवशी तो घरातून नाहीसा झाला. याचे कपडेही पण घरात दिसले नाहीत म्हणून म्हणते तो पळून गेला असावा; पण आता कुठे आहे तो?'' आजींनी विचारलं.

मी पुढे होऊन आजीला नमस्कार केला. तिच्या डोळ्यांतलं पाणी तर थांबेनाच. मला जवळ घेऊन सारखी कुरवाळीत होती. कोणालातरी हाक मारून तिने काकांना बोलावणं पाठवलं. काका आले. त्यांनी माझी विचारपूस केली. आजीला तुम्ही आठवत तरी होतात; पण काकांनी तुम्हाला पाहिलेलंसुद्धा नव्हतं. त्यामुळे त्यांच्या

बोलण्यात तशी अलिप्तताच होती. आजीने मला जेवायला ठेवून घेतलं.

नशिबाने माझ्याजवळ कॅमेरा होता. आई! हे त्यांचे फोटो आहेत. ही पहा आजी. इथे दर्शनी दरवाजा, समोरच्या पायरीवर बसलेली आहे आणि हा आहे काका आणि काकूचा फोटो, हा मागच्या बाजूला दिसतो आहे ना, तो गोठा. बाबांनी वर्णन केलं होतं ना, अगदी तस्साच आहे. आजोबा मात्र देवाघरी गेले आहेत.'' कामिनीच्या हातात फोटो देत रंजन म्हणाला. फोटो बघून झाल्यावर माझ्याकडे सरकवत कामिनी म्हणाली, ''पहा, तुम्ही नाही, तरी तुमचा लेक जाऊन आला आहे.''

''कुणी सांगितलं होतं त्याला जायला? मी तर त्या घरात पाऊलही टाकणार नाही म्हणत होतो आणि हा तिकडे जाऊन त्या घरात जेवून आला.'' माझी ही प्रतिक्रिया त्या मायलेकरांना अगदीच अनपेक्षित होती.

''अहो, असं काय करताय? अजून किती दिवस तेच डोक्यात घेऊन बसणार आहात? त्या वेळी त्यांची तरी काय चूक होती?

''तुम्हीच डोक्यात राख घालून घर सोडून आलात. आता मुलगा जोडायला बघतो आहे, तर ते पण आवडत नाहीये. हे बरं नाही, एवढंच मला म्हणायचं आहे.'' कामिनीने तिची प्रतिक्रिया व्यक्त केली.

''हे बघा, मला या विषयावर बोलायचं नाहीये,'' असं म्हणून मी खुर्चीवरून उठून निघून गेलो. रंजनने ते फोटो तसेच पाकिटात घालून टेबलावर ठेवले आणि तोही उठून गेला. कामिनी नंतर आवराआवर करून झोपायला आली. रात्री पाणी प्यायला म्हणून उठलो, तेव्हा माझी नजर टेबलावर पडलेल्या त्या पाकिटाकडे गेली. मनाच्या अनामिक ओढीने मी ते पाकीट उघडलं. आतील दोन्ही फोटो बाहेर काढले.

काळे, खरंच सांगतो. माझा माझ्या डोळ्यांवर विश्वासच बसेना. माझ्या आठवणीतल्या घराचेच ते फोटो होते. दुसऱ्या फोटोत पार्श्वभूमीवर तो गोठा स्पष्ट दिसत होता पणऽऽ. त्यापैकी कोणत्याही फोटोत माझी आई किंवा भाऊ नव्हता; पण एक मध्यमवयीन बाई मात्र दिसत होती. मी चक्रावून गेलो होतो. रंजन आणि कामिनीने माझी फिरकी तर घेतली नव्हती ना? ते घर, तो गोठा नक्कीच खरे होते. माझ्या आठवणीतलं ते घर होतं.

म्हणजे रंजन तिथे नक्कीच गेला होता. किमान त्याची तरी ती बनवाबनवी नव्हती. मग त्या फोटोत माझी आई किंवा माझा भाऊ का नव्हता? (फक्त एक अपरिचित स्त्री होती) पण जर फोटोत माणसं नसतील तर कामिनी तरी तसं नक्कीच म्हणाली असती. मी चक्रावून गेलो होतो. मी ते फोटो तसेच पाकिटात घालून टेबलावर ठेवले; पण नंतर मला झोप लागली नाही. त्यानंतरही दोन दिवस मी अस्वस्थच होतो. कामिनीने ते पाकीट तसंच टेबलावर ठेवलेलं होतं. केव्हातरी मी ते उघडून आतले फोटो बघीन याची तिला खात्रीच होती; पण मी तर त्या पाकिटाकडे

नजरसुद्धा टाकीत नव्हतो; कारण त्या पाकिटामुळे माझी अस्वस्थता वाढत होती.

शेवटी दोन दिवसांनी मी निश्चय केला. मी दुपारी जेवायला येणार नाही म्हणून सांगून बाहेर पडलो आणि माझी गाडी जुनापाड्याच्या दिशेला वळली; पण माझं मलाच कळत नव्हतं, की मी तिकडे का जात होतो? मला काय अपेक्षित होतं?

मी जुन्यापाड्याला पोहोचलो. मला माझं जुनं घर शोधायला फारसा त्रास पडला नाही. रंजनच्या फोटोत होतं तसंच ते घर आणि परिसर पण दिसत होता. नाहीतरी आठ-दहा दिवसांत काय मोठासा फरक होणार होता?

अंगणाच्या एका कोपऱ्यात फुललेलं जास्वंदीचं झाड होतं. बहरलेली तुळस होती. बाजूला गोठा होता, पण कुठेच जाग म्हणून दिसत नव्हती. मी घरभर हिंडलो. घरात कुणीच नव्हतं. घर ओसाड नव्हतं. घर राहतं होतं एवढं नक्की; कारण सगळीकडे स्वच्छता होती. गोठ्यात गुरं नसली तरी जनावरांचा विशिष्ट वास भरलेला होता. मी अगदी स्वयंपाकघरातही डोकावलो. खरंच सांगतो ती चूलही गरम होती. म्हणजे घरात माणसांचं, गुरांचं वास्तव्य होतं. मग मलाच का ती माणसं दिसत नव्हती? माझं डोकं सुन्न झालं होतं. मी तिथून परत आलो. आज तीन दिवस झाले. मी या गोष्टीचा विचार करतो आहे.''

''तुम्ही आजूबाजूला चौकशी केलीत का?'' मी विचारलं.

''काळे, इतर काय सांगतील याचीच मला भीती वाटते आहे; कारण मी किंवा रंजन, आम्हा दोघांपैकी एक खरा ठरणार आहे आणि एक खोटा; पण रंजनच्या बाजूने नुसता तोच नाहीये तर त्याने काढलेले फोटोही आहेत. माझ्या बाजूने आहेत फक्त माझे शब्द.''

''काळे, मला वाटतं की मी खुनी आहे. नुसत्या इच्छेच्या बळावर मी नुसती एखादी व्यक्तीच नव्हे तर अख्खं कुटुंबच नाहीसं केलेलं आहे.

''आता मला भीती वाटते की समजा जर दुसऱ्या कुणाविरुद्ध असाच तीव्र द्वेष माझ्या मनात निर्माण झाला तर त्याचे परिणाम काय होतील?'' S.G. मान हलवत म्हणाले. ''मला वाटतं की तुम्ही फारच टोकाची भूमिका घेत आहात. असं होणं शक्य नाही; कारण तुम्ही म्हणता त्या व्यक्ती तशा नाहीशा झालेल्या नाहीयेत. रंजन स्वत: त्यांच्याशी बोलला आहे. त्यांचे फोटोसुद्धा आहेत. मला वाटतं हा विचार तुम्ही डोक्यातून काढून टाकावा.'' मी त्यांना समजावलं.

''तुम्ही म्हणता त्यात तथ्यही असेल. नव्हे तशी मी प्रार्थना करतो. तरीपण एक मुद्दा शिल्लक राहतोच.''

''आज ना उद्या रंजन व कामिनीला ही परिस्थिती कळणारच आहे. तेव्हा ते मला ओढून बळजबरीने जुनापाड्याला घेऊन जातील. किंवा एखाद्या वेळेस रंजनच आपल्या आजीला किंवा काकांना घेऊन इकडे डहाणूला येईल आणि जर

त्यावेळीही मी त्यांना पाहू शकलो नाही तर?'' S.G.ची नजर हरवल्यासारखी दिसत होती.

मुंबई सोडून डहाणूला आल्यानंतर स्थिरस्थावर व्हायला मला काही दिवस लागले. जरा स्थिरस्थावर झाल्यावर मी माझ्या मित्रांना डहाणूला यायचं आमंत्रण दिलं होतं. कौटुंबिक जबाबदाऱ्या आणि प्रकृतिस्वास्थ्य यांचा मेळ न बसल्याने सगळ्यांनाच एकत्र येणं जमलं नाही. तसेच माझ्याकडे उपलब्ध असलेल्या अंथरूण-पांघरुणांच्या मर्यादित साठ्यामुळे मलाही ते सोयीचं नव्हतं. तरीही एक एक करीत माझे बहुतेक सर्व मित्र डहाणूला येऊन राहून गेले होते. फक्त दोघंच आले नव्हते. त्यापैकी एकाला पाठीच्या मणक्याचा त्रास होता. त्यामुळे त्याला कुठलाही प्रवास वर्ज्यच होता आणि दुसरा होता, डॉक्टर उपेंद्र कर्वे. मानसोपचारतज्ज्ञ. त्याला प्रॅक्टिसमधून सवड काढायला जमलं नव्हतं. तरी बरं, मानसिक रुग्ण म्हटलं तर थांबू शकतात. त्यांना इमर्जन्सी नसते; पण बहुधा त्याला त्याची प्रॅक्टिस बुडवायची नसावी.

आता मीच डॉक्टरला फोन केला. S.G.ची सगळी केस त्याला सांगितली आणि म्हटलं, ''हे बघ कर्वे. पेशंट म्हणून जरी नाही तरी इंटरेस्टिंग केस म्हणून तरी तुला अभ्यासायला हरकत नाही. निदान त्या निमित्ताने तरी माझ्याकडे येणं होईल. प्रॅक्टिस काय रोजचीच आहे. नाहीतर असं का नाही करत? एखाद्या रविवारी सकाळी येऊन संध्याकाळी परत जा. आता मुंबई-अहमदाबाद रस्ता चांगला झालेला आहे. सकाळी लवकर गाडी काढलीस तर तीन तासांत इथे पोहोचशील.''

कर्वेला बहुधा वाटलं असावं की इतर सगळे जाऊन आले, फक्त आपणच गेलो नाही. किंवा त्याला S.G.ची केस इंटरेस्टिंग वाटली असेल. तो यायला तयार झाला. पुढच्याच रविवारी तो येणार होता. त्याला घराचा पत्ता व खाणाखुणा नीट समजावून सांगितल्या. त्याने S.G.च्या केसवर विचार केलेला दिसत होता. त्यामुळे आल्यावर काय काय करायचं याची पूर्ण कल्पना त्याने मला दिली होती. त्याच्या योजनेनुसार रंजन त्या रविवारी सकाळीच काकांना डहाणूला घेऊन येणार असल्याची बातमी उडत उडत S.G.च्या कानावर जाईल अशी पेरली गेली होती. प्रत्यक्ष सांगितलं असतं तर S.G.नी विरोध केला असता किंवा एखादे वेळी घराबाहेरही राहिले असते. त्यामुळेच रंजन आणि त्याच्या आईने या बातमीबद्दल कानांवर हात ठेवले होते. त्यामुळे त्या दिवशी S.G. सुद्धा स्वस्थपणाने वर्तमानपत्र वाचत बसले होते.

रंजनबरोबर त्याचा काका म्हणून प्रत्यक्षात कर्वेच जाणार होता. S.G.नी त्यांच्या भावाला प्रत्यक्ष पाहिलेलं नसल्याने ते सहज शक्य वाटत होतं. थोड्या वेळाने मीही सहज म्हणून S.G. च्या घरी जाणार होतो त्यांची प्रतिक्रिया जाणून घ्यायला. ठरल्याप्रमाणे रंजन, कर्वेला घेऊन त्यांच्या घरी गेला. दाराबाहेरूनच ओरडून 'काका' आल्याचं त्याने आईला सांगितलं. रंजनची हाक ऐकून कामिनीबाई

पण ''याऽऽ भाऊजी'' म्हणत स्वागत करायला पुढे सरसावल्या. S.G.नी चमकून दरवाजाकडे पाहिलं. रंजनकडे नजर टाकली. क्षणभरच त्यांची नजर गोंधळली. त्यांच्या मुद्रेवरचे भाव पालटले; पण त्यांनी त्यावर ताबा मिळवला.

हातातल्या वर्तमानपत्राची घडी करत उठले आणि काही न बोलता तडक आपल्या खोलीत जाऊन त्यांनी दरवाजा बंद केला. ठरल्याप्रमाणे मी थोड्या वेळाने घरात शिरलो. रंजनने मला ते त्यांच्या खोलीत असल्याचं सांगितलं म्हणून तिकडे जाऊन दरवाजावर टकटक करत म्हणालो, ''S.G., दार उघडा, मी काळे आलो आहे.'' S.G. नी दार उघडलं. मला आत यायची खूण केली. मी आत गेल्यावर पाठीमागे दार लोटून त्याला कडी लावली.

''काळे, अगदी वेळेवर आलात. तो आला आहे.'' S.G. धापा टाकत म्हणाले.

''तो? तो कोण?'' मी विचारलं. ''तोच तो विजय. माझा भाऊ. रंजन त्याला घेऊन आला आहे आणि मला वाटत होतं तसंच झालं आहे. कामिनीही त्याच्याशी बोलली; पण तो मला दिसत नाहीये.'' S.G.व्याकूळ होऊन बोलत होते.

कर्वेने हा पर्यायही गृहीत धरला होता. त्यानुसार कसं वागायचं त्याच्या सूचना त्याने मला दिल्या होत्या. त्यानुसार मी त्यांना सुचवलं,''S.G., तुम्ही आता माझ्याबरोबर चला. आपण आता माझ्या घरी जाऊ. मी आलो होतो सांगायला की आज माझ्याकडे माझा मुंबईचा एक मित्र येणार आहे. मानसोपचारतज्ज्ञ आहे. प्रॅक्टिस करतो. डॉ. उपेंद्र कर्वे त्याचं नाव. आपण त्याच्याबरोबर तुमची केस डिस्कस करू. वहिनींना मी समजावतो.'' एवढं बोलून त्यांच्या होकाराची वाट न बघता मी दरवाजा उघडून बाहेर आलो. बाहेरच्या मंडळींना त्यांच्या होकाराची कल्पना दिली. त्यानंतर कर्वे व रंजन दुसऱ्या खोलीत गेले. कामिनीबाई तिथेच थांबल्या. मी परत येऊन S.G.ना घेऊन बाहेर आलो. S.G. बिचकतच बाहेर आले; पण बाहेर फक्त कामिनीबाईंना पाहून जरा सावरले. कामिनीबाईंनी नावापुरताच त्यांना जेवायचा आग्रह केला. रंजन व भाऊजी गच्चीवर गेले असल्याचं सांगितलं. त्यामुळे त्यांना 'तो' दिसण्याचा प्रश्नच उद्भवला नाही.

घरी आल्यावरसुद्धा ''काळे, केव्हा येणार आहेत तुमचे मित्र?'' असं अधीरतेने विचारत होते. आणखी अर्ध्या तासाने कर्वे एकटाच आला. मी उत्साहाने त्याचं स्वागत केलं, ''घर सापडलं ना? गाडीने त्रास दिला नाही ना?'' सारखी औपचारिक प्रश्नोत्तरं झाल्यावर मी त्याची S.G. बरोबर ओळख करून दिली. त्यांनी हस्तांदोलन केलं. आता मीच अचंब्यात पडलो होतो. अर्ध्या तासापूर्वीच S.G.नी त्याला पाहिलं होतं. त्या वेळी तो त्यांना दिसला नव्हता. आता तेच S.G. मला सारखे खुणावत होते. मी गप्पा मारत होतो.

माझ्या बोलण्याची गाडी हळूहळू हिप्नोटिझम या विषयाकडे वळवली. कर्वेनीही माझ्या आग्रहाखातर एक प्रयोग करण्याचं मान्य केलं. प्रयोगासाठी आजूबाजूचे पाच-सहा जण गोळा केले. हिप्नोटिझम म्हणजे गंमत बघायला मिळणार म्हणून बरेच स्वयंसेवक तयार झाले. सुरुवातीचे प्रयोग मनोरंजनात्मक होते. केळं म्हणून एकाला कारलं दिलं होतं व तो ते आनंदाने तोंड वाकडं न करता खात होता, तर दुसरा सफरचंद म्हणून कांदा खात होता. शेवटी 'तो' प्रयोग केला.

एका मुलाला त्याच्या वडिलांना घरी जाऊन बोलवायला सांगितलं. प्रत्यक्षात मात्र त्याचे वडील त्याच्या शेजारीच बसलेले होते. तरीही प्रत्यक्षात तो मुलगा त्यांच्या समोरूनच स्वत:च्या घरी गेला आणि तिथे बसलेल्या मंडळीत हास्याचा स्फोट झाला. प्रयोग संपला होता. सगळ्यांना चहापाणी देऊन त्यांची बोळवण केली. शेवटी कर्वे, मी आणि S.G. असे तिघंच राहिलो. S.G. कसल्याशा विचारात गढलेले होते. "काय S.G., कसला विचार करता आहात?" कर्वेने विचारलं.

"काय हो, हा तुम्ही आत्ता दाखवलेला प्रयोग खरा होता का? म्हणजे त्याचे वडील खरोखरचेच दिसले नाहीत? असं कसं होईल? त्याचे डोळे तर टक्क उघडे होते." S.G.नी विचारलं. "बरोबर आहे. त्याचे डोळे, कान सगळे उघडे होते तरी त्याला त्याचे वडील दिसले नाहीत."

"प्रथम आपण दिसणे-ऐकणे म्हणजे काय ते समजावून घेऊ. डोळे किंवा कान ही आपली बाह्येंद्रिये आहेत. डोळ्यांद्वारे प्रकाशकिरण नेत्रपटलावर पडतात. तिथे त्यांचं विद्युतलहरीत रूपांतर होऊन त्या लहरी मेंदूपर्यंत पोहोचतात. मेंदू त्या लहरींचा अर्थ लावत असतो. ऐकण्याची क्रियासुद्धा तशीच घडत असते. म्हणजे आवाजाच्या कंपनांचे विद्युतलहरींमध्ये रूपांतर होते. मेंदू त्याच्या पूर्वानुभवानुसार त्याचे वेगवेगळे अर्थ लावत असतो. आपले ऑडिओ किंवा व्हिडिओ टेप्स, सिडीज बाहेरून सगळे सारखेच दिसतात, पण त्या मशिनच्या अर्थ लावण्याच्या प्रक्रियेनुसार आपल्याला आवाज किंवा दृश्य दिसत असते. किंवा तुमच्या अनुभवातले दुसरे उदाहरण देतो, ते पहा. गर्दीत रस्ता ओलांडताना तुम्ही नजरेत येणारे सगळेच पाहत असता; पण त्याच वेळी तुमचा एखादा मित्र तुमच्या समोरून जातो, तो हात करतो, पण तुम्ही म्हणजे तुमचं मन, त्याची दखलसुद्धा घेत नाही; कारण तुमचं मन दुसऱ्याच गोष्टीत गुंतलेलं असतं किंवा आणखी एक प्रयोग करून पहा. भर चौकात तुमच्या मित्राबरोबरचं संभाषण टेप करा आणि ती टेप घरी येऊन ऐका. भर चौकात तुमचं संभाषण विनाव्यत्यय चालू होतं; पण टेपवर इतर इतके आवाज ऐकाल की तुम्हालाच गोंधळल्यासारखं होईल. त्याला कारण म्हणजे तुमच्या मेंदूने ते आवाज ब्लॉक केलेले असतात. त्याची दखल घेतलेली नसते.

"त्या मुलाच्या बाबतीत त्याचे बाह्य नेत्र काम करत होते; पण त्याचे मेंदूकडे जाणारे संदेश मात्र मी नियंत्रित केलेले होते. त्यामुळे जरी त्याचे वडील त्याच्या डोळ्यांना दिसत होते तरी त्याचा मेंदू मात्र त्याचा अर्थ लावू शकत नव्हता.

" S.G., तुमच्या बाबतीत हेच घडत आहे. तुमच्या अंतर्मनाच्या प्रभावामुळे तुम्हाला तुमचा भाऊ (?) दिसत नाहीये असे म्हणण्यापेक्षा भावाचं अस्तित्वच तुमचा मेंदू ओळखत नाहीये."

"डॉक्टर, पण मला एक सांगा. मी एकदा आमच्या घरी गेलो होतो, तेव्हा मी सबंध घर हिंडून आलो होतो. तुमच्या म्हणण्याप्रमाणे माझ्या मेंदूने घरातल्या कोणत्याच माणसाची दखल घेतली नाही, हे पण मान्य आहे; पण घरातल्या एकाही माणसाने मला पाहू नये, हटकू नये हे कसं शक्य आहे?" S.G.नी विचारलं.

"तुमचा मुद्दा बरोबर आहे; पण एक लक्षात घ्या. तुम्ही म्हणता त्याप्रमाणे चूलही गरम होती. एखाद्या वेळी घरातील मंडळी त्याच वेळी शेतावर गेली असतील किंवा आई गोठ्यातही गेलेली असेल. त्यामुळेही तुमची चुकामूक झाली असेल.

"तुम्ही म्हणता की आजूबाजूला देखील चौकशी केली नाहीत. केली असतीत तर कदाचित तुम्ही तुमच्या भावजयीला पाहू शकला असता. तुम्ही तिथे किती वेळ होतात? घाईघाईने तुम्हीच तर घरातून निघून आलात. शेतावर का गेला नाहीत? प्रश्न खूप आहेत; पण त्यांची उत्तरं मात्र मिळतीलच याची खात्री नाही. तेव्हा आता त्याबद्दल फार विचार करू नका.

"आता तुम्हाला सांगतो. सकाळी तुमचा भाऊ म्हणून मीच तुमच्या घरी आलो होतो. तेव्हा मी तुम्हाला दिसलो नाही; पण आता तोच मी जेव्हा कर्वे म्हणून तुमच्यासमोर आलो, तो मात्र दिसतो आहे. तुमची हरकत नसेल तर मी तुमच्यावर प्रयोग करतो. तुम्ही फक्त मनाची तयारी ठेवा. काळेंनी मला सगळी पार्श्वभूमी सांगितलेली आहे. त्यावरून मी पण असंच म्हणेन की तुम्हाला ज्या परिस्थितीत घर सोडावं लागलं त्याला तुमची आई किंवा भाऊ जबाबदार नव्हते. तर निव्वळ तुमचे बालवयातले अपरिपक्व विचार कारण होते, हे पटवून घ्या."

त्यानंतर S.G.नी प्रयोगाला संमती दिली. संध्याकाळी कर्वेनीच त्यांना त्यांच्या घरी सोडलं; पण घरी जाण्यापूर्वी कर्वेनी त्यांना ते दोन फोटो दाखविले होते. त्यातील आईला S.G. नी ओळखलं होतं आणि भावाला प्रत्यक्षात बघायला ते अधीर झाले होते.

(धनंजय, दिवाळी अंक, २००३)

■

रेखाचा आरसा

पक्या शानभाग मला अचानक भेटला. अनेक वर्षांमध्ये आमची गाठभेट नव्हती. साहजिकच चहा घेण्याच्या निमित्ताने आम्ही जवळच्याच हॉटेलमध्ये शिरलो. कॉलेजमध्ये आम्ही बरोबर होतो. हॉस्टेलवरही रूम पार्टनरच होतो. चहा पिता पिता जुन्या आठवणींना उजाळा मिळाला. पक्या म्हणजे प्रकाश. कारवारचा. मी मुंबईचा; पण दोघंही शिकायला शेतकी कॉलेजमध्ये दापोलीला होतो. शिक्षणानंतर आमच्या वाटा वेगवेगळ्या झाल्या. मी एका बी-बियाणे विक्री करणाऱ्या कंपनीमध्ये मार्केटिंग विभागात होतो, तर पक्या तिकडे लांब राजस्थानात एका सिमेंट कंपनीमध्ये कामाला लागला होता.

सिमेंट उत्पादनाच्या प्रक्रियेमुळे पर्यावरणाचं जे नुकसान होतं, त्याची थोडीफार भरपाई करण्यासाठी कंपनी एक मोठा वन प्रकल्प राबवीत होती. एक सामाजिक बांधिलकी म्हणून. पक्या त्या प्रकल्पाचा मुख्य होता. कंपनीच्या कामासाठीच आला होता. सकाळच्या विमानाने मुंबईला येऊन संध्याकाळच्या विमानाने परत जाणार होता. म्हणजे माझ्या घरी यायला त्याला

वेळच नव्हता. गप्पा मारता मारता मला आठवण झाली. कारवारमधील एका प्रयोगशील शेतकऱ्याने आमची बियाणं वापरून एकरी प्रचंड उत्पादन घेतलं होतं. 'बळीराजा' मासिकात त्याचा परिचयही आला होता. कंपनीने मला त्या विभागाचा दौरा करून यायला सांगितलं होतं. माझ्या आठवणीप्रमाणे पक्याचं घर त्या भागातच होतं. पक्या तसा सुखवस्तू घरातला होता. घरची बागायती होती. मधल्या वर्षांमध्ये त्याचे वडील वारले होते. त्याच वेळी तो नोकरी सोडणार होता; पण आईने विरोध केला. ती म्हणाली, "जमेल तेवढे दिवस रेटीन. नाहीच झेपलं तर मग सोड नोकरी. लग्न कर आणि मग इथेच रहा." त्याला कारणही होतं. कॉलेज शिक्षणामुळे मातीत राबायची सवय नव्हती. तीसुद्धा झाली असती; पण चांगला पगार देणारी नोकरी होती. थोडे दिवस तरी नोकरीत अनुभव घ्यावा अशी आईची इच्छा होती.

पक्याकडे मी दौऱ्याचा विषय काढला, तर तो लगेचच म्हणाला, "अरे, गोळकेरी ना? ते आमच्या शेजारच्याच गावचे. मीही त्यांची मुलाखत वाचली आहे. तू असं का करत नाहीस? तू आमच्याच घरी का उतरत नाहीस? आमच्याच घरी मुक्काम कर आणि मग हिंड ना त्या परिसरात."

"अरे, मी उतरीन एखाद्या हॉटेलमध्ये. तुझ्या घरच्यांना कशाला त्रास!" मी संकोचून म्हणालो. "मी सांगतो ते ऐक. आमच्या भागात एकही चांगलं हॉटेल नाहीये आणि जी आहेत त्यापेक्षा रेल्वेची वेटिंग रूमही बरी असेल. आपल्या-सारख्यांना नाही आवडणार त्या खोल्या. ते काही नाही. मी घरी कळवतो तू येणार आहेस म्हणून. तुझ्या तारखा काय आहेत ते सांग." पक्याने माझं म्हणणं उडवून लावलं.

पक्या म्हणाला ते मलाही माहीत होतं; कारण पहिल्यांदा जेव्हा गोळकेरींकडे गेलो होतो, तेव्हा मी तो अनुभव घेतलेला होताच; पण अशा व्यवस्थेची सवयही होती. कधीकधी घरचा पाहुणचार अप्रतिम असे. नोकरीचाच हा एक भाग होता; पण आता पक्यानेच सुचवल्यानंतर मला त्या प्रस्तावाचा मोह पडला. थोडेसे आढेवढे घेऊन मी त्याला माझ्या दौऱ्याच्या तारखा सांगितल्या आणि त्याला सुचवलं, की त्याने पत्र लिहिलं की त्याची झेरॉक्स प्रत माझ्यासाठी पाठव; कारण जर मी त्या घरी अचानक गेलो तर मला कोण ओळखणार होतं?

"अरे, त्याची तुला काळजी नको. रेखा तुला चांगलं ओळखते. तुझ्या लक्षात नसेल; पण मी घरी गेलो की ती नेहमी तुझी चौकशी करतेच." पक्याने सांगितलं.

"असेल बाबा, खरं तर मला फारशी नाही आठवत तुझी बहीण. नाही म्हणजे एकदा तसे भेटलो होतो; पण त्याला खूप दिवस झाले. आता मी तिला ओळखेनच असं नाही. म्हणून म्हणतो की तुझ्या पत्राची प्रत पाठव. त्यांनी ओळखलं तर ठीकच आहे, नाहीतर ते पत्र उपयोगी पडेल."

कॉलेजमध्ये असताना मी दिवाळीच्या सुट्टीमध्ये मुंबईला घरी आलो होतो. पक्याची आई आणि बहीण त्याच काळात मुंबईला आल्या होत्या; पण त्या त्यांच्या नातेवाइकांकडे उतरल्या होत्या. मी पक्याला भेटायला त्यांच्या घरी गेलो होतो. त्यानंतर ती तिघे आमच्या घरी चहाला येऊन गेली होती. तेवढीच तिची आणि माझी ओळख. कारवारी मुली नाकीडोळी नीटस असतात. तीही तशी लक्षात राहण्यासारखी होती. तरीही मी तिला विसरलो होतो; परंतु ती मात्र ओळख ठेवून होती.

पक्या परत गेल्यावर, त्याने त्याच्या घरी पत्राने माझा कार्यक्रम कळवला होता. फोनवरून तर त्याने कळवलं होतंच, पण आठवणीने पत्राची झेरॉक्स प्रतही मला पाठवली होती.

'आयनापूर' हे पक्याचं गाव. तिथे जायला थेट गाडी नाही; पण पहिल्यांदा हुबळीला जावं लागतं. तिथून पुढे बसने जावं लागतं. आयनापूरमध्ये शानभागांचे घर सापडायला फारसा त्रास झाला नाही; कारण लहान गावांमध्ये बहुतेक लोक एकमेकांना ओळखत असतात. पक्याचं पत्र अगोदरच पोहोचलं होतं. ती मंडळी माझी वाटच बघत होती. माझ्या कल्पनेपेक्षा शानभागांचा बारदाना खूपच मोठा होता. गोठ्यामध्ये सात-आठ गुरे होती. घरातही पाच-सहा गडी माणसांचा राबता होता. माझी खोली तयारच होती. शानभाग मंडळींनी दाखवलेलं अगत्य आणि माझी खोली बघून मी तर अगदी भारावून गेलो होतो. दरवाजावरच्या गड्याला माझं नाव सांगून आत निरोप द्यायला सांगितलं. पक्याच्या आईच स्वागताला बाहेर आल्या होत्या. मी माझं नाव सांगत पक्याचं पत्र पुढे केलं. ते हातात घेत त्या म्हणाल्या, ''त्याची काही गरज नाही. प्रकाशने कळवले होतं तुम्ही येणार म्हणून. आम्ही वाटच बघत होतो. आता जरा बसा. हातपाय धुऊन घ्या. चहा घेणार? वाटेत जेवण वगैरे झालं आहे का? का काही खायला आणू?'' त्यांच्या बोलण्यात मराठी-कारवारी मिश्रण होतं; पण बाई खंबीर वाटल्या. उगाच नाही नवऱ्यामागे एवढी मोठी शेतीवाडी सांभाळण्याची जिद्द दाखवली आणि पारही पाडली. मी खुर्चीवर टेकेपर्यंत गार पाण्याचा तांब्या बाहेर आला होता. मी इकडे-तिकडे रेखा कुठे दिसते का बघत होतो. ती बहुधा बाहेर गेली असावी. तसं म्हटलं तर मला थोडीशी भूक होती; पण काही खाल्लं नसतं तरी चाललं असतं. त्यामुळे मी फक्त चहाच घेईन म्हणून सांगितलं; पण चहाबरोबर थोडंसंच म्हणून जे काही आलं, तेच भरपूर होतं. आई अगदी समोर जरी नाही तरी माझ्यावर नजर ठेवून होत्या. आपण शहरी माणसं चहाबरोबर दोन-चार बिस्किटं खाल्ली तरी पोट भरणारे. खेडेगावची हवा आणि श्रम माणसाची भूक प्रज्वलित ठेवतात. थोडं थोडं म्हणता माझं पोटही भरून गेलं. तसं मी त्यांना म्हणालोसुद्धा. चहापान आटोपल्यावर त्यांनी गड्याला

हाक मारून माझी खोली दाखवायला सांगितली. त्याने माझे सामान उचललं आणि त्याच्यापाठोपाठ मीपण निघालो. सामान ठेवता ठेवता त्याने विचारलं "अंघोळ करणार का?" गाडीतील प्रवासामध्ये माझी अंघोळ राहिलीच होती. मी "हो" म्हटल्यावर त्याने मला बाथरूम दाखवली. बाथरूम गिझर वगैरे सुविधांनी सुसज्ज होती. अंघोळ करता करता परत एकदा रेखाचा विचार मनात आला. मनात तिचा चेहरा अंधूकसा आठवत होता; पण तो रेखाचाच चेहरा आहे त्याची खात्री वाटत नव्हती. तिने माझी आठवण ठेवली; पण मी मात्र तिला विसरलो होतो, ही चुटपुट मनाला स्पर्शून गेली; पण मी तिची आठवण तरी का ठेवावी? दोनदा भेटलेली मुलगी. अशा कितीतरी भेटतात.

दोनदाच का, अनेक वेळा भेटतात; पण त्यांच्या आठवणी मी कुठे ठेवल्या होत्या? मी माझ्या मनाची समजूत घातली; पण अंतर्मनामध्ये चुटपुट राहिलीच. अंघोळ आटोपून बाहेर आलो, तेव्हा रेखा बहुधा बाहेरून आली असावी. घरात वापरायचा पायजमा चढवला. घरीसुद्धा मला हाच पोशाख आवडतो. म्हणजे साधारणपणे गंजीफ्रॉकच असतो; पण कोणी आलं की परक्यांसमोर झब्बा चढवतो. माझ्या मनात विचार ठरत नव्हता. खोलीतच बसावं का बाहेर जाऊन बसावं? मी फक्त कपडे बदलताना लावून घेतलेला दरवाजा उघडला. जरा मोठ्याने आवाज करीतच उघडला. म्हणजे बाहेरच्यांना कळावं एवढाच मोठ्याने आवाज केला आणि परत खोलीत येऊन बसलो. बदललेल्या कपड्यांचं काय करायचें, याचा विचार करत होतो. हे काही हॉटेल नव्हतं. मी कोणाच्या तरी घरी पाहुणा होतो. किमान टॉवेल आणि अंर्तवस्त्रं तरी वाळवायला हवीच होती. दरवाजा उघडल्याचा आवाज ऐकून मघाचाच गडी आत आला. माझ्या ओल्या कपड्यांकडे पाहत त्याने विचारलं, "कपडे धुवायचे आहेत का?" मी त्याला दाखवलेले कपडे घेऊन तो निघून गेला.

"मी आत येऊ का?" बाहेरून बायकी आवाज आला.

"याऽऽ ना," मी खुर्चीवरून उठत म्हणालो.

"केव्हा आलात? मी थोड्या वेळासाठी वाचनालयात गेले होते. आता आले एवढ्यात, तेव्हा तुम्ही आल्याचं आईने सांगितलं. चहा झाला का? पण तुम्ही काहीच खाल्लं नाहीत, असं आई म्हणाली." तिने एका दमात म्हटलं. म्हणजे हीच रेखा तर. माझ्या मनातला चेहरा वेगळा होता. मी आल्याचा आनंद तिच्या बोलण्यामध्ये आणि देहबोलीतही दिसत होता. "तासभर झाला येऊन. मला फारशी भूक नव्हती. नुसता चहासुद्धा पुरेसा होता; पण आई नाराज होऊ नयेत, म्हणून थोडं थोडं खाल्लं; पण त्यानंसुद्धा माझं पोट भरलं आहे." मी उत्तरलो.

"मग आता थोडा आराम करा. रात्री आठ वाजता जेवायचं होईल. चालेल ना? बरं, तुम्हाला कसा स्वयंपाक आवडतो? आमचा जरा तिखटच असतो. पाहिजे तर

तुमच्यासाठी थोडा कमी तिखट करायला सांगते.'' ''त्याची काही आवश्यकता नाहीये. आज तरी मी तुमच्याबरोबरच जेवीन. त्यातून वाटलंच तर उद्यापासून बघू आणि दुसरी गोष्ट म्हणजे ही वेळ आराम करायची नाहीये; कारण पडलो तर थकव्यामुळे झोप लागेल. त्यापेक्षा जरा इथे बाहेरच फेऱ्या मारतो. हरकत नाही ना?'' मी विचारलं.

''छेऽऽ हो! माझी कसली आली आहे हरकत? प्रवासाने थकला असाल म्हणून म्हटलं. बाहेर फिरा. गावात फिरायचं असेल तर अजून तासभर तरी उजेड आहे आणि जर खोलीत पडायचं नसेल तर बाहेर अंगणात खुर्ची टाकायला सांगते.'' रेखाने पर्याय समोर ठेवले.

''गावात नको. इथेच अंगणात जरा फेऱ्या मारतो.''

''ठीक आहे. काही लागलंच तर गणेशला हाक मारा. तुम्ही इथे आहात तोपर्यंत तो तुमच्या दिमतीला राहील.''

''अहोऽऽ, एवढ्याची काही आवश्यकता नाहीये.'' दिमतीला खास गडी असणं, हे माझ्यामते अतिच होत होतं.

''बरं, तर आठ वाजेपर्यंत तुमच्या आवडीप्रमाणे आराम करा. वाचायला वगैरे काही हवं का?'' रेखाने विचारलं.

''चालेल. नाही तरी आजचे पेपर्स बघितलेच नाहीयेत,'' मी उत्तर दिलं.

रेखाचे मराठी उच्चार चांगले होते. मराठी देखील खूपच शुद्ध होती. बहुधा मराठी पुस्तक वाचनाचा परिणाम असावा.

रेखा बाहेर गेली आणि मी खोलीमध्ये नजर वळवली. खोलीमध्ये एक नवीनच कपाट होतं. बहुधा मी येणार म्हणूनच घेतलं गेलं असावं, असं उगाचच मला वाटून गेलं; कारण ते अगदी कोरं करकरीत दिसत होतं. कपाटात चार-सहा हँगर्स लटकवलेले होते. एक टेबल, दोन खुर्च्या, टेबलावर एक टेबललॅम्प. आणि एक पेपरवेटही अगदी आठवणीने ठेवलेला होता. थोडक्यात, मी येणार म्हणून जणूकाही खोली तयार केलेली होती. हे सगळं पक्याच्या सांगण्यावरून केलं गेलं होतं की इथल्याच लोकांची कल्पना होती याची जरी कल्पना आली नाही तरी इथलं वास्तव्य सुखाचं होणार, अगत्यपूर्ण असणार याची मात्र मनात खात्री वाटली. मी बाहेर जाऊन उगाचच अर्धा तास इकडे-तिकडे फिरून वेळ काढला. मग कंटाळलो. तोपर्यंत ओटीवरच्या खुर्चीजवळच्या टीपॉयवर वर्तमानपत्रं आणून ठेवलेली दिसली; कारण मघाशी ती तिथे नव्हती. बाहेरही अजून खूपच उजेड होता. म्हणून खुर्चीवर बसून वर्तमानपत्रं चाळायला सुरुवात केली. बहुतेक सगळी स्थानिकच होती. एक-दोन कन्नडसुद्धा होती. त्यांचा मला काहीच उपयोग नव्हता. घरात पक्याची आई आणि रेखा या दोघींशिवाय आणखी कोणी व्यक्तीपण दिसत नव्हती. ''कंटाळला

असाल नाही?'' असं म्हणत मध्येच रेखा काही मराठी मासिकं ठेवून गेली. म्हणजे ती जरी आत घरात असली तरी माझ्यावर लक्ष ठेवून होती. जेवायची वेळ झाली; पण टेबलावर फक्त माझं एकट्याचंच ताट दिसलं. मी पक्याच्या आईंना म्हटलं, ''आपण तिघंही एकदमच बसू या. आमच्या घरी आम्ही सगळे एकदमच बसतो.''

''पण आमच्या घरी तुम्ही पाहुणे आहात. तुमचं होऊ दे. मग आम्ही बसू.'' आईने कारण सांगितलं.

''अहो, पण एकट्याने बसणं बरं वाटत नाही. घरचं कोणीतरी असलं की बरं वाटतं.'' त्यावर त्या म्हणाल्या, ''अहो, शहरची पद्धत वेगळी. गावची पद्धत वेगळी. पुरुष माणूस असता म्हणजे प्रकाश असता तर बसला असता जोडीला.'' त्यावर मी काहीच बोललो नाही. मग जेवताना फारसं बोलणं झालंच नाही. प्रकाशबद्दलची जुजबी चौकशी झाली; पण दोघांकडेही सांगण्यासारखं फारसं नव्हतंच. रात्री पक्याचा फोन आला, मी पोहोचलो की नाही याची चौकशी करायला. बोलता बोलता मी त्याला जेवणाचा प्रसंग सांगितला, तेव्हा तो त्याच्या आईजवळ बोलला बहुधा. त्याने आईला समजावलं असावं आणि तडजोड म्हणून दुसऱ्या दिवसापासून रेखा माझ्या पंक्तीला बसू लागली. रात्रीही माझ्या खोलीमध्ये डोकावली. अंथरूण-पांघरूण पुरेसं आहे की नाही, याची विचारपूस केली आणि मग तिथेच खुर्चीवर टेकली. तिला मुंबईचं खूपच आकर्षण असावं. तसं अनेकांना असतंच. साधारण तासभर तरी आम्ही बोलत होतो. शेवटी मला जांभई आली तेव्हा उठत म्हणाली, ''प्रवासाने तुम्ही दमला असाल. उद्या बोलू या. अण्णाने मला सांगितलं आहे की तुम्हाला बोलायला खूप आवडतं. मलाही आवडतं. बरं, उद्याचा काय बेत आहे? कुणाकडे जायचं आहे?''

''पहिल्यांदा गोळकेरींकडे जाईन. मग पंचायतीच्या कचेरीत जाऊन येईन. त्यानंतर आणखी कोणाला भेटायचं ते ठरवीन. गुड नाइट!'' गुड नाइट म्हणून मी संभाषण संपवण्याचा इरादा व्यक्त केला; कारण मुलींच्या बाबतीत तरी मी थोडासा बुजराच आहे. एखाद्या तरुण मुलीबरोबर एवढं तासभर मी आजपर्यंत तरी बोललो नव्हतो. त्यामुळे रेखा गेल्यावर मला थोडंसं सुटल्यासारखं वाटलं. रात्री कधी डोळा लागला ते कळलंच नाही.

सकाळी रेखा जणू माझ्या उठण्याचीच वाट पाहत होती. हवेत बऱ्यापैकी गारवा होता. पायाशी जरी गरम रग ठेवलेला होता, तरी झोपताना तरी तो घ्यावासा वाटला नव्हता; पण रात्री कोणीतरी तो माझ्या अंगावर पांघरला होता. रात्री अंगावर कोण रग घालणार? रेखा का तिची आई? कारण गडी माणसं अशी सेवा करणार नाहीत.

''उठलात का? तोंड धुऊन या. चहा तयार आहे. रात्री थंडी पडली होती.

दारावरून गेले, तर रग पायाशीच घडी करून पडलेला होता. इकडे आजूबाजूच्या झाडीमुळे गारवा जास्त जाणवतो.'' रेखानं न विचारताच खुलासा करून टाकला. कालपासून मला थोडंसं वाटत होतं की ही मुलगी माझ्यावर जास्तच लक्ष ठेवून आहे. तरीसुद्धा एखादी तरुण मुलगी एका पाहुण्याच्या (तोसुद्धा तरुण) अंगावर रग घालायला तेसुद्धा मध्यरात्री कधीतरी, त्याच्या खोलीत येते, हे मला थोडं विचित्र वाटत होतं. पक्याने माझ्याकडे लक्ष द्यायला सांगितलंही असेल, पण इतका खास पाहुणचार? तेव्हा मला पक्याचं बोलणं आठवलं. तो गावाला घरी गेला की रेखा माझी आवर्जून चौकशी करते. म्हणजे रेखाला माझ्याबद्दल अगोदरपासूनच काहीतरी वाटत असावं. आणि आता तिला ते व्यक्त करण्याची संधी मिळत होती. का या सगळ्याला पक्याचा पाठिंबा होता? काही का असेना, मी जरा सावधच राहायचं ठरवलं. म्हणजे रेखा तशी नाकीडोळी तरतरीत होती. रीतसर दाखवायला आणली असती तर मी तिला होकारही दिला असता. नाकारण्यासारखं तरी तिच्यामध्ये काही कमी नव्हतं; पण हे असले छक्केपंजे मला अपेक्षित नव्हते.

सकाळी चहा झाल्यावर खोलीमध्ये येऊन आजच्या कामाची कागदपत्रं बाजूला काढली. तोपर्यंत मी न्याहारी किती वाजता घेणार, काय आवडेल, याची चौकशी रेखा करून गेली. अंघोळीसाठी कालचीच बाथरूम होती. ती बहुधा पाहुण्यांसाठीच असावी; कारण गड्याने 'केव्हाही गेलात तरी चालेल, तिकडे दुसरी आहे,' असं सांगितलं.

दहा वाजता न्याहारीसाठी डोशांचा बेत होता. गरम गरम डोसे, बरोबर चटणी आणि सांभार, पोटभर न्याहारी झाली. रेखा स्वत:च डोसे करून वाढत होती. वाड्यावर एक मोटारसायकल होती. बहुधा प्रकाशची असावी. तो नसताना इतर कोणीतरी वापरत असावेत. रेखाने तीच घेऊन जायला सुचवलं. म्हणजे गावातील रिक्षा तशी ठरवता आली असती; पण स्वत:चंच वाहन असल्यावर येणं-जाणं आपल्या हातात राहतं, असं रेखाने सुचवलं. गोळकेरींकडचं काम लवकर आटोपलं.

मग पंचायतीच्या कचेरीमध्ये जाऊन आजूबाजूच्या शेतकऱ्यांची, पिकांची माहिती घेतली आणि घरी परतलो, तेव्हा रेखा माझी वाटच बघत होती. जेवताना आज न सांगताच रेखा माझ्याबरोबर बसली. आई मात्र मागून बसल्या. जेवताना आज काय काय झालं याबद्दलची विचारपूस आणि बोलणी झाली. ''आता थोडी विश्रांती घ्या. संध्याकाळी तळ्यावर फेरी मारून येऊ,'' रेखाने प्रस्ताव मांडला.

तळं तसं गावापासून थोडं लांबच होतं. रेखाच्या सूचनेप्रमाणे मोटारसायकल काढली. माझ्या बाइकवर मागे बसणारी ती पहिलीच मुलगी होती. मला संकोच वाटत होता. तिला वाटत होता की नाही माहीत नाही. बहुधा नसावा. नाहीतर तिने तशी सूचना केलीच नसती.

तळ्याच्या काठी एक देऊळ होतं. वर्दळ मात्र फारशी नव्हती. अशा निर्जन स्थळी रेखा मला घेऊन आली होती. माझ्या छातीत मात्र उगाचच धडधडत होतं. गाडी उभी करून देवदर्शन घेतलं. मग काठावरून फिरत फिरत पायीच निघालो. मला तिचा अंदाज येत नव्हता. गप्पा चालू ठेवण्याची तिला हातोटी होती. त्यामुळे गप्पा कंटाळवाण्या झाल्या नाहीत हे खरं. सूर्यास्तानंतर परत फिरायची मीच सूचना केली; कारण माझ्याबरोबर एक तरुण मुलगी होती म्हणूनच मला अंधाराची भीती वाटत होती. उशीर झाला तर घरी तिच्या आईला काय वाटेल, असा विचारही मनात येऊन गेला.

गप्पांमध्ये मला गावाच्या नावाबद्दल बरीच मनोरंजक माहिती मिळाली. 'आयनापूर' हे गाव 'आयन्यांसाठी' म्हणजेच आरशांसाठी प्रसिद्ध होतं. सर्व भारतभर आयनापूरमधून आरसे जात. अगदी कपड्यावर लावायच्या छोट्या आरशांपासून ते हॉटेलमध्ये लावायच्या भव्य आरशांपर्यंत सर्व प्रकारचे आरसे आयनापूरमधून जात होते. खुद्द शानभागांचाहीपण तो उद्योग होता, ही बातमी मात्र मला नवीनच होती. शानभागांच्या कारखान्यामध्ये फक्त खास ऑर्डरचेच आरसे बनवले जात होते. त्यामुळे व्याप फारसा मोठा नव्हता. रेखाने वंशपरंपरेने त्या व्यवसायातली खुबी समजून घेतली होती.

त्यामुळे आरसा बनला की रेखा फक्त फायनल टच द्यायला जात होती. बोलता बोलता मी सहजच बोलून गेलो, "आरसे बनवणाऱ्यांच्या घरी प्रत्येक खोलीमध्ये आरसे असतील असं वाटलं होतं; पण माझ्या खोलीत एकही आरसा नाहीये. त्यामुळे माझी थोडी पंचाईत झाली. केसाचा भांगही अंदाजानेच पाडलेला आहे; पण मला वाटतं आहे की तो बरोबर पडलेला असावा. खोलीतील कपाटही नवीनच दिसतं आहे; पण त्यालासुद्धा आरसा बसवलेला नाहीये." "अय्या, खरंच, की!" रेखा ओशाळल्यागत हसत म्हणाली. "खरं म्हणजे मी तुमच्यासाठी एक खास आरसा बनवायला घेतला होता; पण माझा अंदाज जरा चुकला. तो तयार व्हायला आणखी दोन दिवस तरी लागतील; पण काही हरकत नाही. मी आज घरी गेल्यावर तुमच्या खोलीत आरसा पाठवायची व्यवस्था करते." घरी आल्यावर रेखा स्वयंपाकघरात अदृश्य झाली. मी माझ्या खोलीमध्ये गेलो. कपडे बदलून आजच्या कामाची टिपणं डायरीमध्ये नोंदवत असतानाच पक्याचा फोन आला.

'काय म्हणतं आहे आमचं आयनापूर? गावात फिरलास की नाही? का सबंध दिवस कामातच गेला? मी कालच्या प्रकाराबद्दल रेखाशी बोललोच आहे. तुझ्याकडे नीट लक्ष दे म्हटलं आहे. आणि कालच्या प्रकाराबद्दल सॉरी हंऽऽ. अरे, गावची रीत आहे. पाहुण्यांबरोबर बसायचं आईला पटणार नाही; पण ते सोडून दे. बाकी रेखा काय म्हणते आहे? जरा संधी मिळाली की बडबड करून अगदी कंटाळा आणेल बघ."

"अरे, सगळं ठीक आहे. माझी बडदास्त अगदी राजासारखी ठेवलेली आहे. एक नोकर खास माझ्या दिमतीला आहे. तुझी आई माझ्या पोटपाण्यावर लक्ष ठेवून आहे. आणि तुझ्या बहीणीने आज मला तळ्यावर फिरवून आणलं आहे; पण तू असायला हवा होतास. आपण मस्त फिरून आलो असतो. तुझी बाइकपण झकास आहे. काय भन्नाट पळते रे." "अरे, मी नसलो तरी रेखा आहे ना. ती तुझ्याबरोबर यायला एका पायावर तयार होईल. नेहमी तुझीच तर चौकशी करीत असते. तुला काय हवं-नको ते तिला सांगायला मुळीच संकोच करू नकोस. ठीक आहे? आता रेखाला जरा फोन दे," पक्या म्हणाला.

"अरे, ती तिकडे स्वयंपाकघरात असेल. उद्या बोल ना तिच्याशी," मी इकडे-तिकडे नजर टाकत म्हणालो. "अरे, मग हाक मार ना मोठ्याने. येईल ती." "रेखा ऽऽ, रेखा" तिला मोठ्याने हाक मारायला मला संकोच वाटत होता. ती वयाने माझ्यापेक्षा लहान होती. ताई, बाईसारखं संबोधणं बरोबर वाटत नव्हतं; पण माझी हाक ऐकून रेखा हात पुसत बाहेर आली. "प्रकाशचा फोन आहे." मी तिच्या हातात फोन देऊन तिथून सटकलो. रात्री जेवायच्या वेळेला रेखा माझ्या पंक्तीला बसली. आई लांबून लक्ष ठेवून होत्या. "ही आयनापूरची स्पेशल डाळ. ही स्पेशल मिठाई." वगैरे सारखा आग्रह चालला होता. जेवण भरपेट झालं. एकदा विचार केला. एकदा वाटलं की घरी आईशी फोनवरून बोलावं; पण चार-सहा दिवसांचाच तर प्रश्न होता. म्हणून तो विचार रद्द केला. तेवढ्यात दरवाजामधून रेखाचा आवाज आला, "आत येऊ का?" "याऽऽ ना." या माझ्या उत्तरापाठोपाठ दोन गडी एक मोठं ड्रेसिंग टेबल घेऊन खोलीत आले. त्यांच्यापाठोपाठ रेखाही आत आली. तिच्या देखरेखीखाली त्यांनी ते टेबल एका भिंतीपाशी ठेवलं. हे टेबल मेकअपरूममध्ये असतं तशा प्रकारचं होतं. म्हणजे टेबलावरती एक मोठा आरसा. आणि त्याभोवती लावलेले दिवे. ज्या योगे कुठेही सावली न पडता सर्वत्र नीट उजेड पडेल. आरसा एका नक्षीदार काळ्या कापडाने झाकलेला होता. टेबल ठेवून झाल्यावर तिने गड्यांना जायला सांगितलं. ते गेल्यावर मला म्हणाली, "हं, हा आरसा. बघा आवडतो का."

"अरे, हे तर तुमचं ड्रेसिंग टेबल दिसतं आहे. आरशाची इतकी तातडीची आवश्यकता नव्हती. अगदी साधासा, छोटासा, भांग पाडायला पुरेसा एवढा असता तरी चालला असता. तुमचा कशाला दिलात?" मी संकोचून म्हणालो.

"हे माझं ड्रेसिंग टेबल नाहीये. हा शानभाग घराण्याचा वारसा आहे. गेल्या चार पिढ्यांपासून हा आमच्या घराण्यात आहे. इकडे येऊन बघा तर खरं." रेखाने मला आग्रह करून जवळ बोलावलं. मग माझापण नाइलाज झाला. खुर्चीवरून उठलो आणि आरशासमोर उभा राहिलो. तोपर्यंत रेखाने त्या दिव्याची वायर

सॉकेटला जोडली होती.

"आता एक काम करू या. खोलीतले दिवे बंद करू या. मग हे दिवे लावू." बोलता बोलता रेखाने खोलीतले सगळे दिवे बंद केले. दरवाजामधून बाहेरचा उजेड येत होता म्हणून तिने दरवाजा पण बंद केला. 'याऽऽ इकडे या' असं म्हणत तिने अंधारात माझा हात धरून मला आरशासमोर उभे करत ती म्हणाली, 'रेडीऽऽ एक-दोन-तीन' तीन आकड्याबरोबरच आरशावरचे सगळे दिवे एकदम उजळले. काही क्षण आरशावर रंगीबेरंगी वलये उमटली.

"हे काय आहे?" मी गोंधळून विचारलं.

"शूऽऽ, बोलू नका, नुसते पहा." रेखा मला हळूच म्हणाली आणि बोलता बोलता माझ्यापुढे येऊन मला खेटून उभी राहिली. "आता हलू नका." रेखा पुटपुटली. हा काय प्रकार चालला आहे हे न कळल्याने मी आणखीनच गोंधळून गेलो आणि तिच्या आदेशाप्रमाणे स्तब्ध उभा राहिलो. एक-दोन सेकंदानंतर ते रंग नाहीसे झाले. आमची दोघांची छबी आरशामध्ये दिसायला लागली. क्षणभरच फोटोचा फ्लॅश चमकल्यासारखं वाटलं. त्यानंतर मात्र सगळं व्यवस्थित दिसायला लागलं.

रेखा बाजूला सरकली आणि तिने खोलीतले सगळे दिवे भराभर लावले. दरवाजाही उघडला. माझ्या छातीत उगाचच धडधडायला लागलं. घरातल्या कोणी हा दरवाजा लावणे, काळोख करणे हा प्रकार बघितला असला तर त्यांचा काय गैरसमज होईल हा विचार माझ्या मनात येत होता.

"काय? कसा काय आहे आरसा?" रेखाने जणूकाही काहीच घडलं नाही अशा स्वरात विचारलं.

"खरोखरच स्पेशल आहे हा आरसा. पण काय हो? हे असं सगळं प्रत्येक वेळेलाच होतं का? का फक्त काळोखातच प्रकाशाचा खेळ दिसतो?" मी विचारलं.

'नाही. हा चमत्कार फक्त एकदाच दिसतो. मीसुद्धा हा चमत्कार पहिल्यांदाच पाहत आहे. आणि मला वाटलं, की तुम्हीसुद्धा हा चमत्कार माझ्याबरोबर पाहावा. याबद्दल मी पूर्वी फक्त ऐकून होते; पण आज तुमच्यामुळेच हा चमत्कार बघायचा योग आला.' रेखाने खुलासा केला.

"तसं असेल तर मी खरोखरच भाग्यवान आहे; पण हा चमत्कार फक्त एकाच व्यक्तीला दिसतो असं तुम्ही म्हणालात म्हणजे हा चमत्कार परत दिसणार नाही? मग तुम्हाला कसं कळलं की हे असं दिसतं म्हणून?" मी विचारलं.

"एकदाच म्हणजे एका पिढीमध्ये फक्त एकाच व्यक्तीला हा चमत्कार दिसतो. तोसुद्धा शानभागांच्या घराण्यातील मुलीलाच पाहता येतो असं म्हणतात. या

पिढ्यांमध्ये हे भाग्य मला मिळालं आहे. तेसुद्धा फक्त तुमच्यामुळेच मिळालं आहे.

"इकडे या. आरशाच्या या चौकटीवरची ही नक्षी पाहिलीत? या रंग उडालेल्या रिकाम्या जागा बघा. यापैकी चार पऱ्या नाहीशा झालेल्या आहेत. प्रत्येक पिढीमध्ये एक एक परी नाहीशी होईल आणि फक्त पाचच पऱ्या उरतील. या पाचच पऱ्यांनंतर काय होईल हे मात्र कुणालाच माहीत नाहीये. त्यानंतर तो आरसा बहुधा सामान्य आरसा बनेल किंवा स्वत:च नष्ट होईल." रेखाने सांगितलं.

"तुमचा विश्वास आहे असल्या गोष्टीवर?" मी विचारलं. "मी अजून तरी अनुभव घेतलेला नाही. ही परी जर नाहीशी झाली तर खरं-खोटं काय ते ठरवता येईल. नाही का?"

"काही का असेना. मी ऐकून असलेल्या बाकीच्या गोष्टींवर विश्वास ठेवायला मला तरी हरकत वाटत नाही. तुमचं तुम्ही ठरवा.

"आता परवा तुमचा आरसा येईल, तोपर्यंत तरी या आरशावर भागवून घ्या. तो आला की मी हा आरसा परत घेऊन जाईन. आता गुड नाइट." रेखा खोलीबाहेर जात म्हणाली.

रेखाच्या वागण्याने मी बुचकळ्यात पडलो होतो. एक तरुण मुलगी खोलीत अंधार करते. खोलीचा एकमेव दरवाजाही स्वत:हून बंद करून घेते. आणि तसं काहीच न करता, अगदी अंगचटीसही न येता तशीच निर्विकारपणे (?) दिवे लावून खोली बाहेर निघून जाते. सगळंच अनाकलनीय वाटत होतं. रेखा निघून गेल्यावर मी आरशासमोर उभा राहिलो. आरशामध्ये खोलीचं प्रतिबिंब अगदी स्वच्छ दिसत होतं; पण थोड्या वेळापूर्वी पाहिलेलं दृश्य माझ्या नजरेसमोर येत होतं. रेखा माझ्या पुढ्यात उभी होती, त्याच वेळी फ्लॅश चमकल्याचा भास मला झाला होता. मला लग्नातल्या नवरा-बायकोच्या फोटोची आठवण झाली; कारण आमची पोझ तशीच होती. माझ्या विचाराचं मलाच हसू आलं. (रेखाला काय वाटल होतं, मला कल्पना नाही; कारण मला वाटतं मी रेखाला समजूच शकलेलो नाही.) रेखा आणि मी जोडा कसा शोभेल? प्रेमविवाह करणं माझ्या प्रवृत्तीमध्ये बसणारं नव्हतं. शिवाय माझा इथला मुक्कामही एक आठवड्यापुरताच तर होता.

रेखाने म्हटल्याप्रमाणे दोन दिवसांनंतर माझ्या खोलीमध्ये दुसरा आरसा आला. रेखा ज्याला शानभाग घराण्याचा वारसा म्हणत होती, ते टेबल घेऊन गेली. त्यानंतर चारच दिवसांनी माझा आयनापूरचा मुक्काम आटोपला. तेव्हा रेखाने मला धक्काच दिला. तिने तो आरसा माझ्यासाठीच, खास माझ्यासाठीच बनवलेला होता. म्हणून मी तो आरसा मुंबईला माझ्या घरी घेऊन जावा असा तिचा हट्ट होता. मला ते शक्यच नव्हतं. तेव्हा तिने आरसा स्वतंत्रपणे पार्सलने माझ्या घरी पाठवण्याचं ठरवलं होतं. तिने निर्णय घेतला होता. म्हणजे तो आता माझ्या घरी येणारच होता.

उगाचच विरोध करण्याने काहीच उपयोग होणार नव्हता. फक्त तिने एकच गोष्ट आवर्जून पुन:पुन्हा सांगितली की तो आरसा मी नेहमीच मोकळा ठेवायचा. पेटीत बंद करून ठेवायचा नाही. (खरं तर ते शक्यच नव्हतं; कारण तो पाच फूट उंचीचा आरसा होता.) तसेच तो कापडाने किंवा कोणत्याही आवरणाने झाकून ठेवायचा नाही. (खरं म्हणजे भिंतीवरचे आरसे कुणी झाकत नाही. मग ही सूचना कशासाठी होती?) मला सगळंच चमत्कारिक वाटत होतं. तिच्या आई फक्त जेवणापुरत्याच समोर (?) येत होत्या. बाकी सर्व इतर व्यवहार रेखाच बघत होती. मी फक्त 'हो' ला 'हो' करत होतो. त्यानंतर मात्र मुंबईला रेखाचे रोजच फोन येऊ लागले. 'आरसा पोहोचला का?' 'लावला का?' एक दिवस खास वेळ काढून सुताराला बोलावून आणलं; कारण एवढ्या मोठ्या आरशासाठी रिकामी भिंत मिळणंच कठीण जात होते. माझ्या खोलीत आरसा बसवला त्याच रात्री तिला तसं सांगितलं. त्यावर ती एवढंच म्हणाली, "बरं झालं, आता रोज फोन करायला नको." पण मला त्याचा संदर्भ मात्र कळला नाही. आरशाच्या निमित्ताने ती मला फोन करून माझ्याशी बोलत होती. आणि आता रोज फोन करायला नको म्हणून समाधानही व्यक्त करीत होती. मला तिच्या मनाचा थांगच लागत नव्हता.

दुसऱ्या दिवशी मी ऑफिसला जाण्यापूर्वी माझं पेन शोधत होतो. काल टेबलावरच ठेवलेलं आठवत होतं; पण आता ते तिथे सापडत नव्हतं. त्या ऐवजी टेबलावर एक चिठ्ठी होती. 'पेन शोधू नका. तुमची आठवण म्हणून मी घेऊन आले आहे.' खाली सही होती रेखा!

मला कळेना की ही चेष्टा कोणी केली? कारण माझ्या माहितीमध्ये एकच रेखा होती तीसुद्धा आयनापूरमध्ये होती. मी चिठ्ठी फाडून टाकली आणि दुसरं पेन घेऊन कामावर गेलो.

दुसऱ्या दिवशी टेबलावर आणखी एक चिठ्ठी मिळाली, 'झोपताना पुस्तक बाजूला ठेवावे. नाहीतर पुस्तक खराब होते.' चिठ्ठीखाली परत तीच सही होती 'रेखा'. एक गोष्ट खरी होती, काल रात्री पुस्तक वाचता वाचता मला खरोखरीच झोप लागली होती; पण सकाळी मात्र ते पुस्तक टेबलावर व्यवस्थित ठेवलेलं होतं. आणि त्या पुस्तकामध्ये ती चिठ्ठी व्यवस्थितपणे मला दिसेल अशी ठेवलेली होती. हा काय प्रकार आहे मला कळेना. मी फक्त आईला विचारलं की मला झोप लागल्यावर तिने खोलीत येऊन पुस्तक उचललं होतं का? त्यावर तिने स्पष्टपणे 'नाही' असं उत्तर दिलं होतं. माझा सबंध दिवस मात्र याच विचारात गेला.

रात्री मी विचार करून करून थकलो आणि मग रेखालाच फोन लावला; कारण रोज न चुकता येणारा तिचा फोन गेले दोन रात्री आला नव्हता. फोनवर खट्याळपणे ती एवढंच म्हणाली, "मला तुमचं पेन आवडलं म्हणून मी घेऊन

आले. आणि हो! तुम्ही पुस्तक तोंडावर ठेवून झोपू नका. पुस्तक खराब होईल ना.''

''रेखा, हा काय प्रकार आहे? तू तिकडे आयनापूरला आणि मी इकडे मुंबईला. खरं सांग, हा काय प्रकार चालला आहे?'' मी तडकून विचारलं.

''सांगते ना, पण आज रात्री खोलीचा दरवाजा बंद करून घ्या. मी तुमच्या खोलीत दिसले तर इतरांची काय कल्पना होईल? खरं ना, मग आज रात्री खोलीचा दरवाजा बंद करून झोपा.'' रेखाने फोन बंद केला. मला रेखाचं अक्षर बघायची वेळच आली नव्हती. त्यामुळे त्या चिठ्ठ्या रेखाच्याच आहेत हे सांगणंही कठीण होतं. घरातीलच कोणीतरी हे उद्योग करून तिला माहिती देत असावं, असा माझा कयास होता. म्हणूनच तिच्या सांगण्यावरून नव्हे तर इतर कोणी रात्री उद्योग करू नयेत, या हेतूने मी दरवाजा बंद केला. रात्री झोपेत कसलीतरी उजेडाची तिरीप आली, म्हणून मी जागा झालो. तिरीप आरशाच्या दिशेनेच येत होती. एखादे दार उघडावे त्याप्रमाणे ती फट रुंदावली आणि त्या दारातून प्रत्यक्ष रेखाच माझ्या खोलीत आली. मला वाटतं होतं की मी स्वप्नच पाहत आहे. रेखाही त्या स्वप्नामधलाच भाग आहे. मी निपचितपणे ते स्वप्न पाहत राहिलो. रेखा माझ्या पलंगाजवळ आली. माझं पांघरूण नीट केलं. स्वप्नातच मला वाटलं की उठून तिचा हात धरून तिला विचारावं; पण प्रत्यक्षात ते स्वप्न नव्हतं. मी जागृतीमध्ये होतो आणि मी मुलींच्या बाबतीत अगदी भिडस्तसुद्धा होतो. म्हणून मी तसं काहीच केलं नाही. फक्त स्वप्न बघत राहिलो. तिने माझं पांघरूण नीट केलं. मग तिथल्या टेबलाजवळ जाऊन तिथल्या कागदावर काहीतरी लिहिलं आणि माझ्याकडे नजर टाकून जशी आली तशीच त्या आरशातून परत निघून गेली. आरशाचा दरवाजा तिच्यामागे बंद झाला. माझं स्वप्न संपलं होतं.

सकाळी स्वप्न आठवल्यावर पहिल्यांदा टेबलाजवळ जाऊन पाहिलं. टेबलावर एक चिठ्ठी होती. त्यावर फक्त तीनच शब्द लिहिलेले होते, 'I Love You.' मी खोलीच्या दरवाजाकडे नजर टाकली, तो तर काल केला होता तसाच अजूनही बंदच होता. म्हणजे रेखा काल खरोखरच येऊन गेली होती तर. एकदा वाटलं, रेखाला फोन लावावा; पण ती बाहेर गेली असण्याची शक्यता होती. म्हणून रात्री फोन केला.

''चिठ्ठी मिळाली का?'' रेखानेच पहिला प्रश्न केला.

''हे बघ रेखा, हा काय प्रकार आहे, हे आता तरी मला कळेल का?'' मी विचारलं. ''त्यात न कळण्यासारखं काय आहे? 'I Love You.' म्हणजे माझं तुझ्यावर प्रेम आहे. मी तुला रोज रोज भेटणार आहे,'' रेखा म्हणाली.

आता माझ्या डोक्यामध्ये थोडा थोडा प्रकाश पडायला लागला होता. रेखाचे रोजचे फोन, आरसा लावला का याची चौकशी करण्यामागचा उद्देश मला कळला

होता. तरीही त्या आरशामध्ये असा काही गुण असेल हे माझ्या मनाला पटेना; पण एक गोष्ट मात्र लक्षात आली, ती म्हणजे रेखाने आरसा झाकून ठेवू नकोस असं आवर्जून बजावलं होतं म्हणून मी त्याच रात्री तो आरसा कापडाने झाकून ठेवला आणि खरोखरच रेखा त्या रात्री माझ्या खोलीत आली नाही; कारण टेबलावर एकही चिठ्ठी नव्हती. हा योगायोगही असू शकणार होता, म्हणून दोन दिवस आरसा तसाच झाकून ठेवला. रेखाही आली नाही.

तिसऱ्या रात्री मी तो आरसा उघडा ठेवला. त्या रात्री रेखा खरोखरच आली. नुसतीच आली नाही, तर तिने मला गदागदा हलवून जागं केलं. "तुम्ही असे का वागता आहात? आरसा असा झाकून का ठेवलात?" तिचा चेहरा रडवेला झाला होता. मी उठून पहिल्यांदा खोलीचा दरवाजा बंद केला. तिचा आवाज मला बाहेर जायला नको होता. त्यानंतर तिला शांत करीत मी म्हणालो, 'रेखा, हा काय प्रकार आहे, ते तू मला सांगशील का? ही आरशाची काय भानगड आहे?" "तुला सांगितलं होतं की मी खास आरसे बनवते; पण हा आरसा मात्र फक्त तुझ्यासाठीच बनवलेला आहे. या आरशाद्वारे फक्त मीच ये-जा करू शकेन. इतकी वर्षं मी तुझ्यावर प्रेम केलं; पण तू आमच्या घरी आलास, तेव्हा मला संधी मिळाली. आता मी तुझ्या आयुष्यात कायमचीच आले आहे. आपण आता लग्न करू या."

"रेखा, जरा समजून घे. माझं तुझ्यावर प्रेम नाहीये." मी तिला समजावण्याचा प्रयत्न केला. "आता नसू दे; पण लग्नानंतर ते निर्माण होईल की. का तू अगोदरच कुणाच्या प्रेमात पडलेला आहेस?" प्रत्येक प्रेमिकाच्या मनात असलेली शंका रेखाने बोलून दाखवली.

"मी कुणाच्याही प्रेमात पडलेलो नाहीये; पण आता तू इथून जा. कुणीतरी जागं होईल. मला शांतपणे विचार करू दे."

"जाते; पण तू आरसा झाकून ठेवू नकोस. मी फक्त येऊन तुला पाहून जाईन. त्रास देणार नाही." "ठीक आहे. नाही झाकून ठेवणार; पण आता कुणी जागं व्हायच्या आत परत जा." "ठीक आहे, जाते; पण तू आरसा झाकून ठेवू नकोस." जाण्यापूर्वी रेखा मला परत एकदा बजावून गेली.

सकाळी उठल्यावर मी पहिलं काम केलं ते म्हणजे आरसा चादरीने झाकूनठेवला. पक्याला फोन लावला. त्याला सगळी हकिगत सांगितली. त्यावर त्याने एकदम प्रश्न विचारला, "तुम्ही दोघं ड्रेसिंग टेबलसारख्या आरशासमोर उभे होतात का?"

मी गोंधळून गेलो. या ड्रेसिंग टेबलाच्या आरशाची आणखी काय भानगड होती. ते कळेना. "अंऽऽ हो! हो. आम्ही दोघं तसे त्या तुमच्या ड्रेसिंग टेबलसमोर उभे होतो खरे. ते तुमचं वंशपरंपरागत टेबल आहे, असं रेखा म्हणाली; पण त्याचा याच्याशी काय संबंध?" मी गोंधळून विचारलं.

पक्याचा एक दीर्घ सुस्कारा मला टेलिफोनमधून ऐकू आला. थोड्या वेळाने पक्या बोलू लागला. "सॉरी यार. रेखाला तुझ्याबद्दल काहीतरी वाटत होतं, अशी शंका मला काही वेळेला आली होती; पण खरं सांगतो, तुला तिकडे पाठवण्यामागे माझा तसा काही हेतू नव्हता; पण त्या दिवशी गोळकेरींकडे जायचा विषय तू काढलास आणि सोयीचं म्हणून मी तुला आमच्या घरी उतरायला सुचवलं; पण त्याचा शेवट असा होईल याची मला मात्र कल्पना नव्हती."

"अरे, सॉरी कशाबद्दल? मला जरा नीट समजावून सांग बाबा." माझी उत्कंठा वाढत होती. "रेखाने तुला काय सांगितलं आहे ते मला माहीत नाही; पण मी तुला त्या आरशाबद्दल सांगतो. ती म्हणाली त्याप्रमाणे तो आरसा गेल्या चार पिढ्यांपासून आमच्या घरात आहे. तो कुणी आणला किंवा बनवला ते मला माहीत नाही. रेखा ही पाचव्या पिढीतील मुलगी आहे. ती एकुलती एकच असल्याने तो आरसा वापरण्याचा हक्क तिला मिळालेला आहे; कारण तो हक्क फक्त शानभागांच्या मुलीच बजावू शकतात. जर एखाद्या मुलीला एखादा मुलगा आवडला तर ती मुलगी त्या मुलासमवेत त्या आरशासमोर उभी राहते. जर त्यांची जोडी जुळणार असेल, तरच तो आरसा त्याची संमती दर्शवितो. नाहीतर तसाच अंधारलेला राहतो, असा समज आहे. गेल्या चार पिढ्यांमधली तरी कोणाचीही निवड नाकारल्याचा इतिहास नाहीये. रेखाची निवडही बहुधा नाकारलेली नसावी. त्याशिवाय तिने इतका पुढाकार घेतलाच नसता."

"अरे, रेखाला माझ्याबद्दल खूप वाटत असेल; पण मला तिच्याबद्दल तसं काहीही वाटत नाहीये. हे बघ, असल्या भाकडकथांवर माझा तरी विश्वास नाही." मी उत्तरलो.

"तुझा नसेल, पण आमचा आहे. गेल्या चार पिढ्यांचा अनुभव आहे. त्या आरशावर पऱ्यांची दहा चित्रं होती; पण प्रत्येक पिढीमधली प्रेमकहाणी सफल झाली. त्यांचं लग्न झालं आणि एक एक परी नाहीशी होत गेली. आता रेखाचं लग्न झालं की पाचवी परी नाहीशी होईल. आणखी पाच पिढ्यांनंतर काय होईल माहीत नाही."

"हे बघ. मी परत सांगतो. असल्या दंतकथांवर माझा विश्वास नाही. रेखाबद्दल माझ्या मनात तसं काहीही नाही. म्हणून तुला फोन केला आहे. तू तिला जरा समजावून सांग. तिच्यासाठी दुसरा एखादा चांगला मुलगा बघा. आणि तिचं लग्न करून द्या."

"तू म्हणतोस ते बरोबरही असेल; पण तसं होण्याची शक्यता नाहीये; कारण आरशाने निर्णय किंवा पसंती दिल्यानंतर तुमचं लग्न होणं अपरिहार्यच आहे. त्यातूनही तू जरी नकार दिलास तरी आमच्या समजुतीप्रमाणे तिचं लग्न आता

दुसऱ्या कोणाशी होणं शक्य नाही. रेखाला जन्मभर अविवाहितच राहावं लागेल. परत एकदा सांगतो की तसा अनुभव जरी गेल्या पिढ्यांमध्ये कोणालाही आलेला नसला, तरी आरशाची पसंती, पऱ्या नाहीशा होणं हे अनुभव मिळालेलेच आहेत.

माझी बहीण म्हणून नव्हे, पण रेखा एक चांगली गृहिणी होऊ शकेल याची मला खात्री आहे. तसेच जर तू अजून कुणाला होकार दिला नसलास तर तिचा विचार करायला काय हरकत आहे? अर्थात, तुला जर रेखा पसंत नसेल तर मात्र फक्त माझ्या भिडेखातर तिला होकार देऊ नकोस.'' पक्याचा स्वर थोडा दुखावल्यासारखा झाला होता.

''ठीक आहे. मी विचार करतो.'' म्हणून मी फोन बंद केला.

पक्याच्या बोलण्यातील सच्चेपणा मला जाणवला होता. रेखाच्या सगळ्या प्रकाराचा त्याला बहुधा पत्ताच नसावा. त्या रात्री मी आरशावरचा कपडा काढला नाही. रात्री फक्त रेखाचाच विचार करीत होतो. आयनापूरला असताना मनात एक विचार आला होता. 'रेखा नाकीडोळी तरतरीत आहे. जर रीतसर दाखवण्याचा कार्यक्रम झाला असता तर मी तिला पसंतही केली असती; पण असले छक्केपंजे मला अपेक्षित नव्हते.' पण आता विचार करताना जाणवलं की रेखाचं माझ्यावर अगोदरपासूनच प्रेम होतं; पण तिने ते घरच्यांसमोर कधीच उघड केलं नव्हतं. म्हणजे घरची माणसं तरी कटामध्ये सामील नव्हती. रेखाच्या बाबतीत म्हणायचं झालं तर एक गोष्ट स्पष्ट होती. तिचं माझ्यावर प्रेम होतं. मला मिळवण्यासाठी तिने (माझ्या दृष्टीने) गैरमार्गाचा अवलंब केलेला होता. तरीही तिने मर्यादा सोडली नव्हती. तळ्याच्या काठी रात्री फिरताना, घरातील खोलीचा रात्री अंधारात दरवाजा लावल्यावर किंवा अगदी आरशाने कौल दिल्यानंतरही रात्री माझ्या खोलीत आल्यावरही तिने मर्यादेचा भंग केला नव्हता. मला स्पर्शही केला नव्हता. (फक्त मला आरशासमोर उभे करण्यापुरताच अपवाद) चौपाटीवर प्रेमाचं प्रदर्शन करणारी अनेक जोडपी मी पाहिली आहेत; पण रेखा त्यांच्यापेक्षा नक्कीच वेगळी वाटली. विचार करता करता मला केव्हातरी झोप लागली. त्यानंतरही तीन-चार रात्री तो पडदा तसाच होता. पाचव्या दिवशी पक्याचा फोन आला.

''तुझा काय निर्णय झाला आहे? तू आरशावर पडदा कशाला टाकून ठेवला आहेस? असं रेखा म्हणत होती. अरे, फक्त आज रात्रीपुरता तरी पडदा बाजूला कर. तिला तुला भेटायचं आहे.'' ''बघतो.'' एवढंच बोलून मी फोन बंद केला. विचाराअंती मी आरशावरचा पडदा बाजूला करायचं ठरवलं. रात्री खोलीचं दार लावून घेतलं आणि रेखाची वाट पाहत बसलो. अपेक्षेनुसार त्या आरशामधून रेखा आली. तिचा चेहरा अगदीच उतरलेला होता. मागच्या भेटीमध्ये तिने मला गदागदा हलवून जागं केलं होतं; पण या वेळची रेखा संयमी होती. मी कॉटवर बसलो होतो,

म्हणून ती जाणीवपूर्वक लांब खुर्चीवर बसली.

''तुम्ही आरसा झाकून ठेवू नका, असं मी म्हणाले होते. मग आरसा का झाकलात? मी तुम्हाला त्रास देणार नाही, अस सांगितलं होतं. माझ्यावर विश्वास नाही?'' रेखा संथ आवाजात बोलत होती. मागच्या वेळेला ती मला 'तू' म्हणाली होती. तर आज मला 'तुम्ही' म्हणून संबोधत होती.

''तसं नाही, पण मला विचार करायला वेळ हवा असं म्हणालो होतो. माझ्या विचारात व्यत्यय येऊ नये म्हणून मी पडदा लावला होता.'' मी खुलासा केला.

''तुमचं म्हणणं तुमच्या दृष्टीने बरोबरही असेल; पण माझं काय? मी तुमच्यावर प्रेम करते. आरशाने आपल्या लग्नाला कौल दिल्यानंतरच मी हा आरसा तुम्हाला दिला आहे. आता अण्णाला, आईला मी सगळी हकिगत सांगितली आहे. आरशाने कौल दिल्याचंही सांगितलं आहे. त्यामुळे ती दोघंही आपलं लग्न होणार हे गृहीत धरून आहेत. तरी पण एक सांगते. जर माझ्या इथे येण्यामुळे तुम्हाला त्रास होणार असेल तर तुम्ही हा आरसा असाच झाकून ठेवा किंवा ठेवू नका. मी यापुढे तुम्हाला त्रास द्यायला येणार नाही; पण एक लक्षात ठेवा. यापुढे माझं लग्न फक्त तुमच्याबरोबरच होऊ शकेल. हे बंधन तुमच्यावर मात्र नाही. तुम्ही तुमच्या आवडीच्या मुलीशी लग्न करू शकता, एवढंच सांगण्यासाठी मी आज इथे आले आहे.

''मी निघते. फक्त एकच गोष्ट परत सांगते. मी तुम्हाला फसवलेलं नाही. जाळ्यात ओढलेलं नाही किंवा तुमच्यावर कोणताही दबाव आणायची माझी इच्छा नाही. मी तुमच्यावर मनापासून प्रेम करते आहे.'' बोलता बोलता तिचा आवाज कापरा झाला. डोळ्यांत येणारं पाणी मात्र तिने शेवटपर्यंत रोखून धरलं होतं. बोलता बोलता रेखा उठली आणि आरशाच्या मार्गाने नाहीशी झाली. आरशाचा दरवाजा बंद होईपर्यंत ती माझ्याकडे पाहत होती. जणू त्यासाठीच तिने डोळ्यांतील पाणी रोखून धरलं होतं.

मी मात्र बसल्याजागी कॉटवर खिळून बसलो होतो. त्यानंतर सहा महिने तो आरसा झाकलेला होता. नंतर त्यावरचं आवरण काढून टाकलं. गेल्या सहा महिन्यांत रेखाचा किंवा पक्याचा एकही फोन आला नाही. शेवटी न राहवून मीच आयनापूरला जायचं ठरवलं. रेखाला फोन केला नाही; कारण मनात भीती होती, ती ''येऊ नका.'' म्हणाली तर? पण आयनापूरला रेखाने माझं स्वागत केलं. तिला माझ्या येण्याचा मनापासून आनंद झाला होता. तिच्या ड्रेसिंग रूमचा तो आरसा तिने झाकूनच ठेवलेला होता. मला त्रास होऊ नये म्हणून तिने स्वत:वर बंधन घालून घेतलं होतं. चांगल्या जोडीदाराकडून आणखी तरी काय अपेक्षा असतात? जोडीदाराच्या सुखातच आपलं सुख मानायचं म्हणजेच प्रेम नाही का? प्रेम प्रेम ते काय

लग्नानंतरही करता येतं, हे रेखाचं म्हणणं आता मला पटलं होतं. घरी परतल्यावर मी माझा निर्णय आईला सांगितला. फक्त आरशाची भूमिका सांगितली नाही; कारण आयनापूरच्या आरशावरची आणखी एक परी आता नाहीशी होणार होती; पण तो शानभागांचा खानदानी आरसा आयनापूरलाच राहणार होता. तो त्यांचा कौटुंबिक ठेवा होता आणि रेखा आता माझ्याच घरी येणार असल्यामुळे माझ्या खोलीतील आरसा झाकण्याची आवश्यकताच पडणार नव्हती.

(कथाश्री, दिवाळी अंक, २०११)

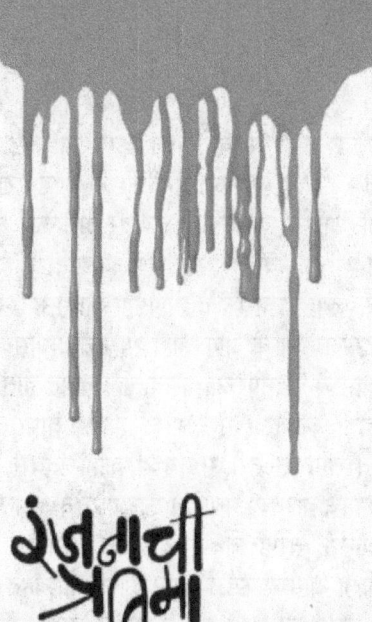

रंजनाची प्रतिमा

चंदनपूरला मला कधीतरी जावं लागेल याची मला कल्पना होती; पण एवढ्या लवकर जावं लागेल, असं वाटलं नव्हतं. चंदनपूरला आमचं घर आहे. पूर्वी शेतजमीनसुद्धा होती; पण तो व्याप झेपत नाही म्हणून वडिलांनी ती विकून टाकली होती. फक्त घर मात्र त्यांच्या आईच्या, म्हणजे माझ्या आजीच्या आग्रहाखातर ठेवलं होतं. पूर्वजांची तेवढीतरी आठवण ठेवावी असं तिचं मत होतं; कारण वडिलांची नोकरी फिरतीची होती. आज इथे तर उद्या तिथे. म्हणजे एखाद्या गावात मुळे रुजण्याइतका कालावधी क्वचितच मिळत असे. तसेच जवळजवळ प्रत्येक स्त्रीची आपलं असं हक्काचं घर असावं, अशी आंतरिक इच्छा असतेच. बहुधा माहेरून सासरी आल्यानंतर त्यांना काही काळ तरी आपला आधार तुटला असं वाटत असावं. त्यावर उपाय म्हणून तरी आपलं स्वत:चं घर असावं, असं वाटत असावं. दुसरी गोष्ट अशी पण असू शकेल, की स्वत:चा अधिकार गाजवण्याची प्रत्येकाचीच इच्छा असते. अधिकार म्हणजे राजा-राणीसारखा एकछत्री अधिकार नाही; पण नवरा, मुलं यांच्यावर

प्रेमाचा अधिकार गाजवणाऱ्या स्त्रियादेखील कमी नाहीत. किंबहुना, अशीच उदाहरणं दिसून येतात. नवरा म्हणजे दोन्हींकडून थपडा खाणारा; कारण तो एकीचा मुलगा असतो. आई म्हणून ती त्याच्यावर अधिकार गाजवत असते. तर दुसरीकडे तो दुसऱ्या स्त्रीचा नवरा असतो. त्याच्यासाठी तीही आपलं घर (?) सोडून आलेली असते. त्या विचारांचं दडपणपण आधुनिक नवऱ्यांवर असतंच. थोडक्यात, अधिकार गाजवण्याची जणू काही स्पर्धाच दोघींमध्ये असते. आमच्या घरी मात्र आई व आजीमध्ये चंदनपूरच्या घराबद्दल एकमत होतं. म्हणून चंदनपूरचं घर आम्ही राखलं होतं. आणखी एक गोष्ट होती. जोपर्यंत आमचे आजोबा चंदनपूरला राहत होते तोपर्यंत तरी सुट्टीमध्ये काही दिवस आम्ही चंदनपूरला नियमित जात होतो. आमचं वास्तव्य मर्यादित काळापुरतंच असल्यामुळे आमच्याकडे फारशा आठवणी नव्हत्या. तरीही तेथील वास्तव्य आनंदाचं असे. आजोबांच्या निधनानंतर बाबा आजीला आमच्याकडेच घेऊन आले. थोडेबहुत तिच्या मनाविरुद्धच आणले; कारण ज्या घरात उमेदीची वर्षं काढली, मुलंबाळं, संसार वाढवला, त्या घराशी तिचे भावबंध नक्कीच जोडले गेले असणार. तिचेच कशाला, बहुतेकांची इच्छा असते की त्यांचा शेवटचा श्वास, राख तरी 'आपल्या' घरी, गावी पडावी. आजीचीही तशीच इच्छा होती. आईबद्दल मात्र सांगता येणार नाही; कारण चंदनपूरच्या घराशी तिच्या भावना तेवढ्या जोडल्या गेल्या नसाव्यात. या सगळ्याचा विचार करूनच वडिलांनी ठरविलं होतं की, चंदनपूरचं घर विकायचं नाही; पण रिकामं घर काही काळानंतर 'भुताचा'वाडा बनतं. आधुनिक काळात भुतं नाहीत; पण स्मगलर वगैरेंचा धोका असतोच. हे सर्व टाळण्यासाठी वडिलांनी तो वाडा सामंतांना भाड्याने दिला होता. सामंतच का? सामंतांनी आमच्या शेजारची जमीन घेतली होती. आमचीही घेतली. निवृत्तीनंतरची गुंतवणूक म्हणून; कारण सामंत चंदनपूरचे मूळ रहिवासी नव्हते. त्यांना राहण्यासाठी म्हणून आमच्या शेताबरोबर आमचं घर- सुद्धा हवं होतं; पण आजीच्या अट्टहासामुळे ते घर सामंतांना न विकता भाड्याने दिलं होतं. त्यामुळे कागदोपत्री घर आमचं होतं; पण वहिवाट मात्र सामंतांचीच राहिली.

सामंतांनी त्या जमिनीत सोनं पिकवलं. जे फिरतीच्या नोकरीमुळे, माझ्या वडिलांना जमलं नव्हतं. सामंतांच्या प्रगतीबद्दल आम्हाला कधीच असूया वाटली नाही; कारण जमीन जरी आमची (?) होती तरी कष्ट मात्र सामंतांचे होते.

पण सगळेच चांगले दिवस सर्व काळ टिकत नाहीत. सामंतांचा एकुलता एक मुलगा शेतात साप चावून गेला. तरणाताठा मुलगा. त्याचं नुकतंच लग्न झालेलं होतं. सूनदेखील चंदनपूरसारख्या गावात आनंदाने राहत होती; पण दैवाला ते सुख पाहवलं नाही. लग्नानंतर वर्षभरातच सुनेला वैधव्य आलं. मुलाच्या मृत्यूच्या

धक्क्याने त्याची आईसुद्धा गेली. त्या सर्व काळात सामंतांना आधार दिला त्यांच्या सुनेने. तिने सामंतांच्या बरोबर राहून सगळा कारभार समजावून घेतला. पत्नीच्या मृत्यूनंतर सामंत हळूहळू निवृत्त जीवन जगू लागले होते. त्यांच्या सुनेवर आता दुहेरी भार पडला होता. शेतीचा आणि सासऱ्यांचा. माझे वडील वर्ष-सहा महिन्यांतून एकदा चंदनपूरला जात असत. भाडे वगैरेचे आर्थिक व्यवहार होतेच; पण त्याही-पलीकडे सामंतांचे सूरही त्यांच्याबरोबर जुळले होते. त्या काळात सामंतांना आणि त्यांच्या सुनेला चार धीराचे शब्द त्यांनीच दिले होते. पहिल्या वर्षामध्ये एक महिन्या आड जाणारे वडील हळूहळू तीन-चार महिन्यांनी जायला लागले; कारण सामंतांची सून आता समर्थपणाने सगळा भार सांभाळत होती. सामंतांनी पण त्यांची इहलोकाची यात्रा लवकरच संपवली. दोन वर्षांपूर्वी भरलेल्या घरात आता सामंतांची सून एकटीच उरली होती. खरोखरीच अगदी एकटी. आधाराला, सल्लामसलतीला कोणी नाही. उद्याची आशा म्हणावं तर पोटाला वंशज नाही. २०-२१ वर्षांची ती तरुणी सबंध वाड्यात एकटीच राहत होती; कारण तिचं नाव सामंतांच्या घराण्याबरोबर जोडलं गेलेलं होतं. म्हणूनच सामंतांची शेती, घर, सर्व व्यवहार ती एकटीच समर्थपणे सांभाळत होती. वडील चंदनपूरला जाऊन आले की तिच्या कर्तृत्वाबद्दल बोलत असत. तसं पाहिलं तर वहिवाट असावी या हेतूने आम्ही आमच्यासाठी म्हणून एक-दोन खोल्या ठेवलेल्या होत्या. सामंतांच्या मृत्यूनंतर ही अनुभवी तरी वयाने लहान असलेली मुलगी हा सगळा डोलारा कसा काय सांभाळणार,अशी शंका वडिलांना वाटली होती.

त्यामुळेच आता भाडेकरार संपुष्टात आणण्याचा विचार त्यांनी केला होत; पण त्यांनी तिचं कर्तृत्व, आत्मविश्वास बघितला आणि मग त्यांना बोलण्याचा धीरच झाला नाही. त्यामुळे सामंतांची सून ती वहिवाट सांभाळू लागली. सामंत होते तोपर्यंत चंदनपूरला गेल्यावर वडील तिथे एक-दोन दिवस राहत. तसं म्हटलं तर नावापुरतेच ते आमच्या खोलीत असत; पण जेवणखाण सगळं सामंतांकडेच असे. सामंतांच्या मृत्यूनंतर मात्र त्यांना तसं करणं प्रशस्त वाटलं नाही. त्यामुळे ते त्या घरी कधी वस्तीला राहिले नाहीत. सामंतांच्या मृत्यूनंतर दीड-दोन वर्षांमध्ये माझ्या वडिलांचं या भूलोकावरचं अन्नोदक संपलं आणि ते सामंतांच्या भेटीला निघून गेले. दूर असले तरी सामंत घराण्याचे हितचिंतक म्हणून सामंतांच्या सुनेला असणारा आधार नाहीसा झाला होता.

या सगळ्या घडामोडींमुळेच आता मला चंदनपूरला जाणं भाग पडलं होतं. माझ्या नोकरीच्या व्यापामधून मला वडिलांइतका वेळ देता येणार नव्हता. वडिलांचीही नोकरीच होती; पण त्यांना वेळ मिळत होता म्हणा, किंवा घराच्या ओढीमुळे म्हणा ते वरचेवर चंदनपूरला जाऊ शकत होते. मला तो पाश नव्हता. त्यामुळे मी माझा

निर्णय घेतला होता. ते घर मी आता विकून टाकायचं ठरवलं होतं. जर सामंतांच्या सुनेला ते हवं असेल तर, तिला नाहीतर गावातील दुसऱ्या कुणाला तरी विकून मी मोकळा होणार होतो. ती त्यांच्या शेतावर घर बांधून राहू शकली असती. वडिलांची इच्छा म्हणून ते घर तसंच ठेवावं, अशी आईची इच्छा होती (आता आजीही हयात नव्हती.) त्याचबरोबर माझा विचार तिला व्यवहार्य वाटत होता. त्यामुळेही ती तिच्या इच्छेबद्दल आग्रही नव्हती. मी करेन ते तिला मान्य होतं.

माझा विचार मी सामंतांच्या सुनेला पत्राने कळवला होता. मला कल्पना होती, की हा सर्व व्यवहार एक-दोन दिवसांत आटोपणं शक्य नव्हतं. म्हणजे जरी ते घर घ्यायला ती तयार झाली असती तरी पैशाची व्यवस्था करायला सवड लागली असती. जर ती घर रिकामं करायला तयार झाली असती तरी तिला नवीन घर बांधायला अवधी देणं भागच होतं. नवीन ग्राहक मिळायलासुद्धा वेळ लागणार होता. म्हणूनच दीर्घ रजा काढून मी चंदनपूरला जाणार होतो. आईसुद्धा माझ्याबरोबर येणार होती; कारण ती तिची चंदनपूरला अखेरची भेट ठरण्याची शक्यता होती. चंदनपूरचं घर फारसा आर्थिक फायदा करून देणारं नव्हतंच; पण भावनिक गुंतवणूक मात्र दोन्ही बाजूंकडून होती. माझ्यापुरता विचार केला तर मी माझ्या म्हणा किंवा वडिलांच्या म्हणा जबाबदारीमधून मोकळा होऊ इच्छित होतो; पण जाण्यापूर्वी आईची प्रकृती बिघडली. शेवटी तिला मावशीकडे पोहोचवलं; कारण माझं अजून लग्न झालेलं नव्हतं. त्यामुळे सुनेच्या भरवशावर सोडून जाण्याचा पर्यायच उपलब्ध नव्हता. परिणामी, मी एकटाच चंदनपूरला रवाना झालो. चंदनपूरला मी जवळजवळ दहा वर्षांनी येत होतो. एखाद-दुसरा S.T.D बूथ, झेरॉक्स मशिन यासारखे नवीन उद्योग सुरू झालेले दिसले. काही घरांवर टी.व्ही.च्या डिश उभ्या राहिलेल्या होत्य; पण गावाच्या रचनेमध्ये फारसा बदल झालेला नव्हता. अजूनही जुन्या घरांची जागा नवीन इमारतींनी घेतली नव्हती. नाही म्हणायला रस्त्यांवर दुचाकी वाहनांची संख्या मात्र खूपच वाढलेली होती. वाड्याच्या दरवाजावर आमच्या नावाची पाटी होती. तशी सामंतांच्या नावाची पाटीदेखील होती. आमच्या नावाची पाटी बहुधा माझ्या वडिलांच्या आग्रहामुळेच राहिली असावी; कारण आता आम्हाला ओळखणारे जरी काही लोक असले, तरी ते घराबाहेर पडण्याच्या वयाचे नसावेत. पत्र पाठवलेलं असल्यामुळे आमच्या (?) घरी रंजना सामंत होती. सामंत घराण्याचं नाव सांगणारी एकुलती एक वारस. मोठ्या सामंतांची सून रंजना सामंत. खरं सांगायचं तर रंजनाचं नाव कागदोपत्री जरी वाचलं असलं तरी रंजनाच्या नवऱ्याचं नाव माझ्या स्मरणात नव्हतं. असं म्हणण्यापेक्षा वडील रंजनाचा

उल्लेख नेहमी 'सामंतांची सून' असाच करीत असत. त्यामुळे माझ्या मनात एखाद्या मध्यमवयीन स्त्रीची प्रतिमा तयार झाली होती; पण रंजना म्हणून २२-२३ वर्षांची तरुणी समोर आल्यावर थोडासा धक्काच बसला. असं म्हणण्यापेक्षा वास्तव पुढे आलं होतं. रंजनासुद्धा मला पहिल्यांदाच पाहत होती; कारण यापूर्वी फक्त माझे वडीलच इथे येत होते. आगतस्वागताचं चहापाणी झाल्यावर रंजनाने मला आमची खोली उघडून दिली. मी येणार म्हणून तिने अगोदरच ती साफसूफ करून घेतली होती. अडीअडचणीला असावी म्हणून आमच्या खोलीच्या कुलपाची किल्ली सामंतांकडेच होती. "आठ दिवस राहणार आहात ना? मग उद्याच सावकाशीने बोलू, हरकत नाही ना? रात्री आठपर्यंत स्वयंपाक होईल. चालेल ना?" रंजनाने विचारलं.

"हरकत नाही. तोपर्यंत जरा गाव बघून येतो. खूप वर्षांत आलेलो नाहीये." मी होकार दिला. "सरळ रस्त्याने गेलात तर अर्ध्या तासाच्या अंतरावर मारुतीचं देऊळ आहे. काळोख लवकर पडतो. रस्त्यावर दिवे आहेत; पण वीज केव्हा जाईल याचा भरवसा नाही. बॅटरी आहे का? का देऊ एखादी?" रंजनाने विचारलं.

"आहे. प्रवासात नेहमी बरोबर ठेवतोच." मी बॅगेतली बॅटरी काढून घेतली आणि निघालो. खरं म्हणजे देवळात जाण्याची मला उत्सुकता नव्हती; पण कुठे तरी वेळ काढायला हवा म्हणून निघालो होतो. त्या निमित्ताने गावही बघणं झालं असते. माझ्यासाठी चंदनपूर नवीनच होतं. ती म्हणाली तसं देऊळ अर्ध्या तासाच्या अंतरावर होतं. वाटेत कुणी ओळखीचं भेटण्याची शक्यता नव्हती. आईने दोन-तीन जणांची नावं सांगितली होती. शक्य झालं असतं तर त्यांना भेटणार होतो; पण सामंतांच्या सुनेने जर देकार नाकारला असता तर? कारण मग दुसरं कुणी ग्राहक शोधणं भाग होतं. शेतीवाडी असती तर बाहेरचं कुणी तयार झालं असतं; पण चंदनपूरसारख्या आडगावी फक्त घर घेणारं ग्राहक मिळणं कठीण होतं. मी देवळात पोहोचलो तेव्हा आरतीची वेळ झाली होती. नियमितपणे येणारे भक्तगण जमले होते. फक्त मीच परका होतो. आरती संपल्यावर गर्भागारात जाऊन मारुतीचं दर्शन घेतलं. पुजारी बुवांनी शेंदराचा टिळा लावला. आठ वाजेपर्यंत रमतगमत घरी आलो.

"जरा बसा. पंधरा मिनिटांत पानं वाढते." रंजनाने सांगितलं.

स्वयंपाकघरात दुसऱ्या कुणाचा तरी वावर दिसत होता; पण सबंध घरात मात्र मी आल्यापासून तरी दुसरी कुणी व्यक्ती दिसली नव्हती. टेबलावर माझं एक ताट मांडलेलं दिसलं. म्हणून तिला म्हटलं, "हे काय? एकच ताट? तुम्हीसुद्धा या ना."

"नको. तुमचं होऊ द्या. नंतर बसेन." सुनेने उत्तर दिलं.

"खरंच, आपण बरोबरच बसू या. नाही तरी तुम्ही नंतर एकट्याच बसणार ना? मग दोघं एकदमच बसू या. तुम्हाला असेल, पण मला तरी एकट्याने जेवायची सवय नाही. घरी मी आणि आई दोघंच असतो. म्हणून एकदमच बसतो. काय असेल ते वाटून, वाढून घेतो. म्हणून म्हणतो, निदान मला कंपनी म्हणून तरी बरोबर बसा.'' त्यावर तिनेही फार आढेवेढे घेतले नाहीत. बोलण्यासाठी आमच्या दोघात सामाईक विषय नव्हते. त्यामुळे गाव, शेतीवाडी, एकटीने राहताना येणाऱ्या अडचणी यावरच बोलणी होत गेली. थोड्या वेळाने तीपण मोकळेपणाने बोलू लागली.

गाव तसं चांगलं होतं. ती एकटी आहे म्हणून कुणी गैरफायदा घेतला नव्हता. सामंतांना जाऊन एक-दीड वर्षच झालं होतं; पण आणखी काही वर्षांनी तीच परिस्थिती राहिली असती असं सांगणं कठीण होतं. कारण ती रूपाने चारचौघींपेक्षा उजवी होती. अर्थात हे माझे मत होतं.

"रात्री सबंध वाड्यात एकटीने राहायला भीती नाही वाटत?'' त्यावर ती म्हणाली, "सुरुवातीला काही दिवस वाटली; पण आता नाही वाटत. कोणाला तरी सोबत बोलावते. आता आज ही रखमा रात्री वस्तीला राहील.'' तिने स्वयंपाकघराकडे निर्देश केला. मी एक सुटकेचा निःश्वास टाकला. माझ्या मनावर एक उगाचच दडपण होतं. ते म्हणजे या वाड्यात रात्री आम्ही दोघंच असणार होतो का? पण तिच्या खुलाशाने मला रात्री निवांत झोप लागली.

दुसऱ्या दिवशी दरवाजावरच्या टकटकीने जाग आली. दार उघडलं तर ती विचारत होती, "चहा घेणार का?'' सूर्य बराच वर चढला होता. मी ओशाळत हसून म्हटलं, "हो. जरा तोंड धुतो.'' तोंड धुऊन टेबलावर बसलो. चहाबरोबर पोहेही होते. रखमा मात्र दिसत नव्हती. तिने चहाचा कप टेबलावर ठेवला आणि माझ्या चेहऱ्याकडे लक्ष जाताच खुदकन हसली. "का? हसायला काय झालं?'' मी विचारलं.

"काल देवळात गेला होतात ना, तिथे लावलेला शेंदूर सबंध कपाळभर पसरला आहे.'' तिने खुलासा केला.

"खोलीत आरसा नाही ना, त्यामुळे कळलंच नाही,'' मी खजील होऊन कपाळ पुसत म्हणालो.

"अरेच्चा! तुमच्या खोलीत आरसा नाहीये? मला माहीत नाही. मी देते एक आरसा.'' ती उठत म्हणाली. "असू दे हो. थोड्याच दिवसांचा तर प्रश्न आहे.'' मी म्हणेपर्यंत तिने घरात जाऊन एक आरसा आणलासुद्धा. खरं म्हणजे दाढी वगैरेसाठी मला आरशाची गरज पडणारच होती. बहुधा वडिलांना आरशाची गरजच भासली नसावी; पण थोड्या वेळच्या घरातील वावरानंतर माझ्या लक्षात

आलं, की त्या घरात ठिकठिकाणी आरसे लावलेले होते. बरेचसे पूर्णाकृती आकाराचेही होते. त्यामुळे मला आश्चर्य वाटलं. म्हणून मी तिला विचारलंसुद्धा. "मि. सामंतांना आरशांचं वेड होतं का?"

"नाही. त्यांना वेड नव्हतं; पण काय झालं, हे गेले. सासूबाई, सासरेसुद्धा गेले. मग मी एकटीच या मोठ्या घरात राहिले. या मोठ्या घरात फक्त एकटीचाच वावर. एकटेपण फार भयानक असतं, नाही? मग एकटेपणावर तोडगा म्हणून आरशासमोर प्रतिबिंब बघण्याचा छंद लागला. मग हळूहळू प्रत्येक खोलीत एक एक आरसा बसवला. जाता-येता त्या आरशांमध्ये माझं प्रतिबिंब दिसतं. आता तर मला एकटेपणा जाणवतच नाही. या असंख्य प्रतिबिंबांच्या हालचालींमुळे तर या घरात आणखी कुणीतरी बरोबर वावरत आहे, असंच मला वाटतं. तुम्हाला गंमत वाटेल, पण एकांतात मी आणि प्रतिमा गप्पाही मारतो. रात्रीसुद्धा तिची सोबत वाटते." तिने खुलासा केला. तिचा खुलासा ऐकून मलापण गंमत वाटली. त्याच वेळी आणखी एक गोष्ट लक्षात आली ती म्हणजे रंजना जरी एकटी होती तरी घर रखमाच्या मदतीने टापटिपीने राखलं होतं. दुसरी एखादी असती तर अगदी मोजक्याच खोल्यांत वावर ठेवून बाकीच्या खोल्या बंद केल्या असत्या. नाश्ता, चहा झाल्यावर आम्ही शेतावर गेलो. एकेकाळी आमची असलेली जमीन आता बागायतीने भरून गेली होती. सामंतांच्या सुनेने त्यांच्यापश्चात सर्व समर्थपणे सांभाळलं होतं. मला तिच्या कर्तृत्वाचं कौतुक वाटलं. त्याचबरोबर घराचा सौदा- पण इथेच होईल असं वाटू लागलं; पण बोलणी करण्याअगोदर तिच्या बँक बॅलन्सचा अंदाज घ्यायला हवा होता. प्रत्यक्षामध्ये मात्र ते कठीण होतं. थोडक्यात, घराचा विषय मी त्या दिवशी तरी काढला नाही. तिनेही काढला नाही. त्या रात्री आम्ही खूप उशिरापर्यंत बोलत बसलो होतो. रात्री परत एकदा तिने कॉफी केली.

बहुधा त्या रात्री रखमा वस्तीला नसावी किंवा ती तिच्या खोलीत तरी झोपायला गेली असावी. मी विचारलं नाही. त्या रात्री रंजना मात्र खूप मोकळेपणानं बोलत होती. बहुधा समवयस्क व्यक्ती खूप दिवसांनी भेटली होती म्हणूनही ती मोकळी झाली असावी. आमचा मालक-भाडेकरू संबंध संपला होता. आणि मी नकळत तिला रंजना या एकेरी नावाने संबोधू लागलो होतो.

आम्ही एकमेकांच्या आवडीनिवडी, विचार, अपेक्षा याबद्दल खूप खूप बोललो. आमच्या गप्पा संपल्या त्या वेळी रात्रीचे दोन वाजले होते.

त्या दिवशी जरी घराचा विषय निघाला नाही, तरी बोलता बोलता रंजनाबद्दलची आणखी थोडी थोडी माहिती मिळाली. रंजनाबद्दलची जुजबी माहिती वडिलांच्या बोलण्यामधून समजत होतीच; पण त्या वेळी गरज वाटली नाही म्हणून

लक्षातही ठेवली नव्हती. रंजनाला माहेरचं असं कोणीच नव्हतं. वडील ग्रामसेवक होते. त्यामुळे घरची स्थिती बेताचीच होती. ती १५-१६ वर्षांची असताना आई-वडील दोघंही कसल्याशा साथीमध्ये अचानक गेले. त्यानंतर तिच्या आत्याने सांभाळ केला.

वयाची १८ वर्षं पुरी होतानाच सामंतांचं स्थळ नजरेत आलं. सामंतांना रंजना आवडली होती. मुलालाही आवडली होती. त्यामुळे हुंडा, मानपानाचा प्रश्न उभा राहिला नाही. रंजनाच्या वडिलांची खोली विकून आलेल्या पैशांमध्ये आत्याने लग्न उरकून घेतलं आणि तिच्या जबाबदारीमधून मोकळी झाली. सासरचेही बहुधा कोणी नसावेत. (ही माहिती मला वडिलांकडून मिळाली होतीच.) रंजनाच्या मते जर कोणी असतंच तर सामंतांच्या मृत्यूपूर्वी त्यांनी तसं सांगितलं असतं. तरीही गेल्या दोन वर्षांमध्ये कुणी दावा सांगायला आलं नव्हतं. ना इस्टेटीमध्ये वाटा मागायला वा मदत करायला. (माझ्या दृष्टीने हे महत्त्वाचं होतं. सामंतांच्या इस्टेटीमध्ये वाटेकरी नव्हते.)

रंजनाने सर्व कारभार एकहाती सांभाळला होता. रंजना मोकळेपणाने माझ्याशी बोलत होती. त्यामुळे तिच्याबद्दल गावातून माहिती काढणं म्हणजे तिच्याबद्दल अविश्वास दाखवण्यासारखं झालं असतं, अशी माझी भावना झाली होती.

आणखी दोन दिवसही तसेच गेले. मी रंजनाबरोबर शेतावर जात होतो. काही वेळा तर शेतमालाच्या व्यवहाराची बोलणी माझ्यासमोरच होत होती. सुरुवातीला मी संकोचून खोलीत गेलो होतो; पण रंजनानेच मला तिथे थांबायला हरकत नाही असं सुचवलं होतं. फारशी न शिकलेली रंजना व्यवहारकुशल होती. कुणाला किती दूर ठेवायचें, सौदा किती ताणायचा ही कला तिला चांगली साधली होती. त्याला माझाही अपवाद नव्हता. आणखी दोन दिवसांनी मला निघायला हवं होतं. म्हणून मीच घराचा विषय काढला. माझं, माझ्या आईचं मत तिच्या कानावर घातलं. घराची अपेक्षित किंमत सांगितली आणि ते घर तिनेच घ्यावं, असं सुचवलं. मला वाटलं होतं, की रंजना गंभीर होईल. सांपत्तिक परिस्थितीबद्दल बोलेल. घासाघीस करेल; पण त्यापैकी तिने काहीच केलं नाही. तिने रोखठोक सांगितलं, तिला त्याच घरात राहायचं आहे. मी सांगितलेली किंमत जरी फार जास्त नसली तरी तेवढे पैसे ती लगेचच उभे करू शकणार नाही. त्यासाठी तिला दोन-तीन वर्षं तरी लागतील. म्हणून शक्य असेल तर आम्ही थांबावं; पण जर दुसऱ्या कुणाला विकायचं ठरवलं तर मात्र तिला त्या घरात आणखी दोन-चार वर्षं तरी राहू देण्याची अट घालावी.

रंजनाच्या कर्तबगारीवर माझा विश्वास होता. येत्या दोन-तीन वर्षांमध्ये आम्हाला अपेक्षित रक्कम तिने नक्कीच उभी केली असती. त्यामुळेच तर तिने

आणखी दोन-चार वर्षे त्याच घरात राहू देण्याची अट घातली होती. घर विकण्याची आम्हाला निकड नव्हती. त्यामुळे मी आईचा विचार घेऊन कळवतो, असं सांगून मी चंदनपूरचा मुक्काम आटोपला.

घरी आई वाट बघतच होती. मी तिला चंदनपूरची हकिगत सविस्तर सांगितली. रंजनाच्या कर्तबगारीवर माझा विश्वास असल्याचं सांगितलं आणि आपण दोन वर्षं थांबावं, असं माझं मत देखील तिच्या कानावर घातलं. खरं सांगायचं तर चंदनपूरला गेल्यानंतर आमच्या असलेल्या जमिनीचा रंजनाने केलेला कायापालट पाहून मलासुद्धा त्या जमिनीचा मोह पडला होता. आमचं घर तिला विकण्याऐवजी घरासकट आमची जमीनच परत का घेऊ नये, असाच विचार माझ्या मनात साकारत होता. त्यासाठी पुढच्या दोन वर्षांमध्ये मला माझा बँक बॅलन्स वाढवायला हवा होता आणि त्यासाठी मी प्रयत्न करणार होतो.

त्यानंतर एक-दोन वेळा आईने रंजनाकडून काही निरोप आला का, अशी चौकशी केली; पण रंजनाकडून काही प्रस्ताव येण्याची शक्यता नव्हतीच. तिला आमची मागणी मान्य होती. तिला फक्त आणखी दोन-तीन वर्षांची मुदत पाहिजे होती. आता आम्ही आमचा होकार तिला कळवायचा होता. आईने परत तो विषय काढल्यावर मीच चंदनपूरला जाऊन येण्याचा विचार तिच्यासमोर मांडल्यावर आई काहीच बोलली नाही.

या वेळी मी न कळवताच अचानक चंदनपूरला गेलो. घर माहीत होतंच. दरवाजा खटखटावला. घरात हालचाल जाणवत होती; पण दरवाजा उघडायला कोणी आलं नाही. बहुधा रखमा घरात नसावी किंवा तिला आवाज तरी ऐकू गेला नसावा. म्हणून मी मोठ्याने ओरडून माझं नाव सांगितलं. तेव्हा कोणीतरी घाईघाईने दरवाजाकडे आल्याची चाहूल लागली.

माझ्या अशा अनपेक्षित येण्यामुळेच मला दरवाजा उघडणाऱ्या रंजनाचं वेगळंच रूप पाहायला मिळालं. रंजना गुजराती पद्धतीची साडी नेसली होती. मला आत घेतल्यावर तिने घाईघाईने दरवाजा बंद करून घेतला. तिची दरवाजा बंद करायची लगबग मात्र मला चमत्कारिक वाटली. रंजना जरा बावरलेलीच वाटली. बहुधा माझं अनपेक्षित येणं त्याला कारणीभूत असावं. मला घरात घेऊन ती घाईघाईने घरात गेली. माझ्या खोलीची किल्ली माझ्या हातात देऊन 'जरा हातपाय धुऊन घ्या. तोपर्यंत चहा ठेवते,' म्हणत परत आत गेली. मागच्या भेटीमध्ये मोकळेपणाने बोलणारी रंजना आज एकदम इतकी कशी बदलली, हे मला कळेना. मी खोली उघडली. सामान आत ठेवलं. हातपाय धुतले; पण चहा ठेवायला म्हणून आत गेलेली रंजना आतच राहिली होती. अशा स्वागतामुळे स्वतःहून घरात जावं का न जावं, हे ठरेना. शेवटी मी परत

माझ्या खोलीत परतलो.

थोड्या वेळाने रंजनाची हाक ऐकू आली. ती मला चहाला बोलवत होती. नेहमीप्रमाणे आम्ही आत जाऊन बसलो. रंजना आता धक्क्यामधून सावरली होती. तिने साडीसुद्धा बदलली होती. म्हणजे साडी तीच होती; पण ती नेहमीच्या पद्धतीने नेसली होती; पण आमचं बोलणं जुजबी संभाषणापलीकडे जाईना. शेवटी मीच उठलो आणि खोलीत निघून गेलो. अंघोळ करावी म्हणून बॅगेमधील कपडे काढले. मिठाईचा पुडा काढला; पण रंजना कुठेच दिसेना. शेवटी 'मी अंघोळ करून घेतो,' असं मोठ्याने सांगून अंघोळीला गेलो. मध्येच परत एकदा दरवाजा वाजल्यासारखा वाटला; पण नंतर काहीच हालचाल जाणवली नाही.

मी बाहेर आलो तेव्हा रंजना मोठा पंखा लावून बाहेरच्या खोलीत बसली होती. घामाघूम झालेली, जणूकाही बाहेरून खूप फिरून आलेली असावी, असं वाटत होतं. बहुधा मी अंघोळीला जाण्याअगोदरच बाहेर पडली असावी (म्हणून मला दिसली नसावी) आणि दरवाजा वाजल्याचा आवाज ऐकला तेव्हा परत आली असावी; पण ती मला न सांगता का गेली? म्हणजे तिने मला सांगायलाच पाहिजे असा माझा अधिकार नव्हता. तसेच न सांगता जाण्याइतका मी अपरिचितही नव्हतो. बहुधा घरातील एखादा संपलेला जिन्नस आणण्यासाठी तिला तातडीने बाहेर पडावं लागलं असेल असा अंदाज केला.

मला पाहताच ती सावरून बसली. थोडा वेळ गेल्यावर उठत तिने मला विचारलं, ''चहा घेणार?'' ''आता? लगेचच परत?'' मी आश्चर्याने विचारलं. ''मी टाकते थोडा.'' आता रंजनाचा स्वर पूर्वीसारखा झाला होता. पूर्वीचा मोकळेपणा जाणवत होता. मी होकार दिला. सामानातून काढलेला मिठाईचा पुडा तिच्या हातात देत खुर्चीत बसलो. मघाची बावचळलेली रंजना आता नाहीशी झाली होती. नेहमीची रंजना आता माझ्यासमोर बसली होती. ''असे एकदम, न कळवता आलात?'' रंजनाने विचारलं. 'हो, जरा सवड मिळाली. इथल्या मोकळ्या हवेत जरा उत्सांह वाटतो. नेहमीच्या धबडग्यामधून जरा विरंगुळा. नाही तर रोजचं आयुष्य अगदी चाकोरीबद्ध. घाण्याच्या बैलासारखं जीवन. रोज तेच ऑफिस, तेच लोक. असा थोडासा बदलही पुढच्या आठवड्यासाठी हुरूप देतो. म्हणून आलो. माझ्या अशा अचानक येण्याने तुझी काही अडचण झाली नाही ना?'' मी नुसता बोलत होतो.

''मग हरकत नाही. कारण नाही म्हटलं, तरी घराबद्दल निर्णय घ्यायला मला थोडा अवधी हवा आहे. चालेल ना?'' रंजनाने विचारलं.

''अरे! मी सांगितलं ना, मी सहजच आलो म्हणून. तुझा निर्णय तू सावकाश घे. आमची थांबायची तयारी आहे. आणि हे बघ हवाबदलासाठी जर

मी अधूनमधून इकडे आलो तर चालेल ना? तुला अडचण तर नाही ना होणार?'' मला काय बोलावं ते सुचत नव्हतं. त्यामुळे मी परत परत तेच ते बोलत होतो. ''काहीतरीच काय? मी असं कधी म्हटलं की मला त्रास होईल. घर तुमचंच आहे. तुम्ही केव्हाही येऊ शकता. फक्त अचानक आलात म्हणून जरा शंका आली. जरा अगोदर कल्पना दिली असतीत तर बरं झालं असतं. नाहीतर तुम्ही येणार आणि मी बाहेर, असं होऊ नये म्हणून सुचवलं.'' रंजना म्हणाली. हा घोळ आणखी किती वेळ चालला असता कुणास ठाऊक? पण रंजना चहाचे कप घेऊन उठली आणि तो विषय तिथेच थांबला. त्यानंतर आमच्या नेहमीसारख्या गप्पा सुरू झाल्या. आडगावी असली तरी रंजना बहुश्रुत होती. त्यामुळे गप्पा कंटाळवाण्या होत नसत.

ते दोन दिवस आनंदात गेले. निघण्यापूर्वी मी परत एकदा आमच्या 'त्या' शेतावर नजर टाकली. ते शेत परत मिळवण्याचा माझा विचार आणखीनच बळावला. त्यानंतर माझ्या चंदनपूरच्या फेऱ्या खूपच वाढल्या. ते शेत परत मिळविण्याची इच्छा प्रत्येक वेळी बळावत गेली. एकदोनदा मी असाच अचानक न कळवता गेलो होतो. त्या वेळी मला असाच अनुभव आला होता. माझ्या स्वागताला आलेली रंजना थोडीशी बावचळलेली आणि गुजराती पद्धतीची म्हणजे उलटी साडी नेसलेली दिसली; पण नंतरच्या मुक्कामात मात्र नेहमीची मोकळीढाकळी रंजना माझ्याबरोबर असे. एकदा मी तिला याबद्दल छेडलंसुद्धा. त्यावर तिने उत्तर दिलं होतं, की तिला गुजराती पद्धतीची साडी नेसायला आवडतं. त्यावर मी काहीच बोललो नाही; पण उलटी साडी नेसलेली रंजना मात्र बावचळलेलीच वाटे. रखमाचा वावर बहुधा आतच असे; पण एकदा संधी मिळाल्यावर मी रखमालासुद्धा हा प्रश्न विचारला होता. त्यावर तिने दिलेल्या उत्तराने माझा गोंधळ अधिकच वाढला होता. ती चुकून म्हणाली होती, ''त्या प्रतिमाताई असतील.'' पण त्यानंतर जणू काही नको ते बोलून गेल्यासारखं तिने तोंड मिटून घेतलं होतं. त्यानंतर रखमा माझ्यासमोर आली नाही. तिचा वावर स्वयंपाकघरापुरताच मर्यादित राहिला. काही दिवसांनी तर रखमा यायची बंद झाली. म्हणजे आता त्या वाड्यावर रंजना एकटीच राहणार होती. मी तिला त्याबद्दल विचारलंसुद्धा. त्यावर ती म्हणाली होती,

''एकटी कशाला? प्रतिमा असते ना माझ्याबरोबर!'' ते मला नीट कळलं नाही; पण मग तिनेच खुलासा केला. पहिल्या भेटीमध्येच ती म्हणाली होती, की या घरात ठिकठिकाणी आरसे लावलेले आहेत. त्यामध्ये जाता-येता तिचं प्रतिबिंब त्या आरशांमध्ये पडतं. त्यामुळेच घरात आणखीही कुणीतरी आहे, असं समाधान मिळतं. ती दुसरी कुणी म्हणजेच तिची 'प्रतिमा' होती.

मी तिच्या कल्पनाशक्तीला दाद देत म्हटलं, ''ती प्रतिमा अडीअडचणीला थोडीच तुझ्या मदतीला येणार आहे?'' त्यावर तिने खुलासा केला नाही आणि तिने तो विषयच बंद केला.

आम्ही सुरुवातीला ठरवलेली दोन वर्षांची मुदत संपत आली होती. रंजनाकडून मला तिचा निर्णय अपेक्षित होता, पण आमच्या भेटीमध्ये मी तो विषय काढला नाही. तिने पैसे उभे केले होते किंवा नाही तेपण मला कळलं नाही. एक गोष्ट मात्र माझ्या मनात घर करून राहिली होती. ती म्हणजे आमचं शेत विकत घेण्याची माझी इच्छा मात्र फारच बळावली होती; पण दुर्दैवाने माझ्या नोकरीच्या उत्पन्नामधून मी माझ्या अपेक्षेप्रमाणे पैसे उभे करू शकलो नव्हतो, हेच शल्य माझ्या मनाला टोचत होतं. त्याचबरोबर त्यावरचा उपायपण सुचला होता. त्यामुळे ना रंजनाला घरासाठी किंमत मोजावी लागणार होती, ना मला शेताची किंमत द्यावी लागणार होती.

तुमच्या लक्षात आलं का? मी रंजनाला लग्नाबद्दल विचारलं. तिनेही माझ्या भावनांना प्रतिसाद दिला. आईनेही त्याला विरोध केला नाही आणि एका सुमुहूर्तावर आम्ही विवाहबद्ध झालो. मी माझी नोकरी सोडून चंदनपूरला आईसह राहावयास आलो. आईची आपल्या घरात राहायची इच्छाही पूर्ण झाली. आता मीही आमच्या, आता खरोखरीच आमच्या, जमिनीत खपणार होतो. आमचं लग्न फारसा गाजावाजा न करताच झालं; पण त्या लग्नात एक गोष्ट मात्र मला खटकली, ती म्हणजे रखमानंतर रंजनाला सोबत करणारी प्रतिमा मात्र कुठेच दिसली नव्हती.

रात्री रंजनाला जवळ घेत, न राहवून विचारलंच, ''काय गं, आपल्या लग्नात तुझी ती प्रतिमा कुठेच कशी दिसली नाही?''

त्यावर मिस्कीलपणाने हसत ती म्हणाली, ''आता या वेळेलासुद्धा तुम्हाला माझ्यापेक्षा प्रतिमाचीच आठवण येते आहे का?''

''अगं, मी नाही. आई विचारत होती.'' मी सारवासारव केली. प्रत्यक्षात प्रतिमा कोण, हेही तिला माहीत नव्हतं; कारण तो विषय माझ्या बोलण्यात कधी आलाच नव्हता.

''उद्या सांगेन. पण आज तो विषय नको.'' म्हणत रंजनाने माझं तोंड बंद केलं.

दुसऱ्या दिवशी रात्री आई आणि रंजना दिवाणखान्यामध्ये गप्पा मारीत बसलेल्या होत्या. मी झोपायला जातो आहे असं तिला खुणावूनही ती माझ्याकडे दुर्लक्ष करीत होती. शेवटी मीच उठून खोलीत निघून गेलो. थोड्या वेळाने रंजनाही खोलीत आली. ती गुजराती पद्धतीची उलटी साडी नेसूनच आली. मी तिला जवळ घेत म्हटलं, ''आज हा शृंगाराचा नवीन प्रकार आहे का?'' त्यावर ती हसत म्हणाली, ''मी रंजना नाहीये. मी प्रतिमा आहे.'' क्षणभरात मी तिच्या अंगावरचे हात दूर केले

आणि लगेचच तिला जवळ घेत म्हणालो, ‘‘ठीक आहे, प्रतिमा तर प्रतिमा. रंजनाची हरकत नसेल तर माझीपण हरकत नाहीये. मग आता मला सांग, रंजना कुठे आहे?’’

नेसलेली साडी नि:संकोच दूर करीत प्रतिमा म्हणाली, ‘‘आता मला सांगा, मी प्रतिमा आहे का रंजना?’’ आता मी चक्रावलो होतो. माझ्यासमोर असलेली कोण होती, माझी रंजना का प्रतिमा? मी तशा वेळीसुद्धा बावचळून गेलो. तेव्हा प्रतिमा माझ्याजवळ येत म्हणाली, ‘‘मी प्रतिमाच आहे. रंजनाची प्रतिमा.’’ तुम्ही रंजनाला प्रश्न विचारला होतात, की या घरात प्रत्येक खोलीत आरसा कशाला आहे? त्यावर तिने उत्तर दिलं होतं, की जाता-येता त्या आरशांमध्ये प्रतिबिंब दिसतं. त्यामुळे घरात आणखी कुणाचा तरी वावर आहे असा भास होतो. एकटेपणा दूर होतो. कशी कोणास ठाऊक, पण एके दिवशी ही प्रतिमा खरोखरीच अस्तित्वात आली. खरं म्हणजे आपल्या पहिल्याच भेटीच्या दिवशी. त्या दिवशी रंजना घरी नव्हती आणि तुम्ही अचानक आलात. तुमचा आवाज ऐकून मी दरवाजा उघडला; पण मी प्रतिबिंब असल्याने माझी साडी उलटी होती. ती चूक माझ्या लक्षात आल्यामुळे मी बावचळले होते; पण रंजनासारखी साडी नेसून मी ती चूक सुधारली. त्यानंतर थोड्या वेळाने रंजनापण आली. तिला त्या वेळी याची काहीच कल्पना नव्हती. त्यानंतरही मी वरचेवर प्रत्यक्षात वावरू लागले. रंजना आणि मी खरोखरच गप्पा मारत असू. रखमाला ते कळलं होतं; पण रंजनाच्या आणि माझ्या प्रेमाखातर ती गप्प बसली होती. काही दिवसांनी रखमा गेली. मग मी तिची जागा घेऊन रंजनाच्या अनुपस्थितीत घर सांभाळत होते.

‘‘आतासुद्धा रंजना तुमच्या आईंबरोबर बाहेर गप्पा मारत बसलेली आहे. पाहिजे तर खात्री करून घ्या.’’ मी खोलीचा दरवाजा थोडासा किलकिला करून बाहेरचा कानोसा घेतला. बाहेर आई आणि रंजना खरोखरच गप्पा मारत बसल्या होत्या. आता मला घाम फुटला होता. मी प्रतिमाला हळूच हात लावून पाहिला. ’’घाबरू नका, मी जरी प्रतिमा असले तरी आता खरोखरीची हाडामांसाची स्त्री आहे आणि घाबरू नका. रंजनाला हे सगळं माहीत आहे. तुम्हाला हे कधीतरी कळायला हवंच होतं. समजावून सांगितलं असतं तरी तुमचा विश्वास बसला नसता. म्हणून हा घाट घातला.

‘‘मी रंजनाची प्रतिमा आहे. तुमचं लग्न रंजनाबरोबर झालं आहे. मी तुमच्या संसारामध्ये येणार नाही; पण जर काही कारणाने मी दिसलेच तर तुमचा घोटाळा होऊ नये म्हणून हे सगळे केलं. रंजना आता इतक्यात येईलच. मी माझ्या जागी जाते,’’ असं म्हणून ती आरामाच्या खोलीमधील आरशामध्ये जाऊन लुप्त झाली. मी तिच्याकडे पापणी न हलवता पाहत होतो.

तेवढ्यात पाठीवर थाप पडली. मी दचकून मागे वळलो. माझ्या मागे रंजना उभी होती. तिच्या हातात प्रतिमाने सोडलेली साडी होती. ''आता कळलं? प्रतिमा कोण आहे? कुठे होती? लग्नात वावरली असती तर गोंधळ उडाला असता. मी सांगितलं असतं तरी तुमचाच काय कुणाचाच विश्वास बसला नसता. म्हणून हा खटाटोप, नाटक केलं.'' रंजनाने पुढे होऊन मला हाताला धरून पलंगावर बसवलं. नाही तर मी तसा किती वेळ उभा राहिलो असतो कुणास ठाऊक?

रंजनावर माझा पूर्ण विश्वास आहे. प्रतिमावरही आहे. तिने शब्द दिल्याप्रमाणे माझ्या आणि रंजनाच्या मध्ये प्रतिमा कधीच आलेली नाहीये. रंजनाचं एकटेपण आता संपलेलं आहे. त्यामुळे तिची ती प्रतिमा आता परत येण्याची शक्यता नाहीये.

(अनुराधा, दिवाळी अंक, २०११)

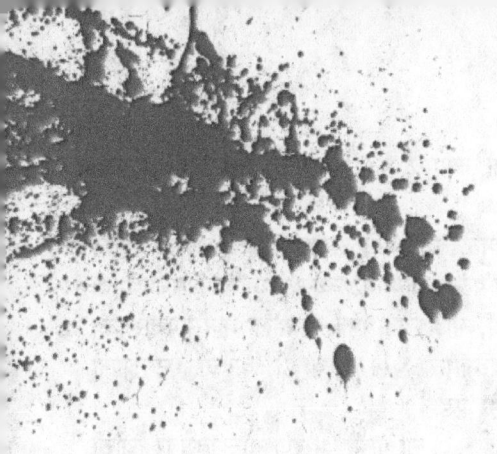

मगरडोह

S.G. चा मला निरोप मिळाला. 'काळे, आज रात्री जरा सवड काढून भेटायला या.' त्याप्रमाणे जेवण वगैरे आटोपून मी त्यांच्याकडे गेलो. ''चला, गच्चीवरच बसू.'' असं म्हणत आम्ही दोघं गच्चीवर गेलो आणि त्यांनी सुरुवात केली, ''काळे, तुम्ही डॉ. कर्वेंना कधी भेटला होतात?''

मला कळेना की कर्वे प्रकरण असं अचानक कसं उपटलं. कर्वे जरी माझा मित्र होता, तरी मुंबई सोडल्यानंतर त्याची आणि माझी भेट एकदाच झाली होती. ती-सुद्धा S.G.च्या उपचारांच्या वेळेसच. त्यानंतर आम्ही कधीच भेटलो नव्हतो. व्यवसायनिवृत्तीनंतर मी मुंबई सोडून डहाणू येथे वास्तव्य करायचं ठरवलं, तेव्हा माझी आणि S.G.ची ओळख झाली. त्यांचं खरं नाव संजय गिते आहे. परिचित त्यांना S.G. या लघु नावाने संबोधतात. त्यांचं मूळ गाव जव्हारजवळील जुनापाडा. लहानपणीच, म्हणजे वयाच्या आठव्या वर्षी ते घरून पळून आले. स्वतःच्या मेहनतीने आज ते डहाणूमधील अनेक संस्थांच्या संचालक मंडळांवर सभासद किंवा अध्यक्ष म्हणून काम करतात. मुलगा त्यांच्या

व्यवसायाचा बराचसा व्याप सांभाळतो. त्यामुळे S.G.ना त्यांची इतर कामे करायला वेळ मिळतो.

दोन-तीन वर्षांपूर्वी काही घटनांमुळे त्यांचं मन अस्वस्थ झालं; कारण म्हटलं तर क्षुल्लक होतं. लहानपणीच घरातून पळून गेल्यामुळे त्यांच्या मनात अपराधीपणाची भावना निर्माण झाली होती. डॉ. कर्वे, माझा एक मित्र, मुंबईला मानसोपचारतज्ज्ञ म्हणून व्यवसाय करतो. माझ्या प्रयत्नांमुळे S.G.ची व डॉ. कर्वेंची भेट झाली आणि S.G. त्या मन:स्थितीतून बाहेर पडले.

आता S.G.च्या घरी कामिनीबाई S.G.ची पत्नी, मुलगा यांच्याबरोबर त्यांची आईसुद्धा राहायला आलेली आहे. त्यांचा भाऊ मात्र जुनापाडा या त्यांच्या गावीच राहून शेतीवाडीचं काम बघतो. सुरुवातीला S.G. डॉ. कर्वेंकडे उपचारांसाठी म्हणून जात होते, हे मला त्यांच्याच बोलण्यावरून कळले होते आणि आज अचानक हा त्यांचा प्रश्न आला.

"काळे, तुम्ही डॉ. कर्वेंना कधी भेटला होतात?" "नाही. इतक्यात तरी आम्ही भेटलेलो नाही. खरं म्हणजे तो तीन वर्षांपूर्वी इकडे आला होता ना, तेव्हाच त्याला शेवटचा भेटलो होतो. माझं मुंबईला जाणं कमीच असतं. गेलो तरी मुद्दाम भेटायला जायला जमलं नाही. तो क्लिनिकवर असतो. अपॉइन्टमेंट ठरलेल्या असतात."

"पण तुम्ही त्याला भेटत असता ना? काय म्हणत होता?" मी विचारलं. तुमचं म्हणणं बरोबर आहे. मुंबईला गेलो की बऱ्याच वेळा त्यांना भेटतो. आता पेशंट म्हणून नाही, तर मित्र म्हणून भेटतो. त्यांच्यामुळेच तर मला माझी आई आणि भाऊ परत मिळाले आहेत. काळे तुमच्यामुळेच हे शक्य झालं. माझ्यापुरते तरी ते नुसते डॉक्टर नाहीत, तर चांगले मित्रही आहेत. त्यांचे माझ्या कुटुंबावर मोठेच उपकार आहेत. सुरुवातीला मीही अपॉइन्टमेंट घेऊनच जात होतो; पण नंतर त्यांनी मला केव्हाही भेटण्याची सवलत दिली आहे. आता आम्ही मित्र या नात्यानेच भेटतो. कधी कधी तुमचाही विषय निघतो. मला तुमचे इतर मित्र माहीत नाहीत किंवा त्यांच्या कुटुंबाबद्दलही माहिती नाही. म्हणूनच मला वाटतं, की डॉक्टरांबद्दल मी तुमच्याशीच मोकळेपणाने बोलू शकेन." S.G.म्हणाले.

"म्हणजे? तुम्हाला काय म्हणायचं आहे? कर्वे काही अडचणीत आहे का? काही व्यसन वगैरे लागलं आहे?" मी काळजीने विचारलं.

"सांगतो. माझी मलाच पूर्ण खात्री नाहीये; पण मला काही संकटाचा वास येतो आहे. काही महिन्यांपूर्वी त्यांच्या क्लिनिकचं रिनोव्हेशनचं काम चालू होतं. नवीन रंगसंगती, प्रकाशयोजना. त्यांच्या बसण्याच्या मागच्याच भिंतीवर एक मोठा निसर्गदृश्याचा वॉलपेपर लावलेला आहे. त्या देखाव्याने पूर्ण भिंत व्यापलेली आहे.

"एका जंगलाचं दृश्य आहे. घनदाट झाडी, एका छोट्याशा टेकडीवजा उंचवट्यामागे दिसणारा धबधबा. त्या धबधब्याकडे टेकडीला वळसा घालून जाणारा एक रस्ता. तर टेकडीवरून जाणारी एक पाऊलवाट. उन्हाचे कवडसे जमिनीवर पडलेले दिसताहेत. त्या दृश्यावर वेगवेगळ्या कोनांमधून प्रकाशझोत टाकलेले आहेत. त्याचं वैशिष्ट्य म्हणजे त्याच्या साहाय्याने त्या दृश्यात वेगवेगळ्या वेळा दाखवता येतात. कधी मध्यान्ह तर कधी धूसर पहाट. अगदी मनोहारी दृश्य दिसतं.

"मी डॉक्टरांना विचारलं तर म्हणाले, तसं झालं आहे खरं; पण ते काही मुद्दाम योजून झालेलं नाहीये. निदान इंटिरिअर केलेल्याने तरी तसं सांगितलं आहे. चित्राची निवड माझीच आहे. प्रकाशयोजना त्याची आहे. त्याचा एक फायदा मात्र मला होतो, तो म्हणजे पेशंटच्या मनोवृत्तीनुसार मी प्रकाशयोजना बदलतो. त्यामुळे पेशंटही मोकळेपणाने बोलतात.''

"अरे व्वाऽऽ! तुम्ही इतकं वर्णन करून सांगता आहात, तेव्हा मलाही ते चित्र पाहायला आवडेल. परत जाणार असाल तेव्हा सांगा. मीही येईन.'' मी माझी उत्सुकता दाखवली.

"काळे, खरं म्हणजे मी तुम्हाला तेच सुचवणार होतो. पुढच्या बुधवारी मी जाणार आहे, तेव्हा येता?'' S.G.नी विचारलं.

मी तसा मोकळाच होतो. कर्वेला पण आश्चर्याचा धक्का द्यावा म्हणून त्याला काहीच कळवलं नाही. बुधवारच्या भेटीत S.G.नी त्यांची मुंबईतील कामं आटोपली आणि मग आम्ही कर्वेच्या क्लिनिकवर गेलो. नेहमीप्रमाणे पेशंटची गर्दी होतीच. रेखाने-रिसेप्शनिस्टने-S.G.ना ओळखून, आम्ही आल्याची वर्दी दिली. थोड्या वेळाने तिने निरोप आणला, "आज जरा वेळ लागेल. थांबायला वेळ आहे, की लवकर परतायचं आहे?''

S.G. नी माझ्याकडे पाहिलं. मी म्हटलं, "तुमची हरकत नसेल तर थांबू या. आज पौर्णिमा आहे. रात्री मस्त चांदणं असेल. ड्राइव्ह करायला मजा येईल. फक्त घरी कळवू या म्हणजे काळजी करणार नाहीत.''

S.G. ना ती कल्पना पटली. त्यांनी मोबाइलवरून लगेचच त्यांच्या आणि माझ्या घरी निरोप दिला. त्यानंतर जरा पाय मोकळे करून येतो, असं रेखाला सांगून आम्ही बाहेर पडलो. एका हॉटेलमध्ये जाऊन थोडा नाश्ता केला, कॉफी घेतली.

"काळे, मी आजचा दिवस का निवडला माहीत आहे? आज पौर्णिमा आहे. मला तो देखावा पौर्णिमेच्या चांदण्यात कसा दिसतो ते पाहायचं आहे.'' S.G.नी प्रस्तावना केली. "अहो, पण पौर्णिमा असली तरी ती बाहेर असेल. त्या ए.सी.रूममध्ये त्याचा काय परिणाम दिसणार आहे? आणि दुसरं म्हणजे तुम्ही म्हणाला होतात की कृत्रिम प्रकाशयोजनेमुळे हवी ती वेळ तेथे निर्माण करता येते म्हणून. मग

त्यासाठी पौर्णिमाच कशाला हवी? अमावास्यासुद्धा चालेल की.'' मी म्हणालो.

''बरोबर आहे, माझी पुढची भेटही अमावास्येलाच ठरवली आहे. तुम्ही येणार आहात? आणि हो! एक महत्त्वाची गोष्ट सांगतो. नीट लक्षात ठेवा. आज पौर्णिमा आहे, हे कर्वेंना चुकूनसुद्धा जाणवू देऊ नका. खरं म्हणजे मी हे तुम्हालाही सांगणार नव्हतो; पण मघाशी तुम्हीच पौर्णिमेचा विषय काढलात म्हणून बजावतो आहे. मला त्या रेखासमोरही हा विषय काढायचा नव्हता. म्हणून तुम्हाला बाहेर काढलं.'' S.G.नी खुलासा केला.

''म्हणजे तुम्हाला काय म्हणायचं आहे? पौर्णिमा-अमावास्येचा त्या देखाव्याशी कसला आला आहे संबंध? S.G.,असल्या गोष्टींवर तुम्हीही विश्वास ठेवता?'' मी विचारलं. ''काळे, हा विश्वासाचा प्रश्न नाहीये तर अनुभवाचा आहे. तुम्ही आताच म्हणाला होतात ना, की पौर्णिमेच्या चांदण्यात फिरायला मस्त वाटेल म्हणून. वातावरणाचा माणसाच्या मनावर थोडा तरी परिणाम होतोच. कितीही म्हटलं तरी संधिकाल मनाला हुरहूर लावतोच, तर पौर्णिमा मनाला उत्साहित करते.

तो देखावा कल्पनातीत खरा वाटतो. म्हणूनच मला काही निरीक्षणं करायची आहेत. तुम्हीही करा; पण मनातल्या मनात त्याची नोंद करा. परतीच्या वाटेवर आपण बोलू. आणि अगदी ताणविरहित वागा. कर्वेंना काही शंकासुद्धा येऊ देऊ नका.'' S.G.नी बजावलं.

खरं म्हणजे, त्यांच्या त्या तसल्या बोलण्यमुळेच मला थोडासा ताण म्हणा वा उत्सुकता म्हणा, जाणवू लागली होती. S.G.ना व्यवसायामुळे व्यवहार आणि घरचे ताण वेगळे करायची सवय झाली होती. मला जड गेलं असतं; पण मी प्रयत्न मात्र करणार होतो.

रात्री आठ-साडेआठच्या सुमारास क्लिनिकवर परतलो. अजून दोन-तीन पेशंट होते. म्हणजे नऊ-साडेनऊ तरी वाजणार होत; पण वाचायला मासिकं होती. समोरच्या टी.व्ही.वर लॉरेल-हार्डी किंवा तत्सम काहीतरी मालिका चालू होती.

''ही डॉक्टरांचीच कल्पना. इथे बसलं की पेशंटचं नुसतं मनोरंजनच नाही तर त्याचं टेन्शनही दूर होतं. मग पेशंट मोकळा होतो. व्यथा विसरतो. नीट बोलतो. 'लॉरेल-हार्डी' किंवा 'टॉम अॅन्ड जेरी' सारखी कार्टून्स इथे सतत चालू असतात.''

S.G.नी खुलासा केला. आमच्या अंदाजाप्रमाणे नऊ वाजून गेलेच होते. माझा ताणही थोडाफार दूर झाला होता. शेवटचा पेशंट गेल्यावर रेखाने आम्हाला आत जायला सांगितलं. मला पाहून कर्वेला आश्चर्यच वाटलं.

''अरे, काळे? आज इकडे कसा काय? रेखाने S.G. आल्याचं सांगितलं; पण तुझ्याबद्दल काही बोलली नाही.'' ''अरे, माझ्याबद्दल काय सांगणार? तुझ्या क्लिनिकवर मी पहिल्यांदाच येतो आहे. तेव्हा ती मला कशी ओळखणार?'' मी म्हणालो.

"S.G. येणारच होते. तुला डहाणूला यायला वेळ मिळत नाही, तेव्हा म्हटलं, आपणच जाऊन भेटू या. बोल! कसं काय चाललं आहे?" मी विचारलं.

"माझं काय? हे असंच, रोज रात्री नऊ-साडेनऊपर्यंत क्लिनिकवर असतो. नंतर घरी. नशीब एवढंच, की इतरांसारख्या इमर्जन्सी केसेस येत नाहीत. त्यामुळे क्लिनिक वेळाव्यतिरिक्त माझा मी राजा. हं! बोला S.G., कसं काय चाललंय धंदापाणी?"

"ठीक आहे. कामासाठी मुंबईला आलो होतो. काळेही बरोबर आले होते, तुम्हाला भेटायला म्हणून थांबलो." S.G.नी खुलासा केला.

"बरं. लवकर जायची घाई नाही ना? का जेवायलाच येतोस घरी? मी घरी कळवतो तसं."

"छेऽऽछे! जेवण वगैरे नको. आताच साडेनऊ वाजले आहेत. परतायला उशीर होईल. परत केव्हातरी कळवून येईन जेवायला." मी खुलासा केला.

"रेखा, जरा कॉफी सांग ना. आणि हे बघ, कॉफी सांगून तू गेलीस तरी चालेल. मी करीन क्लिनिक बंद." रेखाशी बोलून कर्वे इंटरकॉम बंद करीत म्हणाला, "उगाच तिला कशाला ताटकळत ठेवायचं!"

मग कर्वेच्या आणि माझ्या गप्पा सुरू झाल्या. S.G.अधूनमधून भाग घेत होते. गप्पांमधून वेळ काढून मी देखाव्याचं निरीक्षण करत होतो. त्यातही काही गोष्टी मला प्रामुख्याने जाणवल्या. S.G. म्हणत होते त्याप्रमाणे तो देखावा अगदी जिवंत वाटत होता. पार्श्वभूमीवरचा धबधबा केव्हाही सुरू होईल असं वाटत होतं. छाया-प्रकाशाच्या खेळामुळे झुंजूमुंजू वेळ वाटत होती. पायवाटेवर हलकंसं धुक्याचं आवरण वाटत होतं. देखावा बहुतेक (?) लॅमिनेट केलेला असावा; कारण काही भागांवर, विशेषकरून, गवत, पानं वगैरेंवर तकाकी दिसत होती, तर इतर भागावर मॅट फिनिश वाटत होतं. ज्याने तो देखावा तयार केला होता, त्याच्या कलेला मी दाद दिली.

शेवटी मला राहवलं नाही. मी खुर्चीवरून उठलो आणि देखाव्याच्या खालच्या बाजूला एक गवताचं पान होतं, दवाच्या भाराने वाकलं होतं. मी त्याला हळूच बोट लावलं. मला वाटलं, की तो दवबिंदू माझ्या बोटावरच येणार. मी S.G.कडे पाहिलं. S.G.नी मान हलवली; पण त्यांनी त्यांच्या गप्पा चालूच ठेवल्या. त्यानंतर मी धबधब्यावरून हात फिरवला आणि जागेवर येऊन बसलो. कॉफीही येऊन गेली होती. १० वाजून गेले होत, तेव्हा कर्वेचा निरोप घेऊन उठलो. कर्वेही उठला. आम्ही बाहेरच्या खोलीत आलो. कर्वेही आतील दिवे वगैरे बंद करून बाहेर आला.

कर्वे बाहेरचे दिवे बंद करणार एवढ्यात S.G.ना आठवण झाली की ते त्यांचा रुमाल आतच विसरले आहेत. बहुधा खुर्चीखाली पडला असावा. कर्वेची माफी

मागत त्यांनी आतल्या खोलीचा दरवाजा उघडला. मीही दरवाजातून आत डोकावलो. खोलीत संपूर्ण अंधार होता; पण त्या देखाव्यातून मघाशी दिसणाऱ्या सोनेरी-पिवळ्या किरणांऐवजी आता रुपेरी चंद्रप्रकाशाने पायवाट उजळली होती. आणि कुठेतरी धबधब्याच्या आवाजासारखी मंद गाज घुमत होती. S.G.रुमाल घेऊन बाहेर आले. आम्ही सर्व जण बाहेर पडलो. कर्वेनेही क्लिनिक बंद करून किल्ली खिशात ठेवली. कर्वे त्याच्या गाडीने गेला आणि आम्हीही S.G.च्या गाडीने डहाणूकडे निघालो.

"काळे, आपण मुंबईबाहेर पडल्यावर बोलू या. तोपर्यंत रहदारीही खूप असते. शिवाय, तुम्ही जे काही पाहिलं आहे त्यावर नीट विचार करून तुमचं मत द्या." S.G.नी सुचविल्याप्रमाणे मुंबईबाहेर पडून अहमदाबाद मार्गाला लागेपर्यंत मी गप्पच होतो. अनुभव तपासून पाहत होतो.

हायवेला लागल्यावर S.G. मला म्हणाले, "हं, आता बोला!"

मग मी सुरुवात केली. 'S.G., त्या देखाव्यात खरोखरच काहीतरी गूढ असावं असं वाटतं. माझी निरीक्षणं अशी आहेत - एकतर आपण आत असताना दिव्यांच्या प्रकाशात अगदी पहाटेची वेळ स्पष्ट जाणवत होती; पण नंतर अंधारात कोणताच प्रकाश नसताना मात्र मंद चंद्रप्रकाशासारखा पांढराशुभ्र प्रकाश झिरपत होता. खोली एसी असल्यामुळे बाहेरचा प्रकाश आत येणं शक्यच नाही. आणि समजा जरी एखादी उजेडाची तिरीप आत आलीच असती, तरी तिचा परिणाम सबंध देखाव्यावर दिसला नसता."

"खरं आहे. मी रुमाल चुकून विसरलो नव्हतो, तर मुद्दामच खुर्चीखाली पाडला होता. मला अंधारात तो देखावा पाहायचा होता. त्यासाठी मी पौर्णिमेची रात्र मुद्दामच निवडली होती. काळे, एक गोष्ट लक्षात आली का? त्या देखाव्यातील प्रकाशाची आभा त्या टेबलावर आणि खोलीतही पसरली होती, बरं, आणखी काही?" S.G.नी विचारलं.

"दुसरं, मी उठून त्या गवताच्या पात्याला हात लावला तेव्हा मला त्या गवताचा ओलसरपणा प्रत्यक्ष जाणवत होता आणि मला खात्री नाहीये, पण मला वाटतं, जेव्हा आपण परत खोलीत गेलो, तेव्हा तर मला दुरून धबधब्याचा आवाज येत असल्याचा चांगलाच भास झाला." मी सांगितलं.

"नाही. तो भास नव्हता; कारण मीही तो आवाज ऐकलेला आहे. तुम्ही त्या रस्त्यावरून हात नाही का फिरवलात? तो स्पर्शदेखील अनुभवायचा होतात." S.G. म्हणाले.

"नाही. ते मला सुचलंच नाही." मी थोडासा ओशाळून म्हणालो. "हरकत नाही. मी पाहिला आहे. एसीमध्ये थोडीफार धूळ मी समजू शकतो; पण तांबडी माती नाही! खरं म्हणजे, त्याच वेळेला मला ते विचित्र वाटलं होतं. गेले काही

दिवस मी तो देखावा बघतो आहे. मला वाटतं, त्यात थोडा थोडा बदल होतो आहे. सांगण्याइतका नाही; पण जाणवतो मात्र आहे. म्हणूनच मी आजची पौर्णिमेची रात्र निवडली होती. परत पुढच्या अमावास्येलाही भेट देणार आहे. तुम्ही येणार आहात ना?'' S.G. नी विचारलं. माझी जिज्ञासा वाढली होती. मी होकार दिला.

पुढच्या अमावास्येला आम्ही ठरल्याप्रमाणे मुद्दामच उशिरा क्लिनिकवर पोहोचलो. रेखाला सांगून बाहेरच बसलो आणि सगळे पेशंट गेल्यावरच आत शिरलो. कर्वेच्या बोटाला बँडेज बांधलेलं दिसत होतं. ताजंच वाटत होतं. S.G.नी सहज म्हणून चौकशी केली.

''अहो, काय सांगू? क्लिनिक पाच वाजता उघडतं; पण मी जरा लवकरच आलो. खोलीत कसलातरी हलकासा आवाज येत होता. मला वाटतं, त्या देखाव्याच्या भिंतीमागून येतो आहे. म्हणून मी तिथे हात फिरवला. बहुधा एखादा किडा वगैरे असावा. किंवा दुसरं काहीतरी टोचलं असेल; पण बोटाला जखम झाली आणि भळभळा रक्त वाहू लागलं. काही केल्या थांबेचना. तेवढ्यात रेखा आलीच. तिच्या मदतीने रक्तप्रवाह थांबवला. हे बघा ना, या चित्रावर केवढं रक्त सांडलं आहे ते. अगदी चिळकांडी उडाल्यासारखं. खरं म्हणजे बोटाची जखम कितीही मोठी असली तरी अशी चिळकांडी उडत नाही. सगळंच विचित्र वाटतं आहे.

''काळे, तू जरा बघ ना, तिथे खिळा वगैरे काही आहे का,'' कर्वेने खुलासा करीत सुचवलं. S.G.नी माझा हात दाबत मला मागे ओढलं आणि म्हणाले, ''आता कशाला? उद्या सावकाश बघा. पाहिजे तर एखादा सुतार बोलवा. तो देईल ठोकून गरज पडली तर.''

''बरं, मला आणखी एक सांगा. यापूर्वीसुद्धा तुम्हाला अशीच एखादी जखम झाली होती का? म्हणजे असा जोरदार रक्तस्राव होण्याजोगी?''

''हो, झाली होती खरी. साधारण एक महिन्यापूर्वी झाली होती. इथेच, या क्लिनिकमध्येच झाली होती. नक्की तारीखही सांगता येईल.'' टेबलावरच्या कॅलेंडरची पानं उलटत कर्वे म्हणाला, ''हे बघा, या पानावर डाग पडलेला आहे. रक्त थांबवण्याच्या गडबडीत होतो, तेव्हा पानं उलटताना हा डाग पडला.'' ''त्यापूर्वी कधी झाली होती अशी जखम?'' S.G.नी तारखेकडे पाहत विचारलं. ''आता तुम्ही विचारलंत म्हणून आठवलं. गेल्या दोन-तीन महिन्यांपासून कधीतरी, इथे क्लिनिकमध्येच असताना, जखम होते आहे. तीसुद्धा हाताच्या बोटालाच होते; पण यावेळची जखम किंवा रक्तस्राव मोठा होता; पण S.G., हे तुम्ही सगळं का विचारत आहात?'' कर्वेने विचारलं.

''काही नाही. सहजच, पण मला वाटतं जरा काळजी घ्या. असं वारंवार अपघात व रक्तस्राव होणं चांगलं नाही. सेप्टिक वगैरे व्हायचीही भीती असते ना?

बरं, चलतो आम्ही. उशीर झाला आहे.'' S.G. उठत म्हणाले. S.G.ना काय वाटलं कुणास ठाऊक, त्यांनी पण हातातील फाइल टेबलावर ठेवली आणि ते उठून देखाव्याजवळ गेले. हात न लावताच त्यांनी लांबूनच निरीक्षण करायला सुरुवात केली. कर्वेचंही आवरून झालं होतं. उठता उठता तो म्हणाला, ''काय बघता आहात एवढं निरखून? चलायचं ना?''

''होऽऽहो. चला ना. तसं काही खास नाहीये,'' S.G. मागे वळून दरवाजाकडे निघाले. मीही उठलो. कर्वेने दिवे बंद केले. मागच्या वेळेप्रमाणेच क्लिनिकमधून बाहेर पडण्यापूर्वी त्यांना त्यांच्या फायलीची आठवण झाली आणि ते परत खोलीत शिरले. मीही आत डोकावलो. आज त्या देखाव्यातून उजेड दिसत नव्हता, तर अमावास्येचा काळोख जाणवत होता. आम्ही दोघंही एकदमच बाहेर आलो. कर्वे अवघडल्या अवस्थेत बाहेरच्या दरवाजाजवळ उभा होता. बहुधा तो खरोखरच थकलेला असावा. निमूटपणे बाहेर पडून आम्ही आपापल्या मार्गाला लागलो.

''काळे, एक पाहिलंत का, कर्वेच्या बुटाला तांबडी माती लागली होती. खाली कार्पेटवरही लाल मातीचे डाग पडल्यासारखं वाटत होतं.''

''ते दुसऱ्या कोणाच्याही पायाचे असू शकतील.''

''असू शकतीलही; पण ती माती कर्वेच्या बुटालाही लागलेली मी पाहिली आहे. काळे, मला देखाव्यातील पाऊलवाटेच्या मातीचा रंग त्या बुटाच्या मातीशी ताडून पाहायचा होता.''

''मग बघितलात?''

''नाही. एकतर मला तेवढा वेळ मिळाला नाही. आणि दुसरी गोष्ट म्हणजे खोलीत पुरेसा उजेडही नव्हता.'' ''काळे, मला वाटतं, आपण रेखाशी जरा बोलून पाहावं. पुढच्या वेळेला जरा लवकरच येऊ, म्हणजे तिच्याशी जरा विश्वासाने बोलताही येईल.''

S.G.च्या बोलण्याचा अर्थ मला कळत नव्हता. त्यांना असं तर म्हणायचं नव्हतं ना, की कर्वे त्या देखाव्यात प्रत्यक्ष सदेह जाऊन आलेला होता. अगदी हास्यास्पदच कल्पना वाटत होती; पण तसं उघडपणे म्हणण्याचं धाडस होत नव्हतं; कारण तो देखावा नुसताच जिवंत वाटत नव्हता, तर तो जिवंत असावा असं वाटण्याइतके अनुभव माझ्या गाठीशी होते. मागच्या वेळी त्या गवताच्या पात्यावरचा दवबिंदू माझ्या बोटाच्या स्पर्शाने टपकला होता. धबधब्याचा आवाज कानात घुमत होता. धबधब्याजवळ हात फिरवताना त्या हवेतील बाष्पबिंदूंमुळे माझी बोटं दमट झाली होती. पौर्णिमा-अमावस्येचा प्रकाशाचा खेळही मी पाहिला होता. मी काहीच बोललो नाही. पुढच्या पौर्णिमेला आम्ही पाच वाजण्यापूर्वीच क्लिनिकवर पोहोचलो. बाहेरचा दरवाजा उघडाच होता. कर्वेच्या खोलीचा दरवाजाही लोटलेलाच

होता. रेखा बहुधा आत असावी म्हणून आत डोकावलो. आतला देखावा उजळून निघालेला जाणवत होता; पण खोली रिकामी होती. आत जावं न जावं या संभ्रमात असतानाच रेखा मुख्य दारातून आत आली.

"काय कसं काय, आज लवकर आलात? मग आत बसा ना." ती म्हणाली. "डॉक्टर आत नाहीयेत म्हणून बाहेरच बसणार होतो," S.G.नी खुलासा केला. "आत नाहीत? मग दरवाजा कुणी उघडला? दार उघडं दिसलं तेव्हा मला वाटलं, ते लवकर आले असतील. ठीक आहे; पण तुम्ही आत बसायला हरकत नाही. थांबा, जरा दिवे लावून देते." रेखा म्हणाली आणि दिवे लावून आली. "काळे, तुम्ही जरा आत बसा. मी जरा रेखाशी बोलत बसतो." S.G. मला खुणावून म्हणाले. मी आत गेलो.

आत कर्वे उभा होता. मागच्या वेळेचीच पुनरावृत्ती झाली होती. या वेळी जखम तळहातावर होती. भळभळा रक्त वाहत होतं. कर्वे बेसिनच्या नळाखाली हात धरून उभा होता. मला पाहताच म्हणाला, "अरे, काळे तू? बरं झालं, वेळेवर आलास. जरा फ्रीज उघडून आतला बर्फ काढ. हे रक्त थांबतच नाहीये."

मी बाहेर येऊन S.G.ना आत यायची खूण केली. S.G.ना देखील काहीतरी जाणवलं असावं. ते ताबडतोब आत आले. आम्ही दोघांनी मिळून वरती दाबपट्टी बांधून रक्तप्रवाह थांबवला. S.G.नी मला बाहेर जाऊन कॉफीची ऑर्डर द्यायला सांगितली. मला कॉफी नको होती; पण S.G.नी खुलासा केला, "रेखा आताच खोलीतून बाहेर गेली तेव्हा डॉक्टर खोलीत नव्हते. मग आता आत कुठून आले? या प्रश्नाला काय उत्तर द्यायचं? ती गेली तेव्हा ते आले असा खुलासा करता येईल."

मग कर्वेकडे वळत म्हणाले, "हं कर्वे, आता सांगा. कुठे गेला होतात? कशामुळे हाताला जखम झाली?" "मला खरंच काही आठवत नाहीये." कर्वे ओशाळत म्हणाला, "हल्ली अधूनमधून मला या खोलीत एकटंच येऊन बसावंसं वाटतं म्हणून मी आलो. मागच्या वेळेसारखाच काहीतरी आवाज ऐकू आला म्हणून या देखाव्याजवळ गेलो. मग काय झालं, आठवतच नाही.

"जेव्हा भानावर आलो तेव्हा माझ्या हातातून रक्त वाहत होतं. म्हणून बेसिनखाली हात धरला. तेवढ्यात काळे आत आला. त्याने तुम्हाला बोलावलं. बाहेर रेखा अजून आलेली आहे का नाही?"

S.G.नी त्याच्या प्रश्नाकडे दुर्लक्ष करीत त्याला जरा पुढे उजेडात येण्यास सांगितलं. त्याच्या बुटांचं निरीक्षण करीत त्यांनी विचारलं, "कर्वे, कुठे गेला होतात? बुटाला ही माती, गवताची पाती लागलेली दिसताहेत."

कर्वेचं आपल्या बुटांकडे प्रथमच लक्ष गेलं. "अरे, हे केव्हा लागलं? मी तर घरूनच इकडे आलेलो आहे. कुठे उतरलेलो पण नाही."

S.G. उठून बाहेरच्या दरवाजापर्यंत जाऊन आले आणि म्हणाले, "मला कल्पना आहे त्याची. बाहेरून आला असतात, तर बाहेरच्या पायपुसण्यावरही माती असायला पाहिजे होती. तशी ती तिथे नाहीये. तेव्हा तुम्ही बाहेरून ही माती आणली नाहीत हे नक्कीच आहे. तेव्हा नीट आठवा की तुम्ही कुठे गेला होतात.

"कुठे गेला होतात? ठेच लागून पडलात का? तुमच्या शर्टलाही माती लागलेली आहे. हाताला जर खोलीतच जखम झालेली असेल, तर ती टोकदार वस्तू इथेच कुठेतरी असायला हवी. इथे पेपर-कटरशिवाय दुसरी वस्तू दिसत नाहीये. शिवाय, याच्यावर रक्ताचे डागही दिसत नाहीत. कर्वे, नीट आठवा. काय झालं? तुम्ही कुठे गेला होतात?"

"खरंच मला काहीच आठवत नाहीये."

"मी पर्याय सुचवू? बागेत."

"नाही."

"जंगलात."

"नाही. नीट आठवत नाही."

"धबधब्याचा आवाज ऐकू येत होता. तो कुठून येतो आहे, ते पाहायला गेला होतात?"

"नाही. नीट आठवत नाही; पण असेलही."

"तसंच असेल. मंद गाज ऐकू येत होती. मागच्या वेळेसारखीच. त्या चित्रामागच्या भिंतीतून येत आहे असं वाटलं म्हणून भिंतीजवळ गेलो होतो. मागच्या वेळेला तुम्ही आला होतात, तेव्हाही तसंच झालं होतं. काय योगायोग आहे नाही."

"डॉक्टर, हा योगायोग नाहीये. असं काहीतरी होणार याची मला अंधूक शक्यता वाटत होती. ते टाळण्यासाठीच आम्ही आज लवकर आलो होतो. तरीही आम्हाला थोडा उशीरच झाला. असो! पण थोडक्यात निभावलं आहे."

"तुम्ही काय म्हणता आहात? तुम्हाला कसली कल्पना म्हणा वा शक्यता म्हणा वाटत होती?" कर्वेंने विचारलं.

"कर्वे, तुम्ही डॉक्टर आहात. मानसोपचारतज्ज्ञ आहात. तुमच्या मनाचं किंवा भावनांचं विश्लेषण तुम्ही हवं तसं करा; पण माझा अनुभव वेगळा आहे. त्रयस्थाचा आहे. आज इकडे यायचं आम्ही मागच्या वेळेसच ठरवलं होतं. पाहिजे तर काळेंना विचारा. किमान, मागच्या तीन भेटींच्या वेळेस तरी काळे माझ्याबरोबरच आहेत. ते या सर्व घटनांना साक्षी आहेत." बोलता बोलता S.G. त्या देखाव्याजवळ जाऊन उभे राहिले. ते तो देखावा नीट बारकाईने पाहत होते. त्यांच्या नजरेला काहीतरी नक्कीच पडलं असावं. त्यांनी मला खूण करून जवळ बोलावलं.

"हे पाहा," एका ठिकाणी ते बोटाने खूण करून मला म्हणाले. मी पाहिलं. त्या पाऊलवाटेवर काही खुणा दिसत होत्या. चित्राच्या प्रमाणात अगदीच टाचणीच्या टोकाएवढ्या असाव्यात. त्यांनी बोटाने दाखवलेल्या भागापर्यंतच त्या खुणा आलेल्या होत्या. त्यानंतर मात्र दिसत नव्हत्या.

"डॉक्टर, तुमच्याकडे एखादं भिंग आहे का?" S.G.नी विचारलं.

"हो, हे घ्या," कर्वेने टेबलाच्या खणातून एक भिंग काढून दिलं.

S.G. नी त्या भिंगातून परत एकदा त्या खुणा पाहिल्या आणि भिंग माझ्या हातात दिलं. त्या खुणा पाहताच मला धक्का बसला. त्या खुणा बुटाच्या होत्या! मी S.G.कडे पाहिलं. त्यांनी मान हलवली. S.G.च्या इतका वेळ चाललेल्या प्रश्नांचा रोख आता माझ्या ध्यानात आला. कर्वे आज तिथपर्यंत जाऊन आला होता तर. मग परत का आला? त्याला कोणी परत आणलं? रेखाने दिवा लावल्यामुळे तर त्या देखाव्याचा प्रभाव नष्ट झाला नव्हता? म्हणूनच बहुधा कर्वे बाहेर पडू शकला होता. (थोडक्यात, आम्ही पहिल्यांदा आत आलो तेव्हा कर्वे त्या देखाव्यात असावा; म्हणून आम्हाला दिसला नसावा.)

थोडक्यात, दोन गोष्टी संभवतात.

एकतर तो काही कारणाने भानावर येऊन स्वत:च बाहेर आला असावा.

दुसरं म्हणजे त्या शक्तीची मर्यादा संपल्यावर कर्वे आपसूकच तिच्या पकडीतून मुक्त होऊन बाहेर फेकला गेला असावा. म्हणजे स्प्रिंगवरचा ताण संपल्यावर ती वस्तू जशी झटक्याने मागे पूर्वस्थितीला येते, तसं झालं असावं. थोडक्यात, कृत्रिम उजेडात ती शक्ती क्षीण (नष्ट नाही) होत असावी. पहिल्या पर्यायाप्रमाणे जर तो स्वत:हूनच बाहेर पडला असता, तर त्याला ते नक्कीच जाणवलं असतं.

आमच्या हालचालींकडे कर्वे नुसताच बघत होता. त्याला कळत नव्हतं की हे काय चाललं आहे. तेव्हा S.G. पुढे झाले आणि त्यांनी बोलायला सुरुवात केली. "कर्वे, हा धबधब्याचा आवाज, तुमच्या बुटाला लागलेली माती आणि गवत. तुम्हाला काही संबंध जाणवतो का?" कर्वेनी नुसतीच मान हलवली.

"नाही? मग मी सांगतो. तुमचा विश्वास बसो वा न बसो; पण त्याआधी हे भिंग घेऊन या बारीक खुणा नीट तपासा आणि सांगा, कसल्या खुणा आहेत त्या." S.G., कर्वेच्या हातात भिंग देत म्हणाले.

कर्वे भिंगाने त्या खुणा पाहू लागला आणि त्यालाही ते जाणवलं.

"त्या पावलांच्या खुणा आहेत. बुटाच्या आहेत. वाऽऽह, काय बारीकसारीक तपशील चित्रात आला आहे!" कर्वे उद्गारला.

"कर्वे, नीट पाहा. त्या खुणा अर्ध्या रस्त्यापर्यंतच गेलेल्या आहेत. चित्रकाराला जर काही दाखवायचं असेल तर त्याने त्या शेवटपर्यंत काढल्या असत्या, नव्हे का?"

"मग प्रश्न उरतो, की ती व्यक्ती कोठे जात असावी? आणि मग ती मधूनच मागे का फिरली? कर्वे, तुम्हाला काय वाटतं?"

"मला वाटतं, की त्या व्यक्तीला काहीतरी विसरल्याची आठवण झाली असावी, म्हणून परत फिरली असावी किंवा फिरण्याचा कंटाळा आला असेल. किंवा दमली असेल."

"कर्वे, या पाऊलखुणांकडे नीट पहा. ती व्यक्ती दमली किंवा कंटाळली असती, तर ती तिथेच विश्रांतीसाठी बसली असती. शिवाय, परतीच्या खुणाही दिसत नाहीयेत. कोणताही चित्रकार असं दृश्य अर्धवट का सोडेल?"

"पण S.G., हे चित्र नाहीच आहे. हे खरंखुरं छायाचित्रच आहे. निदान तो वॉलपेपरवाला तरी मला तसंच म्हणाला होता. त्याच्याकडचे सर्व देखावे ही खरीखुरी छायाचित्रंच आहेत." कर्वेने खुलासा केला.

"अस्सं? मग मला त्या दुकानाचं नाव द्या. मला त्याला भेटलंच पाहिजे. जमलं तर मीही असा एक देखावा माझ्यासाठी घेईन."

"सऽऽर! तुम्ही केव्हा आलात? मी जरा कॉफी सांगायला खाली गेले होते. आणि हे हाताला काय झालं? परत लागलं की काय?" रेखाच्या स्वरात काळजी होती.

"अगंऽऽ, तू खाली गेली होतीस तेव्हा ते वर आले आणि जखम अगदी किरकोळ आहे. घाबरायचं काही कारण नाही." S.G.नी परस्पर उत्तर दिलं, "जा तू आता."

रेखा गेल्यावर कर्वेने विचारलं, "S.G., एक विचारू? मी इथे केव्हाच आलो होतो. रेखा यायच्या अगोदर. तुम्ही मला तसंच म्हणाला होतात की, रेखा खोलीत आली तेव्हा मी इथे नव्हतो. मग तुम्ही तिला असं का सांगितलंत?"

"खरं आहे. थोड्या वेळापूर्वी रेखा खोलीत येऊन गेली तेव्हा तुम्ही खोलीत नव्हता किंवा तिला दिसला नाहीत आणि आता आहात, याचा खुलासा कसा करणार? शिवाय, मला तुमच्याकडून दोन गोष्टींचा खुलासा हवा आहे :

एक, तुमच्या बुटाला माती व गवत कुठे लागलं?

दोन, हाताला जखम कशामुळे आणि कशी झाली?'

"माझ्यापुरती जरी यांची उत्तरं मला मिळालेली असली, तरी ती मला तुमच्या तोंडून हवी होती. ते जाऊ दे; पण आता मी जे काही सांगणार आहे ते एक मित्र म्हणून ऐका. माझ्या सूचनांचं काटेकोरपणाने पालन करण्यातच तुमचं हित आहे. नाहीतर, आजच्यासारखा जिवाला धोका होऊ शकेल. आज मी आणि काळे जर वेळेवर आलो नसतो, तर? तुमची जखम कोण बांधणार होतं? तेव्हा काही दिवसांसाठीतरी माझं म्हणणं ऐका.

"पहिली गोष्ट, या खोलीत तुम्ही स्वतंत्रपणे किंवा एकटं वावरायचं नाही. दुसरी गोष्ट, खोलीतले दिवे बंद करून तुम्ही कधीही अंधारात वावरायचं नाही. ते काम तुम्ही येण्यापूर्वी किंवा गेल्यावर रेखा करीत जाईल. पाहिजे तर मी रेखाशी याबाबत बोलतो. थोडक्यात, रेखाला लवकर घरी सोडून तुम्ही उशिरापर्यंत पेशंट पाहत बसायचं नाही

"तिसरी गोष्ट,'' खिशातून डायरी काढत S.G. म्हणाले, "किमान पुढच्या २३ तारखेपर्यंत तरी या सूचना पाळायच्याच. शक्य असेल तर क्लिनिक बंद करून गावाला जा; पण जर ते शक्य नसेल, तर या दोन सूचना तरी अवश्य पाळाच. आम्ही २३ तारखेला परत येतोच आहोत. तोपर्यंत तरी काळजी घ्या.''

"S.G., काय आहे ते नीट सांगा. हा काय प्रकार आहे? मी या खोलीत रेखाला दिसलो नाही. बुटाला माती लागली आहे आणि हाताला जखम झाली आहे. यांचा काय संबंध आहे? मी तिला दिसलो नाही म्हणजे मी खोलीत नव्हतो असा थोडाच आहे?'' कर्वे थोडासा वैतागलेलाच होता.

"कर्वे, तुम्हाला खरंच असं वाटतं का, की तुम्ही या खोलीत होतात तरी रेखाला दिसला नाहीत?'' S.G.नी शांतपणे विचारलं. "जाऊ दे. मी आता तरी काही खुलासा करू शकणार नाही; पण आणखी एक महिना तरी तुम्ही काळजी घ्या. खास करून पुढची २३ तारीख आणि त्यानंतर येणारी ९ तारीख.''

"कर्वे, तुमच्या मागील अपघातांच्या तारखा पाहूनच मी या तारखा सुचवत आहे. इतर मधल्या दिवसांबद्दल मला खात्री नाहीये; पण या दिवशी मात्र सांभाळा. यापुढे होऊ शकणाऱ्या जखमा एखादेवेळी यापेक्षाही भयंकर असू शकतील.

"आणि त्या वेळी जर मदत नाही मिळाली तर? विचार करा. शिवाय, याच्या आधीचे अपघातही तुम्हाला याच खोलीत झालेले आहेत. घरी किंवा बाहेर झालेले नाहीयेत. म्हणून बजावतो आहे. या खोलीत कधीच एकटे राहू नका. अंधारात तर मुळीच राहू नका; कारण जखम कशामुळे होते आहे, तेच आपल्याला कळणार नाही. बरं आहे, आता आम्ही निघतो. बाहेर पेशंट बसलेले असतील. रेखाला मात्र तो पत्ता द्यायला सांगा.'' S.G. उठले. त्यांच्यापाठोपाठ मीही उठलो. बाहेर पेशंट वाट पाहत होतेच. एका पेशंटला आत सोडल्यावर रेखा जरा मोकळी झाली. मी तिच्याकडून पत्ता घेतला. S.G.नीही तिला काही सूचना दिल्या.

"अंधारात कुठं काय लागतं ते कळत नाही. म्हणून सरांना काही दिवस तरी अंधारात राहू देऊ नकोस. तूही जास्त वेळ त्या खोलीत एकटी राहू नकोस. नाहीतर आतल्या दिव्याचे बटण बाहेरच का बसवून घेत नाहीस, म्हणजे कुणालाच अंधारात राहायला नको,'' असं सांगून आम्ही तिचा निरोप घेतला.

"काळे, आता पहिल्यांदा त्या चित्रवाल्याकडे जायचं. शक्य झाल्यास त्याच्याकडून मला तो तसला देखावा पाहिजे आहे. उद्या दुपारपर्यंत पौर्णिमा आहे. तो देखावा माझ्या घरात उलगडून लावायचा आहे." असं म्हणत S.G.नी गाडी त्या बाजूला वळवली. डॉ. कर्वेंचा संदर्भ देऊन त्या देखाव्याची मागणी केली. तसेच, तो देखावा त्यांच्या क्लिनिकमध्ये कधी लावला ती तारीखही विचारली. अंदाजाप्रमाणे ती अमावास्येपूर्वीच्या अर्धा दिवस आधीची होती.

S.G.नी त्याच्याकडून त्या चित्राची एक प्रत परतबोलीवर घेतली. त्याच्याकडे ती एकच प्रत शिल्लक होती. इतर देखाव्यांच्या फोटोंचा अल्बमही त्याने दाखवला; पण आम्हाला इतर फोटोंमध्ये रस नव्हता.

डहाणूला पोहोचेपर्यंत उशीर झाला होता. म्हणून मी परस्पर घरी गेलो. देखावा बघण्याची उत्सुकता होतीच. रात्री जेवण झाल्यावर परत S.G.कडे निघालो. बायको म्हणालीसुद्धा, "काय दिवसभरच्या गप्पा पुरे नाही का झाल्या? फार उशीर करू नका. दिवसभर दमणूक झालेली आहे."

एरवी तिलाही 'चल' म्हटले असतं; पण आज शक्य नव्हतं. अगदी तोंडदेखलंसुद्धा म्हटलं नाही. S.G.नी तो देखावा पूर्ण खोलीभर पसरला होता. ते गवताचं पातंही तसंच वाकलेलं दिसलं. मी भीतभीतच हात लावून पाहिला. अगदी साधं चित्र होतं. दृश्यात जिवंतपणा होता; पण 'त्या' कर्वेंच्या खोलीतील चित्रासारखा नव्हता. एखाद्या वेळेस असंही असेल, की 'त्या' देखाव्यासाठी खास प्रकाशयोजना होती, तशी इथे नव्हती. धबधब्याजवळचा गारवाही जाणवेना. तो बहुतेक तिथल्या ए.सी.चा परिणाम असावा. दिवे बंद केल्यावर ते चित्र कोठे आहे ते पण समजेना. थोडक्यात, तो देखावा अगदी सामान्य, इतर चित्रांप्रमाणेच दिसत होता. अगदी उत्कृष्ट छपाई असली तरी 'त्या' चित्रातील जिवंतपणाचं कोणतंच लक्षण या चित्रात नव्हतं. आम्ही ते चित्र गच्चीवर चांदण्यातही पाहिलं; पण तो एक अगदी सर्वसाधारण निर्जीव देखावाच राहिला. मग मी घरी परतलो.

दुसऱ्या दिवशी S.G.चा निरोप आला. S.G.कडे गेलो तेव्हा ते मला जरा अस्वस्थ वाटले. "हं बोला, काल रात्री काही झालं का?"

"तसं काही खास घडलेलं नाहीये; पण आज सकाळी आई खोलीत आली होती. तिने तो देखावा पाहिला आणि मला काळजीच्या स्वरात विचारलं, की मी हे चित्र कोठून आणलं? 'हे चित्र घरात ठेवू नकोस' असं म्हणाली ती." मी तिला हे चित्र एक-दोन दिवसांत परत करायचं आश्वासन दिलं; पण तिचा हेका कायमच होता. तिला हे चित्र घरात नको होतं. पौर्णिमा-अमावास्येला तर नकोच होतं आणि काल तर पौर्णिमा होती. मी विचारलं, "अगं, पौर्णिमा-अमावास्येचा या चित्राशी काय संबंध?" मी हटूनच बसल्यावर तिने खुलासा केला, "हा धबधबा आमच्या

गावाजवळच आहे. त्या पंचक्रोशीत तो 'मगरडोह' म्हणून ओळखला जातो. अमावास्येच्या दिवशी जो त्या बाजूला जातो, त्याला जर दुर्दैवाने काही जखम झालीच, तर मात्र तो माणूस दर पौर्णिमा-अमावास्येला तिकडे जातो. प्रत्येक वेळी जखमी होतो आणि रक्तस्रावाने मृत्युमुखी पडतो. अगदी झिजत झिजत मरतो. असलं अशुभ चित्र या घरात नको.' शेवटी, "आज पौर्णिमा आहे, अमावास्या नाही," असं सांगून ते चित्र घडी करून कपाटात ठेवलं, तेव्हाच तिचं समाधान झालं. मी आजच ते चित्र परत पाठवून देणार आहे." S.G.नी खुलासा केला.

"अहो, पण हे तर साधं चित्र आहे. खरं स्थळ नाहीये." मी सांगितलं.

"ते मला पटलं नाही; पण आईला कोण समजावणार? शिवाय, आपला अनुभव काय सांगतो? काही का असेना, मी तो देखावा आजच परत करणार आहे. येणार आहात?" S.G.नी विचारलं.

जेवण झाल्यावर आम्ही निघालो. दुकानदाराला त्या चित्राबद्दल आणखी माहिती विचारली. त्याच्याच एका हौशी मित्राने हे सर्व देखावे चित्रित केलेले होते. त्यांच्या निगेटिव्ह्जही त्याच्याकडेच होत्या. त्यामुळे बाजारात दुसरीकडे ते देखावे मिळणं शक्यच नव्हतं. बहुधा ते देखावे किती दुर्मिळ आहेत, हे ठसवण्यासाठीच तो हे सर्व आपणहून सांगत होता. S.G.नी त्याच्याकडून तो देखावा आणखी कुणाकुणाला विकला आहे याची माहिती विचारली. त्याने त्याची एकच प्रत त्या अगोदर विकलेली होती. त्यांचं नाव घेऊन आम्ही त्यांच्याकडे निघालो.

श्री. ठक्कर, पैसेवाली असामी होती. त्यांनी त्यांच्या घरात तो देखावा लावलेला होता; पण त्यांनी सांगितलेली हकिगत मात्र विलक्षण धक्कादायक होती. एक महिन्यापूर्वी त्यांच्या नातवाला घरातच अपघात झाला होता. घरातच स्केटिंग करताना तो घसरून पडला आणि त्या चित्रावर आदळला. डाव्या हाताचं हाड मोडलं, डोक्याला खोक पडली. आणि त्या चित्रावर रक्ताचे डाग पडले. ते डाग चित्रावर खराब दिसत होते म्हणून श्री. ठक्कर यांनी ते चित्रच काढून फेकून दिलं होतं.

झाल्या घटनेबद्दल दु:ख व्यक्त करीत मी अपघाताची तारीख विचारली. आणि त्यांचे आभार मानीत आम्ही बाहेर पडलो. गाडीत एक छोटेखानी कॅलेंडर होतं. S.G.नी ती तारीख पडताळून पाहिली. तो दिवस अमावास्येचा होता. त्या दिवशी चित्रावर अपघाताने का होईना, रक्ताचा डाग पडला होता. म्हटलं तर योगायोग होता, पण S.G.च्या आईने सांगितलेल्या हकिगतीबरोबर तो योग जुळून येत होता.

"काळे, उद्या वेळ आहे का?" S.G.चा फोन होता. "जमलं तर त्या 'मगरडोहा'ला भेट देऊ या. सकाळी नाश्ता करून नऊ वाजता निघू. जेवायला परत येऊ."

मी होकार दिला. दुसऱ्या दिवशी ठरल्याप्रमाणे सकाळी निघालो. "S.G,.काही गडबड तर नाही ना होणार?" मी भीतभीत विचारलं.

"काळे, पौर्णिमा-अमावास्या अजून खूप दूर आहेत. शिवाय, धोका नको म्हणूनही मी तुम्हाला बरोबर घेतलं आहे."

"पण मी काय करणार?"

"तुम्हीच कशाला, मीही फार काही करू शकणार नाही हे मला माहीत आहे. निदान आजतरी काही घडण्याची शक्यता वाटत नाहीये. तरीही, पूर्वानुभवावरून दुसरं कोणीतरी बरोबर असलेलं चांगलं, असं वाटतं. शिवाय आपण कोणताही धोका पत्करणार नाही आहोत. मला कुतूहल आहे त्या एका गोष्टीचं. कर्वे त्या देखाव्यात कुठल्या ठिकाणाहून आत शिरले किंवा बाहेर पडले? कारण परतीच्या खुणा दिसत नव्हत्या.

"आणखी एक गोष्ट आपण लक्षात ठेवायची. आपण कोणतंही साहस करायचं नाही; कारण आपलं वय आता साहस करण्याजोगं राहिलेलं नाही. सुदैवाने अजून सर्व शारीरिक व मानसिक संवेदना मात्र शाबूत आहेत. कोणतीही संशयास्पद गोष्ट किंवा संवेदना जाणवली, तर ती त्याने दुसऱ्यास लगेच सांगायची. संकोचाने गप्प बसायचं नाही. बघू, जमलं तर एखादा स्थानिक माणूस बरोबर वाटाड्या म्हणून घेऊ." S.G.च्या म्हणण्याला मी फक्त मान डोलवत होतो. 'मगरडोह' S.G.च्या गावाच्या उत्तरेला होता. त्यांना तो भाग पुसटसा आठवत होता, असं म्हणण्यापेक्षा, त्या भागात न जाण्याचा सल्ला मोठी माणसं देत असत. त्या काळी बहुतेक मुलं मोठ्यांच्या आज्ञेबाहेर सहसा जात नसत. 'मगरडोहा'कडे जायला कोणीच तयार नव्हतं; पण रस्ता सापडला. त्या रस्त्यावर पाटी लावलेली होती. जुनी होती, पण वाचता येण्याच्या अवस्थेत होती

'धोक्याचे अपघाती स्थळ.'

खाली काही सूचना दिसत होत्या. 'धबधब्याजवळ जाऊ नये. स्नान करू नये. वनस्पती विषारी असल्यामुळे हात लावू नये. जखमा होण्यापासून बचाव करावा.' इ.इ. आम्ही पाटी वाचून झाल्यावर गाडी तशीच थोडी पुढे नेली 'मगरडोह' हे खरोखरच रम्य ठिकाण होतं. ते एवढं घातक असेल यावर कोणाचाच विश्वास बसणं शक्य नव्हतं. आम्हाला धोका पत्करायचा नव्हता. म्हणून गाडीने जेवढं पुढे जाता येईल तेवढंच पुढे गेलो आणि परत मागे फिरलो; पण ती पायवाट मात्र दिसली नाही. बहुधा ती आडरस्त्याला असावी आणि आम्हाला तर रस्ता सोडायचा नव्हता. आम्ही परतीच्या वाटेला लागलो. ती पाटी ओलांडली, तेवढ्यात विरुद्ध बाजूने एक मोटार आम्हाला ओलांडून मगरडोहाकडे जाताना दिसली.

"काळे, ती बघा कर्वेची गाडी," S.G. म्हणाले आणि क्षणाचाही विलंब न लावता त्यांनी आपली गाडी मागे वळवली. त्यांचा होरा खराच होता. त्या गाडीत कर्वेच होता. त्या धोकादर्शक पाटीजवळ उभा राहून तो ती पाटी वाचत होता.

''जरा थांबून बघू या का, तो काय करतो ते,'' मी सुचवलं. ''नको. मला वाटतं, त्यांना थांबवावं; कारण या भागात त्यांचा पाठलाग करणं आपल्याला जमणार नाही. एखाद्या वेळेस ते आपल्याला गुंगाराही देतील; कारण आपल्याला हा भाग संपूर्ण अपरिचित असा आहे, तर त्यांना तो माहीत असण्याची शक्यता आहे.'' एवढं बोलणं होईपर्यंत कर्वे मोटारीतून उतरून गाडी लॉक करून पायी निघण्याच्या तयारीत होता.

''अरे कर्वेऽऽ,'' मी हाक मारली. कर्वे वळून आमच्याकडे पाहत म्हणाला, ''अरे, काळे? तुम्ही दोघंही इकडेच आला आहात?''

''पण तू कसा काय इकडे आलास?'' मी विचारलं.

'अरे, काय सांगू? आज कोणाच्या तरी बारशाचा समारंभ आहे. म्हणून बायको सकाळपासूनच तिकडे गेली आहे. मुलगाही म्हणाला, मी मित्राकडे जातो म्हणून मग घरात एकटाच बसून काय करू? विचार केला आणि इकडे निघालो. नाहीतरी, तू बोलावत होतासच. वहिनी म्हणाल्या, तू S.G.कडे गेला आहेस. S.G..च्या घरा कळलं की तुम्ही दोघंही बाहेर गेला आहात, जेवणाच्या वेळेपर्यंत परतणार आहात. थोडा वेळ इकडे-तिकडे काढून जेवणाच्या वेळेपर्यंत पोहोचावं म्हणून या बाजूला वळलो.''

''पण तुम्ही कसे काय इकडेच आलात?'' कर्वेने विचारलं.

''आम्ही मुद्दामच आलो होतो, हा मगरडोह पाहायला. परतीच्या वाटेवर तुमची गाडी दिसली म्हणून परत फिरलो.''S.G. म्हणाले.

''कर्वे, मला एक सांगा, तुम्ही याच भागात कसे काय आलात? हे ठिकाण तुम्हाला कोणी सुचवलं? रस्ता कोणी सांगितला?''

''नाही, मला कोणीच काही सुचवलं नाही. वाटेत गावाच्या नावाची पाटी दिसली. मला आठवलं, ते तुमचंच गाव आहे. म्हटलं बघू या तरी, ते गाव कसं आहे! पण बहुधा रस्ता चुकलो. ते गाव कुठेच लागलं नाही.''

''बरं झालं तुम्ही माझी गाडी बघितलीत आणि परत फिरलात. चला, तो मगरडोह तरी पाहून येऊ. म्हणजे तुमचं बघून झालं असेलच. मग मला गाइड करा.'' कर्वे माझा हात ओढत निघाला. मी S.G.कडे पाहिलं. त्यांनी फक्त खांदे उडवले.

''चला, मेन रोडनेच जाऊ या.'' थोडं पुढे गेल्यावर धबधब्याचा आवाज ऐकू येऊ लागला. ''अरे! धबधबा जवळच आहे तर,'' कर्वे म्हणाला. ''जवळच म्हणजे या टेकडीच्या पलीकडेच तर आहे. वळसा घालून पुढे गेलो की दिसेलच,'' S.G. नी माहिती दिली.

''काळे, इकडून चला ना. जरा शॉर्टकट असेल. टेकडीवरूनसुद्धा दिसेल,'' कर्वे बाजूच्या वाटेकडे निर्देश करीत म्हणाला.

"कर्वे, उगाच धोका पत्करू नकोस. ही जागा आपल्याला अपरिचित आहे. म्हणून मुख्य रस्ता सोडून भटकायचं नाही. दुसरं, यापूर्वीच तुला जखमा झालेल्या आहेत. इथल्या वनस्पती विषारी असल्याचं लिहिलेलं आहे. तेव्हा नको.'' मी विरोध केला.

"काही होत नाहीये रे. चल, आज जरा मोकळेपणा मिळाला आहे. भूकही चांगली लागेल. चुकण्याची भीती वाटत असली तर स्काउटप्रमाणे झाडांवर खुणा करत जाऊं या.'' कर्वे हट्टाने म्हणाला. त्याने खिशातून एक डायरी काढली आणि त्यातलं एक एक पान फाडत झाडांच्या फांद्यांवर खूण म्हणून खोचायला सुरुवात केली. सुरुवातीला थोडा कमी असणारा वेग वाढला. कर्वे आता सराईतपणे वाट काढत चालला होता.

"कर्वे, तुम्ही कधी या बाजूला आला होतात?'' S.G.नी विचारलं.

"नाही. कधीच नाही. एवढंच काय, पण मगरडोह हे नावही पूर्वी कधी ऐकलेलं आठवत नाही; पण आता मात्र वाटतं, की ही वाट ओळखीची असावी. नाहीतर कुठेतरी वाचलेली वर्णनं असावीत. काही वेळा मनातील सुप्त गोष्टी केव्हातरी वर येतात.'' कर्वेचा मानसोपचारतज्ज्ञ विश्लेषण करीत म्हणाला.

कागद टोचता टोचता कर्वे एका झाडाजवळ थबकला. क्षणभरच त्याची नजर त्याच्या जखमी हाताकडे वळली. त्या झाडाची फांदी मोडलेली होती आणि त्या तुटलेल्या टोकावर वाळलेल्या रक्ताचे डाग दिसत होते. S.G.च्याही लक्षात ही गोष्ट आली. आणि ते ओरडले, "कर्वे, थांबा.

"तुमच्या मेंदूला जरा ताण द्या. ही जागा तुम्हाला नक्की आठवते आहे. तुमच्या हाताला झालेली जखम आठवा. त्या दिवशी आम्ही तुमच्या क्लिनिकवर आलो होतो, तेव्हा तुमच्या बुटाला लागलेली माती आणि गवत आठवा. तसंच गवत आणि माती इथेही आहे. नीट आठवा.''

कर्वे गोंधळला होता. S.G. म्हणत होते त्यात थोडंफार तथ्य असावं, असं वाटत होतं; पण या जखमेचा, गवताचा आणि मातीचा इथे काय संबंध होता? तो तसं म्हणालासुद्धा. "मी यापूर्वी इथे कधीच आलेलो नाहीये. आता प्रथमच तुमच्याबरोबर येतो आहे आणि ती जखम क्लिनिकमध्ये झालेली होती.''

"आठवा कर्वे, नीट आठवा.'' असं S.G. पुनःपुन्हा सांगत होते. शेवटी त्यांनी तो नाद सोडला आणि म्हणाले, "ठीक आहे; पण कर्वे माझं एक म्हणणं मात्र ऐकाच. आज आपण इथूनच परत फिरू या. तुम्हाला आणखी जखम होणं इष्ट नाहीये. पुढच्या वेळी पाहिजे तर परत एकदा आपण सगळे परत येऊ; पण आता मात्र आणखी पुढे जायचं नाही.

"काळे, तुम्ही त्यांचा तो हात धरा. मी हा हात धरतो. आपण आता परत

फिरायचं आहे.'' S.G. निग्रहाने म्हणाले. कर्वेचाही आता नाइलाज झाला.

परतीच्या वाटेवर मी कर्वेच्या गाडीतून निघालो. S.G. कर्वेला एकटं सोडायला तयार नव्हते. संध्याकाळी पाच वाजता आम्हाला त्यांच्या घरी यायला सांगून आमच्या गाड्या निघाल्या. S.G.ची गाडी थोडा वेळ आमच्यामागे येत होती. ती मध्येच केव्हातरी नाहीशी झाली.

परतीच्या वाटेवर कर्वेनी मला विचारलं, ''काय रे! हे S.G. असे विचित्र का वागत आणि बोलत होते?'' मी काय उत्तर देणार होतो? मी त्याला फक्त एवढंच सांगितलं, की त्या मगरडोहाबद्दल त्यांच्या गावात काही विचित्र दंतकथा आहेत. पाच वाजता ठरल्याप्रमाणे आम्ही S.G.च्या घरी गेलो, S.G. तोपर्यंत तरी घरी आले नव्हते. उशीर झाला तरी डॉक्टरांना बसवून घ्या, असा S.G.नी निरोप ठेवला होता. कामिनीबाईंना-S.G.च्या पत्नींना-कर्वे पूर्वी भेटलेले होतेच. त्यामुळे आदरातिथ्यामध्ये उणीव नव्हती; पण S.G.च्या आईना मात्र कर्वे प्रथमच भेटत होते. निघण्यासाठी कर्वेची चुळबुळ चालू होती; पण S.G.च्या निरोपामुळे थांबला होता. चहापाण्याबरोबर गप्पा रंगल्या. S.G.च्या आईने कर्वेला मुंबईला काय करता, इकडे कसं काय येणं झालं वगैरे विचारलंच. बोलता बोलता मगरडोहाचा उल्लेख झाला, त्याबरोबर मात्र त्या दचकल्या.

''डॉक्टर, एक विचारू का? तुम्हाला त्या मगरडोहाबद्दल कुणी सांगितलं? संजयने तर नाही? मी त्याला बजावलं होतं, की ते चित्र घरात ठेवू नकोस म्हणून.''

''नाही आई, त्यांनी नाही काही सांगितलं; पण तुम्ही कुठल्या चित्राबद्दल बोलत होतात?'' कर्वेने विचारलं.

''त्याच मगरडोहाच्या चित्राबद्दल. त्यानेच ते कुठूनतरी आणलं होतं. पौर्णिमा होती त्या दिवशी. मी त्याला सांगितलं, की तसलं अपशकुनी चित्र आपल्या घरात नको म्हणून. काळेही आले होते ना त्या दिवशी. दोन वेळा आले होते,'' आईंनी खुलासा केला. ''काळे, हा काय प्रकार आहे? मगरडोहाचं चित्र S.G.नी घरी आणलं होतं. कुठून मिळालं ते चित्र? तुम्हीपण मघाशी त्या डोहाच्या दंतकथांबद्दल बोलत होतात. इंटरेस्टिंग आहे सगळं.

''आईऽऽ, मला सांगा ना मगरडोहाच्या चित्रामध्ये एवढं घाबरण्यासारखं काय होतं? मला तर मोठं रम्य ठिकाण वाटलं ते.'' कर्वेने विचारलं.

''जाऊ दे रे, कर्वे. काहीतरी दंतकथा आहेत. स्थानिक लोकांच्या मनात त्या घोळतच असतात.'' मी खुलासा केला.

''बरं आई, S.G. येईपर्यंत सांगा ना, त्या मगरडोहाला एवढ्या का घाबरत आहात?'' कर्वेने आग्रहच धरला. ''सांगते. तो डोह आमच्या गावाच्या हद्दीबाहेर आहे. त्याच्याबद्दल असे म्हणतात, की पौर्णिमा-अमावास्येला जर कोणी दुर्दैवी

जीव त्या बाजूला गेलाच, तर तो माणूस जखमी होतो आणि जर त्याला जखम झाली, तर तो दर पौर्णिमा-अमावास्येला त्या डोहाकडे खेचला जातो. प्रत्येक वेळी जखमी होतो आणि जर वेळेवर मदत मिळाली नाही, तर रक्तस्त्रावाने मृत्युमुखीही पडतो. सुदैवाने जर वेळेवर मदत मिळाली, तर त्या वेळेपुरता तो वाचतो; पण पौर्णिमा-अमावस्येची ओढ कायम राहते.

''म्हणजे, माझ्या हयातीत तरी मी तसं झाल्याचं पाहिलेलं किंवा ऐकलेलं नाही; पण आमच्या पंचक्रोशीत तरी त्या भागात कुणी जात नाही. काही वेळेला सहलीसाठी मुलं-माणसं येतात. त्यांच्यातही असं काही झाल्याचं ऐकिवात नाही.

''पण मी म्हणते, विषाची परीक्षा घ्या कशाला? ते अमंगल चित्रही आपल्या घरात नको आणि पौर्णिमा-अमावास्येला तर नकोच नको.'' आईंनी ठामपणे म्हटलं.

''काळे, तुला हे सगळे माहीत होतं?'' कर्वेने विचारलं.

मी मान डोलावली.

''तरी तुम्ही दोघंही तिकडे मुद्दाम गेला होतात.''

''हो S.G. म्हणाले होते, पौर्णिमा-अमावास्या अजून खूप दूर आहे. इतर दिवशी तो डोह म्हणे अगदी सामान्य असतो. म्हणजे धोकादायक नसतो. नशिबाने हे ठिकाण तेवढं प्रसिद्ध नाहीये. त्यामुळे सहलीसाठी म्हणून क्वचितच लोक येतात आणि बहुधा ते पौर्णिमा-अमावास्येचे दिवस सोडून आले असावेत; पण तुझ्या बाबतीत S.G.ना धोका पत्करायचा नव्हता, म्हणून त्यांनी तुला त्या भागातून बाहेर काढलं.'' मी खुलासा केला.

कर्वे काही विचारणार, तेवढ्यात S.G. आलेच.

''येऽ रे संजू. हे डॉक्टर आणि काळे केव्हाचे इथे बसलेले आहेत. तू त्यांना मगरडोहाजवळ भेटला होतास, असं ते म्हणाले. मग इतका वेळ तू कुठे होतास?'' आईंनी विचारलं.

''मी असाच आपल्या घरी जाऊन आलो.'' S.G.नी खुलासा केला, ''विजय वगैरे ठीक आहेत.'' ''हं बसा आता तुम्ही बोलत. यांचा चहा झालेला आहे. तुझा व्हायचा असेल,'' असं म्हणून त्या आत गेल्या.

''कामिनी, चहा जरा वरती गच्चीवर पाठवून दे ना. चला डॉक्टर, आपण गच्चीवरच बसू. तुम्ही पुढे व्हा. मी जरा तोंड धुऊन येतोच,'' S.G. म्हणाले.

आम्ही गच्चीवर गेलो. S.G.पण थोड्या वेळाने आलेच. आल्याआल्याच त्यांनी सुरुवात केली. ''हं डॉक्टर, आईबरोबर मगरडोहाची चर्चा झाली का?''

''हो, त्यांनी सांगितली आणि काळेंनीही सांगितली; पण एक गोष्ट मला कळली नाही. काळे म्हणाला, की तुम्हाला माझ्याबद्दल धोका पत्करायचा नव्हता. म्हणून तुम्ही घाईघाईने बाहेर काढलंत. धोका मलाच का होता? तुम्हाला नव्हता?''

कर्वेने प्रश्न विचारला.

"सांगतो, ऐका."

"कर्वे, तुमच्या क्लिनिकमध्ये तुम्ही लावलेला देखावा या मगरडोहाचाच आहे. आज आपण ज्या वाटेवरून टेकडी चढत होतो, ती वाट आठवा. मी तुम्हाला सारखी आठवण करून देत होतो. आठवाऽऽ आठवाऽऽ, असं सांगत होतो. ती वाट तुम्ही स्वप्नात बघितली आहे, असं तुम्हाला वाटत होतं. प्रत्यक्षात ती वाट त्या देखाव्यातलीच आहे. पाहिजे तर उद्या त्याची खात्री करून घ्या.

"ज्या ठिकाणी त्या तुटलेल्या फांदीजवळ आपण थांबलो होतो, त्या फांदीवर रक्ताचे डाग होते. कर्वे, हा माझा जरी अंदाज असला, तरी मला खात्री आहे, ते रक्त तुमचंच असणार. तुमच्या हाताला त्या दिवशी झालेली जखम त्या फांदीचे टोक हातात घुसल्यामुळेच झालेली असावी; कारण पेपर-कटर सोडल्यास दुसरी कोणतीच टोकदार वस्तू तुमच्या क्लिनिकमध्ये दिसली नाही. त्या पेपरकटरवरही रक्ताचे डाग दिसले नव्हते. एवढंच नव्हे, तर त्या पाऊलवाटेवर तुमच्या बुटांचे ठसे उमटलेलेही आपण बघितलेले आहेत."

"S.G., तुम्ही म्हणता आहात त्या गोष्टीमध्ये थोडंफार साम्य आहे, हे मी मानतो; पण एक गोष्ट लक्षात घ्या. त्या चित्रात ती पाऊलवाट स्पष्ट दिसते आहे. प्रत्यक्षात तशी कोणतीही वाट किंवा रस्ता आपल्याला प्रत्यक्षात दिसलेलाच नाहीये. तसा रस्ता असता, तर आपण त्या रस्त्यानेच गेलो असतो. खुणा करत आडमार्गाने कशाला गेलो असतो?" कर्वेने मुद्दा मांडला.

"मुद्दा बरोबर आहे; पण मला असं वाटतं, की ज्या वेळेस त्या स्थळाचं छायाचित्र काढलं, त्या वेळेला ती पाऊलवाट असावी. नंतर पावसाळ्यात त्यावर झाडं, गवत उगवल्याने ती झाकली गेली असावी. म्हणून तर तुमच्या बुटाला नुसती मातीच नाही, तर गवताची पातीही चिकटलेली होती.

"काळेंना विचारा, तुमच्या खोलीतील देखाव्याच्या गवताच्या पात्याची ओल त्यांनी अनुभवलेली आहे." S.G. नी खुलासा केला. मी मान डोलावली.

"तुमच्या जखमांच्या नोंदी पडताळून पाहा. त्या जखमा फक्त पौर्णिमा-अमावास्येलाच झालेल्या आहेत. प्रत्येक वेळेला तुमच्या रक्ताचा स्पर्श त्या देखाव्याला झालेला आहे. या योगायोगाच्या गोष्टी वाटत नाहीत. म्हणूनच मी तुम्हाला पुढच्या पौर्णिमा-अमावास्येच्या तारखांना जपा; किमान त्या देखाव्याच्या संपर्कात तरी येऊ नका म्हणून सांगितलं आहे.

"आता तुम्ही विचारलेला दुसरा प्रश्न. हा धोका फक्त तुम्हालाच का? मला किंवा काळेंना का नाही?

"काही गोष्टी तर्काद्वारे सिद्ध करता येत नाहीत, पण अनुभवता येतात.

योगायोगाने म्हणा वा दुर्दैवाने म्हणा, आपल्या तिघांपैकी तुमचंच रक्त त्या देखाव्याला लागलेलं आहे. सुदैवाने आम्ही अजूनतरी त्या जाळ्यात सापडलेलो नाही आहोत. "आम्हीच कशाला, खुद्द रेखालासुद्धा आम्हाला पौर्णिमा-अमावस्येला जाणवणारा फरक जाणवत नसावा, असं वाटतं.

"दुसरी गोष्ट म्हणजे, आता तुम्ही पुढची पायरीही ओलांडलेली आहे. तुमचे संबंध फक्त देखाव्यापुरतेच आता सीमित राहिलेले नसून प्रत्यक्ष स्थळापर्यंत जवळ आलेले आहेत. म्हणूनच मला वाटतं, की तुम्ही यापुढे खूपच काळजी घेतली पाहिजे. खासकरून पौर्णिमा-अमावास्येला."

"S.G., काहीतरी तर्कवितर्कांने मला घाबरवून सोडू नका. आजपर्यंत कितीतरी जणांनी तो देखावा पाहिलेला असेल. कारागिरांनी तो लावला आहे. वायरमनने काम केलं आहे. त्यांना का नाही त्रास झाला? रेखा तर रोजच त्या खोलीत जाते."

कर्वेने उत्तर दिलं.

"रेखाबद्दल मी मघाशी म्हणालोच आहे. इतरांच्या बाबतीतही एक तर्क चालतो. क्लिनिकमधील देखाव्याचं, विजेचं सर्व काम अमावास्येपूर्वीच पुरं झालं होतं. त्या डीलरनेच मला काम पुरं केल्याची तारीख दिलेली आहे.

"दुसरी गोष्ट म्हणजे बोलाफुलाला गाठ किंवा योगायोगाची गोष्ट असेल ती म्हणजे कोणत्यातरी पौर्णिमा-अमावास्येला तुम्हाला झालेल्या जखमेचा, रक्ताचा संपर्क त्या चित्राशी झाला असेल, अगदी कळत-नकळतही झाला असेल.

"आणि जेव्हा कुठलीच बुद्धी, तर्क किंवा कारणमीमांसा लागू पडत नाही. तेव्हा आपण सर्व जण ज्या शब्दांचा आसरा घेतो तो 'प्राक्तन' हा शब्द. तिथे कर्वेच का? S.G. किंवा काळे का नाहीत? या प्रश्नांची उत्तरं संपतात.

"कर्वे, एक गोष्ट लक्षात घ्या. आईने सांगितलेली 'दंतकथा' आणि प्रत्यक्ष अनुभवात खूपच साम्य आहे, तेव्हा विषाची परीक्षा पाहू नका.

"आणखी एक गोष्ट सांगतो. त्या डीलरकडे चौकशी करा हवी तर; पण त्याने तुमच्याव्यतिरिक्त हा देखावा आणखी एका गृहस्थांना विकलेला आहे. श्री. ठक्कर त्यांचं नाव. त्यांना मी भेटलेलो आहे. देखावा लावल्यानंतर पहिल्याच अमावास्येला त्यांचा नातू घरातच स्केटिंग करताना घसरला. खोक पडली आणि त्याच्या रक्ताचे डाग त्या देखाव्यावर पडले. ठक्कर श्रीमंत आहेत. त्यांनी ते डाग खराब दिसतात म्हणून तो सबंध देखावाच काढून, फाडून टाकला आहे. तुम्हाला पत्ता देतो. पाहिजे तर तुम्ही स्वतःच चौकशी करा.

"आता शेवटचा मुद्दा. मी याच भागातला. तरीसुद्धा आम्हाला चौकशी करत करत मगरडोहाकडे जावं लागलं; पण तुम्ही मात्र विनासायास कोणालाही न विचारता त्या स्थळी अचूक पोहोचलात. मुख्य रस्ता सोडून ती आडवाट घेतलीत.

हे सगळं अतर्क्य नाही वाटत?''

S.G.च्या या लांबलचक भाषणामुळे असेल किंवा त्यांचे मुद्दे पटल्यामुळे असेल, कर्वे गप्प राहिला. तोपर्यंत चहाही आला होता. चहा घेताना कुणीच काही बोललं नाही. शेवटी S.G.नीच तोंड उघडलं.

''कर्वे, तुम्हाला माझं बोलणं पटलेलं दिसत नाहीये. तरीही एक गोष्ट मान्य करावीच लागेल, की यापुढे अशा होणाऱ्या अपघाती जखमांपासून सावध राहावंच लागेल; कारण वेळेवर मदत मिळाली नाही, तर जिवाला धोका निर्माण होऊ शकतो. तेव्हा, तेवढं तरी माझं ऐकाच.''

कर्वे काहीच बोलला नाही, त्याने फक्त आपल्या हातावरच्या जखमेकडे पाहिलं आणि मग सावकाश मान हलवली. त्याचा अर्थ 'हो' किंवा 'नाही', काहीही होऊ शकला असता. कर्वे गेल्यावर मी S.G.ना विचारलं, ''S.G., तुम्हाला काय वाटतं? कर्वेचा या सगळ्यांवर विश्वास बसला असेल?''

''काळे, आज तरी कर्वे द्विधा मन:स्थितीत असावेत. दंतकथेवर विश्वास ठेवणं त्यांच्या बुद्धीला पटत नाहीये. मला वाटतं, पुढच्या २३ तारखेपर्यंत तरी डॉक्टरांना आणखी काही पुरावे दाखवावे लागतील. तो धोका आपण पत्करलाच पाहिजे.

''मी उद्याच रेखाला फोन करून २३ तारखेच्या अपॉइन्टमेंटची माहिती घेतो.''

''ती कशाला?'' मी विचारलं.

''काळे, मला कोणताच धोका पत्करायचा नाहीये. आज डॉक्टरांचा मगरडोहाशी प्रत्यक्ष संबंध आलेला आहे. न जाणो, पुढच्या पौर्णिमेला डॉक्टर सगळ्या अपॉइन्टमेंट रद्द करून तडक इकडेच येतील. तसं झालं तर त्यांना इथेच गाठावं लागेल. नाहीतर आपल्याला त्यांच्या क्लिनिकवर जावं लागेल,'' S.G.नी खुलासा केला.

''S.G., पण यातून सुटण्याचा काहीच उपाय नाही का? शाप असतो तिथे उ:शाप असणारच.'' मी म्हणालो.

''बरोबर आहे. खरं म्हणजे मी त्याचाच शोध घेत दिवसभर गावात हिंडत होतो. गेल्या कित्येक वर्षांत काहीच न घडल्याने, गावातील लोकांना त्याची फारशी माहिती नाही; पण बाजूच्या गावात एक वृद्ध व्यक्ती भेटली. मांत्रिक काम करणाऱ्यांपैकीच आहे. त्याने तोडगा सांगितला आहे. नेहमीसारखाच एक कोंबडा उतरवून टाकून मगरडोहात बळी द्यायचा.''

पण मला नाही वाटत की डॉक्टर असल्या गोष्टींना तयार होतील. त्यापेक्षा मला दुसरा मार्ग सुचतो आहे.

''मी ठक्करांना भेटणार आहे. त्यांनी त्या अपघातानंतर तो देखावा फाडून टाकला आहे. त्यांच्या नातवाला नंतर काही जखमा होत आहेत किंवा नाही, याचा तपास घेणार आहे. सुदैवाने जर झाल्या नसतील तर क्लिनिकमधील देखावा फाडून

टाकणे हा एकच मार्ग आपल्यासमोर उरतो, त्यासाठी डॉक्टरांचा रोष पत्करावा लागला तरी चालेल.''

पुढच्या २३ तारखेपर्यंत तरी काहीच करण्यासारखं नव्हतं. म्हणजे मी तरी काही केलं नाही. S.G.ची धावपळ चालूच होती. २३ तारखेला दुपारी १.४० वाजता पौर्णिमा चालू होणार होती. त्यापूर्वी आम्ही कर्वेच्या खोलीत जाऊन बसणार होतो. त्यांनी रेखाशी अगोदरच बोलून ठेवलं होतं. तिने आम्हाला १२.३० वाजताच खोली उघडून देण्याचं कबूल केलं होतं; कारण कर्वे एकनंतर केव्हाही येण्याची शक्यता होती. मुंबईच्या प्रवासात मी S.G.ना माझ्या मनातील शंका विचारली.

''समजा, त्या दिवशी तुम्ही म्हणाला होता, की कर्वे एखादे वेळेस सर्व अपॉइन्टमेंट रद्द करून प्रत्यक्ष मगरडोहावर जाईल. तसं झालं तर आपण बसू क्लिनिकवर आणि तो जाईल तिकडे मगरडोहावर.''

''मी त्याचा बंदोबस्त केलेला आहे. एका खासगी कंपनीला २३-२४ या दोन्ही दिवशी संपूर्ण ४८ तास कर्वेना सुरक्षा पुरवायला सांगितलेली आहे. डॉक्टर त्या मगरडोडाकडे जातील याचीही कल्पना दिलेली आहे. त्यांची माणसं आज-उद्या दोन दिवस त्यांच्या मागेमागे असतील आणि गरज पडलीच, तर त्यांना जबरदस्तीने उचलून घेऊन येतील.

''मला कोणताही धोका पत्करायचा नाहीये. डॉक्टरांचे माझ्यावर खूप मोठे उपकार आहेत. त्याचबरोबर, मला त्या मगरडोहाचं रहस्यही सोडवायचं आहे; कारण आज डॉक्टर त्याचे बळी झालेले आहेत. उद्या दुसरा कोणीतरी असेल. निघण्यापूर्वी मी त्या कंपनीची माणसं डॉक्टरांच्या मागावर असल्याची खात्री करून घेतलेली आहे. डॉक्टर अजूनपर्यंत तरी मुंबईतच आहेत.'' S.G.नी खुलासा केला.

ठरल्याप्रमाणे रेखा भेटली. कर्वेने कोणत्याच अपॉइन्टमेंट रद्द केलेल्या नव्हत्या. नंतरही जर तो वेळेवर आलाच नाही, तर मात्र रेखाने घरी फोन करून, खात्री करून मगच आम्हाला खोलीत येऊन कळवायचं होतं; कारण आता आम्ही बाहेर येणार नव्हतो. अंधारात आम्ही खुर्च्यांवर बसलो होतो. तसा एक छोटासा टॉर्च बरोबर होता; पण त्याचा उपयोग करण्याची सध्या तरी गरज नव्हती. शिवाय S.G.नी एक व्हिडिओ कॅमेराही बरोबर घेतला होता. अगदी मंद प्रकाशातसुद्धा स्पष्ट चित्रण करणारा तो कॅमेरा होता. १.४० वाजल्यानंतर काहीतरी बदल जाणवू लागला. दिवे बंद असूनसुद्धा देखावा हळूहळू उजळू लागला होता. दुपार असल्याने, उन्हाची किरणं वरच्या दिशेने येत होती. धबधब्याची गाजही ऐकू येऊ लागली. हळूहळू तो प्रकाश खोलीत परावर्तित होऊ लागला. ते पाहून S.G.म्हणाले, ''काळे, उठा. आपण आता त्या कोपऱ्यात, आडोशाला बसू या. डॉक्टर आलेच

तर समोरच नको आणि बसून घेऊ या. उभे राहून उगाच पाय मात्र दुखायला लागतील. त्यांचं म्हणणं बरोबर होतं; कारण किती वेळ उभं राहावं लागलं असतं, कुणास ठाऊक. माझ्या मनात परत तोच विचार आला. कर्वे परस्पर मगरडोहाकडे गेला तर? त्याने कंपनीच्या माणसांना गुंगारा दिला तर? मला वाटलं, की मी तिथे राहायला पाहिजे होतं आणि S.G.नी इथे क्लिनिकवर यायचं होतं. अंधारात नुसती प्रतीक्षा करणं किती अवघड असतं, ते आता मला कळलं. आपले जवान किंवा डिटेक्टिव्ह कसं काम करत असतील, कोण जाणे. अधूनमधून हातातल्या घड्याळाची तबकडी उजळून वेळ बघत होतो. साधारण तीन वाजण्याच्या सुमाराला बाहेरच्या दरवाजाचा आवाज ऐकला.

S.G.नी हात दाबून मला खूण केली. आम्ही उभे राहिलो आणि S.G.नी त्यांचा कॅमेरा चालू केला. कर्वे आत आला. इकडे-तिकडे न बघता किंवा दिवाही न लावता, तो सरळ देखाव्याच्या दिशेने गेला. उजळलेल्या देखाव्याच्या पार्श्वभूमीवर त्याची आकृती दिसत होती. कर्वेने त्या धबधब्याजवळ जाऊन त्यावरून हळुवारपणे हात फिरवला. त्याच वेळी एखादा जादूचा प्रयोग पाहावा, तसाच कर्वे क्षणार्धात नाहीसा झाला. मला वाटलं, की तो खाली पडला की काय? पण तसं झालं असतं, तर आवाज झाला असता. S.G.ची प्रतिक्रिया काय होती ते अंधारामुळे दिसलं नाही; परंतु S.G.नी माझा हात धरला आणि आम्ही देखाव्याजवळ आलो. मला राहवले नाही. मी टेबलाखाली वाकून पाहिलं. तिथे कर्वे नव्हताच. मी दिवा लावू का म्हणून विचारलं तर 'इतक्यात नको' म्हणाले. ते तो देखावा नीट पाहत होते. काय पाहत होते, कुणास ठाऊक. त्यांचं चित्रीकरण चालूच होतं.

थोड्याच वेळात त्यांना अपेक्षित असं काहीसं दिसलं आणि ते उत्तेजित स्वरात म्हणाले, ''काळे, इकडे या. ते पाहा.'' त्यांनी त्या पाऊलवाटेवर बोट रोखलं होतं. त्या पाऊलवाटेवर एक अंगुष्ठमात्र आकृती दिसत होती. ती पूर्वी तेथे नव्हती, पण ती हळूहळू पुढे पुढे सरकत मात्र होती. मी S.G.कडे अपेक्षेने पाहिलं. त्यांनी मान डोलावली आणि परत निरीक्षणात आणि चित्रीकरणात व्यस्त झाले.

ती आकृती मागच्या वेळी दिसलेल्या पाऊलखुणांपर्यंत पोहोचली आणि मग मात्र S.G. म्हणाले, ''काळे, सगळे दिवे लावा, पटापट लावा.'' पण त्यांची नजर मात्र देखाव्यावरून हलली नव्हती. मी सगळे दिवे लावले. ए.सी.चं बटण चालू करायला वळलो. तेवढ्यात काहीतरी धडपडल्याचा आवाज झाला. S.G. देखावा पाहत होते आणि कर्वे त्यांच्या मागेच प्रकट झाला होता. S.G.ची नजर गोंधळली होती. कर्वे त्या चित्रांतून कुठून बाहेर पाहतो, ते त्यांना पाहायचं होतं; पण ते त्यांना जमलं नव्हतं. बाहेर येण्याचा मार्ग बहुधा S.G.ची पाठ असलेल्या भागातील असावा.

''अरे, तुम्ही इकडे कसे?'' गोंधळलेल्या कर्वेने विचारलं.

''डॉक्टर, मीपण तुम्हाला हाच प्रश्न विचारतो आहे. क्लिनिक उघडायला अजून दोन-तीन तास असताना, तुम्ही इथे काय करत आहात?''

''काय म्हणजे, माझं क्लिनिक आहे. मला काही वाचन करायचं होतं म्हणून लवकर आलो; पण तुम्ही आत कसे आलात?''

मी एकदा सांगणार होतो की रेखाने उघडून दिलं म्हणून; पण S.G. म्हणाले, ''कसे म्हणजे? मागच्या भेटीतच तुम्हाला म्हणालो होतो, की आम्ही दोघंही आज येणार होतो म्हणून त्याप्रमाणे आलो. दरवाजा उघडा दिसला म्हणून आत शिरलो. आता मला माझ्या प्रश्नाचं उत्तर द्या. त्यापूर्वी एक सांगा, तुम्हाला आज कुठे काही जखम वगैरे झालेली नाहीये ना?

''कारण, मागच्या वेळेसारखीच यावेळीही तुमच्या बुटाला माती लागलेली आहे.''

कर्वेचा गोंधळ अजून दूर झालेला नव्हता. पण S.G.त्याचा गोंधळ दूर करण्यासाठी म्हणाले, ''डॉक्टर, तुम्ही आता मगरडोहाला भेट देऊन आला आहात, म्हणून ही माती तुमच्या बुटांना लागलेली आहे.''

''काहीतरीच काय? मगरडोहाला जाऊन यायला पाच-सहा तास तरी लागतील. आणि पाहिजे तर घरी फोन करून विचारा. मी दोन वाजेपर्यंत तरी घरीच हातो.'' कर्वे उत्तरला.

''मला कल्पना आहे, की तुमचा विश्वास बसणार नाही; पण हे व्हिडिओ चित्रण पाहा. आत्ताच केलेलं आहे. तारीख, वेळ नीट तपासा.'' असं म्हणत त्यांनी ते चित्रण रिवाइंड करून कर्वेला परत दाखवलं. तरी त्याचा विश्वास बसेना, शेवटी S.G.नी तो प्रयोग परत करायचा घाट घातला. कर्वेला त्यांनी त्या देखाव्यापासून लांब उभं केलं आणि म्हणाले, ''डॉक्टर, मी आता सर्व दिवे बंद करून या खोलीत संपूर्ण काळोख करणार आहे. तेव्हा तो देखावा नीट पाहा.''

सर्व दिवे बंद करताच, त्या अंधारातही तो देखावा प्रकाशाने उजळून निघाला. ''डॉक्टर, पाहिलंत. खोलीतले, देखाव्याचेसुद्धा सगळे दिवे बंद आहेत. तरी देखाव्यात भर दुपारचे उन्हाचे कवडसे दिसत आहेत.''

पाच मिनिटांनंतर S.G.नी परत सगळे दिवे लावले. ''आता मी तुम्हाला सांगतो. अगदी थोड्या वेळापूर्वीच तुम्ही त्या चित्रात होता. या चित्रणात तुमची आकृती जाणवण्याइतकी मोठी दिसत नाहीये; पण या काळ्यांनीही ती तुमची आकृती, त्या देखाव्यातून पुढे सरकताना पाहिलेली आहे.''

कर्वे तसाच सुन्न होऊन बसला होता. थोड्या वेळाने तोच म्हणाला, ''तुम्ही दोघं म्हणता तेव्हा ते खरं असेलही; कारण खुद्द मलातरी काहीच आठवत नाहीये. पण आता मी काय करायला पाहिजे? या सगळ्यातून माझी सुटका होणारच नाही का?

म्हणजे मग तुमच्या आईंनी सांगितल्याप्रमाणे माझा शेवट मगरडोहातच होणार होता.''

"कर्वे, धीर सोडू नका. काहीतरी उपाय असणारच. निदान आपण प्रयत्न करणारच आहोत.

मागच्या वेळेस म्हटल्याप्रमाणे मी त्या ठक्करांकडे जाऊन आलो. त्यांनी त्यांच्या नातवाच्या अपघातानंतर तो देखावा फाडून टाकला होता. सुदैवाने, त्यानंतर त्या घरात काही दुर्घटना घडलेली नाहीये. त्यामुळे तुम्हाला त्या ठिकाणी खेचून नेणारे माध्यम तूर्तास तरी नष्ट होईल. दुर्दैवाने तुम्ही त्या ठिकाणाला प्रत्यक्षच भेट दिलेली आहे. आई म्हणते त्याप्रमाणे, यापुढेसुद्धा तुम्ही त्या ठिकाणाला पौर्णिमा-अमावास्येस भेट देण्याची शक्यता नाकारता येणार नाही. तेव्हा दर पौर्णिमा-अमावास्येला तुम्हाला त्या ठिकाणी पोहोचता येणार नाही, इतक्या दूर राहायला जाण्याचा परिपाठ ठेवा. पाहिजे तर, त्या दिवशी क्लिनिकला सुट्टी द्या. जिवापेक्षा पैसा मोठा नाही.

"तिसरी आणि तितकीच महत्त्वाची गोष्ट, जी फक्त तुम्हीच करू शकाल. तुम्ही जसं इतरांना सांगता तसं स्वसंमोहनाने हा प्रकार मनातून विसरून जाण्याचा प्रयत्न करा. जर काही कारणामुळे तुम्हाला जमणार नसेल, तर दुसऱ्या समव्यावसायिकाची मदत घ्या

"त्या मगरडोहाची पाशवी शक्ती जरी काही कारणांनी परत जागृत झालेली असली, तरीसुद्धा ती अजून क्षीण आहे, अशी आशा करायला वाव आहे; कारण कृत्रिम प्रकाशात त्या मगरडोहाची शक्ती लुप्त होते आणि तुम्ही त्या देखाव्यातून बाहेर पडता. निदान माझा तरी असा अनुभव आहे.'' S.G. बोलायचे थांबले; पण कर्वेकडून काहीच प्रतिक्रिया दिसत नव्हती. म्हणून मीच पुढे सुरुवात केली, "कर्वे, मलासुद्धा दुसरा कोणताच उपाय दिसत नाहीये. हा देखावा काढून टाक. पाहिजे तर दुसरा कुठलातरी लाव, पण हा नको.''

कर्वेने अनिच्छेने मान डोलावली. मग मात्र मी आणि S.G. त्या देखाव्यावर तुटून पडलो. सगळा देखावा फाडून, ओरबाडून काढला. अगदी बारीकसारीक तुकडेसुद्धा ब्लेडने खरवडून काढले. एकदा मनात आलं होतं, की सगळे दिवे बंद करून परत एकदा भिंत पाहावी. न जाणो, त्या चित्राचा अदृश्य ठसा त्या भिंतीवर उमटला असेलही; पण S.Gनी सूचना केली, "काळे, खाली जा आणि कुठूनही जाड, पांढराशुभ्र कागद किंवा कापड, जे मिळेल ते घेऊन या. फेव्हिकोलचा डबाही आणा. ही भिंत आता विद्रूप दिसते आहे. संध्याकाळी डॉक्टरांचे पेशंट येतील, त्यापूर्वी ही भिंत ठीक झाली पाहिजे.''

मी जवळपासच्या दुकानातून मिळतील तेवढे पांढरे कागद आणि फेव्हिकोलचा डबा घेऊन आलो. रेखा येण्यापूर्वीच सगळी खोली साफ झालेली होती. S.G.नी

देखाव्याचे सगळे तुकडे नीट गोळा करून पिशवीत भरले. एक कपटासुद्धा शिल्लक राहू दिला नाही.

"डॉक्टर, तुम्ही ठीक आहात ना? नाहीतर आज विश्रांती घ्या. आम्ही निघतो. रेखाही बाहेर आलेली आहे."

कर्वेचा निरोप घेऊन आम्ही निघालो.

"S.G., कर्वेनी आजच्या दिवशी विश्रांती घेतली असती तर बरं झालं असतं, नाही?" मी म्हणालो.

"नाही. मन कामात गुंतलेलं असलं म्हणजेच ठीक असतं. मी रेखाला त्यांच्यावर लक्ष ठेवायला सांगितलेलं आहे.

"शिवाय, आज आणि उद्या ते सुरक्षारक्षकही त्यांच्यावर नजर ठेवून असणार आहेतच. असो. आता पुढचा मोहरा तो चित्र विकणारा डीलर." S.G नी उत्तर दिलं आणि गाडी तिकडे वळवली.

S.G.नी त्याच्याकडून, त्या चित्राची त्याच्याकडे असलेली एकुलती एक प्रत तर विकत घेतलीच; पण त्याच्याकडची त्या देखाव्याची निगेटिव्हही कॉपीराइटसह विकत घेतली. तो व्यवहार झाल्यानंतरच आम्ही बाहेर पडलो. परतीच्या प्रवासात माझ्या मनातले विचार ओळखून ते म्हणाले,

"काळे, हा कर्वेच्या खोलीतला देखावा, डीलरकडची प्रत आणि निगेटिव्ह मी उद्या-परवा जाळून टाकणार आहे. ही विषवल्ली नाश पावलीच पाहिजे."

"पण कर्वे जर मगरडोहावर प्रत्यक्षच गेला तर?" मी शंका विचारली.

"ते कसं टाळायचं याच्या सूचना मी त्यांना दिलेल्याच आहेत. बघू, त्यांचं ते कितपत पालन करतात ते. त्यातूनही जास्तीची दक्षता म्हणून पुढील काही दिवस तरी मी नेमलेली सुरक्षाव्यवस्था पौर्णिमा-अमावास्येला कार्यरत राहील, अशी व्यवस्था केली आहे." S.G.नी खुलासा केला. दोन दिवसांनंतर त्यांनी ते सर्व कागद जाळून टाकले. पौर्णिमा नसल्याने त्या चित्राचा व मगरडोहाचा संपर्क तुटला होता, असं त्यांनी सांगितलं. नंतर ती राख त्यांनी एका कोळ्याच्या होडीतून जाऊन, दूरवर समुद्रात विखरून टाकली होती.

त्या ठिकाणाचे सागरी प्रवाह ती राख दूरवर घेऊन जाणार होते. एवढं झाल्यावर, आम्ही दोघंच परत एकदा मगरडोहावर गेलो होतो आणि त्या धोका-निदर्शक फलकावर मोठ्या अक्षरांत आणखी एक ओळ लिहून टाकली-

'छायाचित्रणास सक्त मनाई आहे.'

(कथाश्री, दिवाळी अंक, २००९)

■

हॉटेल पहेली

'पहेली' उण्यापुऱ्या २२ खोल्यांचं हॉटेल होतं. अमोल पालेकरांच्या 'पहेली' सिनेमाने ऑस्करच्या निवडीसाठी बाजी मारली आणि मारवाडमधील ते लोकेशन टूरिस्ट स्पॉट बनलं. त्या वाळवंटामध्ये उभं असलेलं ते 'भुताची वस्ती' असलेलं झाड, तो तलाव, ती धर्मशाळा खरं म्हणजे कित्येक वर्षं तसंच उभं होतं. योगायोगाने अमोल पालेकरांना ते लोकेशन त्यांच्या 'पहेली' सिनेमासाठी योग्य वाटलं. त्यामुळे ते ठिकाण काही दिवस तरी शूटिंगच्या निमित्ताने गजबजून गेलं होतं; पण शूटिंग संपलं आणि परत तीच शांतता तिथे नांदू लागली. पालेकरांचा 'पहेली' सिनेमा पडद्यावर झळकला. तरीही ते ठिकाण मात्र तसंच दुर्लक्षित राहिलं; पण 'पहेली' ऑस्करसाठी पाठवला जाणार या बातमीने इतर कुणाच्या जरी नाही तरी राघव मांडकेच्या डोक्यात मात्र विचारचक्र सुरू झालं.

राघव एक व्यावसायिक होता. मुंबईमध्ये त्याची दोन हॉटेल्स होती. काहीतरी नवीन करण्याची ऊर्मी होती. त्या ऊर्मीनेच त्याला कल्पना दिली. खरंच जर त्या स्पॉटलाच

एखादं हॉटेल काढलं तर? मनात विचार आला आणि त्याने ताबडतोब माहिती जमवायला सुरुवात केली. एकदा माहिती मिळाल्यावर स्वस्थ न बसता त्याने गाडी काढली आणि तो त्या लोकेशनवर थेट पोचलासुद्धा. बऱ्याच वेळा कॅमेऱ्याने टिपलेली दृश्यं किंवा अगदी चेहरेसुद्धा, प्रत्यक्षात तेवढेच रमणीय असतातच असं नाही.

सुप्रसिद्ध दिग्दर्शक बासू भट्टाचार्यांनीच त्यांच्या एका मुलाखतीमध्ये सांगितलेली ही हकिगत आहे. त्यांचा एक सिनेमा 'तुम्हारा कल्लू' अप्रतिम छायाचित्रणासाठी प्रसिद्ध आहे. मूळ सिनेमा, कथा, दिग्दर्शनही उत्कृष्टच आहे. तो सिनेमा पाहून प्रभावित झालेल्या काही जणांनी त्यांच्याकडे त्याच्या लोकेशनबद्दल चौकशी केली होती. त्यांनीही मोठ्या मनाने ती माहिती पुरवली. ते लोक त्या स्थळी जाऊन आले; पण निराश होऊन त्यांनी बासूदांना म्हटलं, ''जर तुम्हाला सांगायचं नव्हतं तर तसं स्पष्ट का बोलला नाहीत? आम्ही त्या ठिकाणी जाऊन आलो. अगदीच सामान्य ठिकाण आहे.'' त्यांच्या बोलण्यावर बासूदा फक्त एवढंच म्हणाले, ''त्यांचं दुर्दैव, त्यांच्याकडे कॅमेऱ्याचा डोळाच नाहीये.''

सुदैवाने राघव मांडकेच्या बाबतीत मात्र तसं काही झालं नाही. त्याला ते ठिकाण आवडलं. जरा आडबाजूला होतं हे खरं. तरीही परतीच्या वाटेवर त्याचा त्याच ठिकाणी हॉटेल काढण्याचा विचार पक्का झाला होता. संपूर्ण रूपरेषा त्याच्या मनात पक्की झाली होती. सुरुवातीला साधं रेस्टॉरन्ट चालू केलं होतं.

त्यानंतर त्याने काही सहल आयोजकांना गाठलं. त्या जागी सहल काढण्याची कल्पना किती अभिनव आहे हे त्यांना पटवूनही दिलं. थोडीशी आडवाट करण्यासाठी येणाऱ्या खर्चातील काही वाटा देखील उचलण्याचं त्याने आमिष दाखवलं.

अशाप्रकारे मग तिथे पर्यटकांचा राबता हळूहळू सुरू झाला. सुरुवातीच्या काळात थोडीफार झीज सोसून उत्तम खानपान सेवा, बाथरूम्स उपलब्ध करून दिल्या. थोड्याच दिवसांत राजस्थान, मारवाड सहलींमध्ये हॉटेल 'पहेली'च्या शूटिंगचा स्पॉट अनिवार्य व्हायला लागला. रेस्टॉरन्ट उत्तम धंदा करीत असतानाच 'हॉटेल पहेली' या २२ खोल्यांच्या हॉटेलची इमारत उभी राहत होती. मारवाडी पद्धतीचं स्थापत्य, खोल्यांची अंतर्गत सजावट, मारवाडी पद्धतीचे पारंपरिक पदार्थ आणि तसाच पोशाख करून वावरणारा सेवक वर्ग. त्याचबरोबर आणखी एक धाडसी निर्णय त्याने राबवला होता. हॉटेलातील सेवक वर्ग नुसताच मारवाडी पोशाखात नव्हता, तर कटाक्षाने तो स्थानिक बोलीतच बोलत असे. हे सगळं

वातावरण निर्माण करण्यात राघव मांडके चांगलाच यशस्वी झाला होता. हॉटेल 'पहेली'चं गारूड पर्यटकांवर पसरत चाललं होतं. तिथे राहून गेलेले पर्यटक, हॉटेल 'पहेली'च्या मुक्कामाचा आवर्जून उल्लेख करीत असत. त्यातही गाजत होता तो 'पहेली'मधला शूटिंगचा 'लाइव्ह शो.' अगदी राणी मुखर्जी जरी नाही तरी बऱ्यापैकी साम्य असलेली एक तरुणी ते काम करीत असे. डायरेक्टर महाशय खुर्चीवर बसून सूचना देत असत. कॅमेरामन शूटिंग करीत असे. ते बाहुल्या लटकणारं भुतांचा वास असलेलं झाड, तो तलाव, ती धर्मशाळा सगळं अगदी खरंखुरं. त्यामध्ये कृत्रिमता नव्हतीच. टेक-रिटेक करीत सगळं नाटक उत्तम वठत असे.

अगदी खरंखुरं शूटिंग पाहण्याचा अनुभव पर्यटकांना मिळत असे. काही जणांना मॉब सीनमध्ये उभे राहण्याचा चान्सही मिळत असे. त्यांच्यासाठी ते पोशाख भाड्याने मिळण्याची सोयही होती. एकतर शूटिंग पाहण्याचा अनुभव, त्याचबरोबर आपली छबी पडद्यावर पाहण्याची उत्सुकता, या कल्पनेमुळेच तो लाइव्ह शो खूपच प्रसिद्ध होत होता. त्यातच भर म्हणून त्या शूटिंगचा एक शो रात्री त्यांच्या छोट्या प्रेक्षागृहातही होत असे. अगदी खऱ्या थिएटरसारख्याच तुम्हाला तुमच्या सीट प्लॅनमधूनच निवडण्याची सोयही होती. फक्त त्या शोला वेगळं तिकीट मात्र नव्हतं. शो संपल्यावर ज्यांना पाहिजे त्यांना त्याची टेप मिळत असे. त्यात त्यांचे पोळ्या लाटण्याचे, हुक्का पिण्याचे यासारखे शॉट्सही असत. पर्यटक त्या शॉटसाठी तशा टेप्स घेतही असत. हॉटेल 'पहेली'ची जाहिरातही त्यामुळे त्यांच्या मित्रमंडळीत होत असे.

थोडक्यात, राघव मांडकेचा धंदा उत्तम चालला होता. त्या दिवशी राघव खूपच पहाटे उठून बाहेर आला होता. हॉटेलमधील पर्यटक अजून झोपेतच होते. नोकराला बाहेरच चहा आणायला सांगून तो मैदानात आला. काल तिथेच शूटिंगचं नाटक रंगलं होतं. कधी लहर आली तर राघव देखील त्या नाटकात डायरेक्टरचं काम करीत असे. तर कधी पर्यटकांमध्येच उभा राहून त्यांच्या प्रतिक्रियांचा अंदाज घेत राही.

कधीकधी म्हणायचं कारण म्हणजे त्याचा मुंबईला व्यवसाय होताच. त्याच्याकडेही लक्ष देणं भाग होतं; पण जेव्हा 'पहेली'वर येई आणि जरा मूड असलाच तर डायरेक्टरच्या खुर्चीवर बसत असे; पण काल तो पर्यटकांमध्येच उभा होता. त्याच्या शेजारी एक मुलगी आणि तिची मैत्रीण उभ्या होत्या. तिला 'तो' निळा पक्षी बघायचा होता. तिची मैत्रीण तिला तो झाडात लपलेला पक्षी दाखवत होती; पण तिला तो दिसत नव्हता. मागे-पुढे वाकून बघताना तिचा

तोल गेला आणि तिचा पाय राघवच्या पायावर पडला. राघवने तिला सावरलं आणि का कुणास ठाऊक त्याच्या दिलामध्ये 'कुछ कुछ' झाल्यासारखं वाटलं. त्यानंतर मात्र राघवने तिच्या शेजारच्या खुर्चीचं रिझर्व्हेशन मिळविलं. त्या निळ्या पक्ष्याचा प्रवेश झाला. इकडून तिकडे उडत नायिकेचा पाठलाग करू लागला. तेव्हा ती म्हणाली, 'अरे! ये तो सुबह नही देखा था।' राघवने तिला समजावलं की तो स्पेशल इफेक्ट आहे. प्रत्यक्षात तो पक्षी खोटा असल्याने उडू शकत नाही; पण जर ती उद्या सकाळी तलावावर आली, तर तो तिला तिथला तसाच दुसरा पक्षीही दाखवू शकेल.

राघव बाहेर येऊन डायरेक्टरच्या खुर्चीवर बसला होता. एकदा त्याच्या मनात आलं की तिला बोलावणं पाठवावं; पण मन मात्र त्याला दुजोरा देत नव्हतं. 'जर तिला काही वाटत असेल तर तीच येईल,' त्याचं मन सांगत होतं. राघव काही अगदी आमिर खान किंवा देव आनंद नव्हता; पण बऱ्यापैकी आकर्षक रूपसंपदा त्याला मिळाली होती. व्यवसायामध्ये मिळालेल्या यशामुळे चेहऱ्यावर आत्मविश्वास दिसत होता.

यापूर्वी पण एकदोघींनी तिथल्या मर्यादित वास्तव्यात त्याच्या जवळ यायचा प्रयत्न केला होता; पण राघवनेच प्रतिसाद दिला नव्हता; पण आता बाजू उलटली होती. राघवलाच तिचा सहवास हवाहवासा वाटत होता. तिचा कसा काय प्रतिसाद मिळेल याबद्दल मात्र त्याच्या मनात शंका येत होती. नोकराने आणून दिलेला चहा त्याने संपवला. आणखी थोडा वेळ वाट पाहून उठावं, या उद्देशाने त्याने डोळे मिटून खुर्चीवर मागे मान टाकली. उठण्यासाठी राघवने डोळे उघडले. एकदा शेवटची नजर म्हणून त्याची दृष्टी तलावाकडे वळली. आणि तो ताड्कन उडालाच. ती खरोखरच तलावाच्या पायऱ्या उतरत होती. तिचं त्याच्याकडे लक्ष नव्हतं. तरीसुद्धा आपल्या हालचालीत अधीरता दिसणार नाही इतपत घाईघाईने त्याने तलावाकडे चालायला सुरुवात केली. त्याने परत एकदा खात्री करून घेतली.

होय, 'ती' तीच होती.

"हॅलोऽऽ मिस..." राघवने काठावरून तिला साद घातली. तिने थांबून मागे वळून पाहिलं. राघवच आहे हे बघून छानसं हसली. राघवला जणू मोगऱ्याची फुलं उधळल्यासारखं वाटलं.

"ओहऽऽ आप है । जाग गये? मैं जब आयी तब आप सो रहे थे । इसीलिए नहीं जगाया ।"

"अरे । नहीं तो! अभी अभी तो दिनकी शुरुआत है । ऐसा ही आँख बंद

करके बैठा था ।'' राघवने खुलासा केला.

''क्या सोचते थे? मैं आऊँगी या नहीं?'' तिने खट्याळपणे विचारलं.

''हाँ! वैसाही समझो।'' राघव मुत्सद्दीपणाने म्हणाला. ''चलिए, मैं आपको तालाब का पंछी बताता हूँ ।''

तो पक्षी एका कोनाड्यात बसवलेला होता. तारेच्या साहाय्याने तो वरती उचलला जात असे. राघवने तिला सर्व रचना सविस्तर समजावून दिली. पुढे बोलण्यासाठी मग काहीच न सुचल्याने तो गप्प झाला. तेव्हा तिनेच विचारलं, ''अभी उपर चले?''

''चले, लेकिन अभी तक हमने एक दुसरे का नाम भी नहीं जाना है । मेरा नाम राघव मांडके है । इस हॉटेल का मालिक।''

आपलं कार्ड तिच्या हातात देत तो म्हणाला.

'मेरा नाम राधा सिंग है । स्टुडंट हूँ । आपको मिलके बहुत खुशी हुई । लेकिन मुझे पता नहीं था, आपही इस हॉटेल के मालिक है । आपने जो तकलीफ ली उस- केलिए धन्यवाद ।' राधा सिंग हस्तांदोलन करीत म्हणाली. काल तिला सावरताना त्याला तिचा स्पर्श झाला होता; पण आजचा हा स्पर्श हेतुपूर्वक केलेला होता. राघवच्या ह्रदयाची गती आणखी थोडी वाढली. चहापाणी करून त्यांचा ग्रुप हॉटेल सोडणार होता. त्यामुळे दोघांनाही जास्त वेळ थांबणं शक्य नव्हतं, त्यामुळे ते लगेच परत फिरले.

सर्वांची निघायची वेळ झाली. राघव जातीने दरवाजाजवळ उभा राहून सर्वांना निरोप देत होता; पण त्याचे डोळे मात्र राधा सिंगलाच शोधत होते. यांत्रिकपणे 'Do Come Again' म्हणत होता. राधा सिंग आली. तिला राघवला काहीतरी सांगायचं होतं. ते मात्र राघवला कधीच कळलं नाही. बस हलली; पण राघवच्या स्मरणात मात्र हात हलवणारी राधा सिंग राहिली होती.

पुढच्याच महिन्यात राधा सिंगचं पत्र आलं, पण मुंबईच्या पत्त्यावर; कारण त्याच्या कार्डावर तोच पत्ता होता. त्या पत्रामध्ये तिने राघवला 'पहेली'मध्ये २१-२२ तारखेला खोली राखून ठेवण्याबद्दल लिहिलं होतं. कारणही लिहिलं होतं.

एकदम टॉपचा वशिला लावला की काम होणार याची खात्रीच होती. अगदी हॉटेल भरलेलं असलं तरी काम होणार होतं. शिवाय राघवला येण्याबद्दल विनंतीवजा गळ घातली होती; पण एक घोटाळा झाला होता. तिला उलट टपाली कळविण्यासाठी तिने तिचा संपर्काचा पत्ताच दिला नव्हता. राधा सिंग खरोखरच त्या तारखांना येऊन थडकली असती तर तिची पंचाईत झाली असती; कारण आजूबाजूला दुसरं

हॉटेलही नव्हतं. राघवने ताबडतोब 'पहेली'च्या मॅनेजरला फोन करून त्या तारखांना एक खोली बुक करण्याची व्यवस्था केली आणि तो त्या दिवशी स्वत:ही हजर झालाच.

राधा एका टूरिस्ट कंपनीबरोबरच आली होती; पण ती त्यांच्याबरोबर जाणार मात्र नव्हती. राघवने तिची मूळ खोली बदलून आपल्या जवळची सोयीची खोली तिला देववली. राधा सिंग आता तिथं राघवची खास पाहुणी म्हणून राहणार होती. ते दोन दिवस राधा-राघवचेच होते. तेथील वास्तव्याचा जास्तीत जास्त काळ त्यांनी एकमेकांच्या सहवासात घालवला. निरोप घेताना पुढच्या महिन्याचा वायदाही पक्का झाला. आता पत्रापत्रीची गरज पडणार नव्हती. दर महिन्याच्या २१-२२ तारखांना राधासाठी ती खोली राखून ठेवण्यात येणार होती.

राधा गेल्यावर राघव मुंबईला परतला. परतीच्या प्रवासात त्याच्या लक्षात आलं की तो राधामध्ये गुंतत चाललेला आहे. काही भेटींमध्येच राघवचा निश्चय पक्का झाला. त्याच्या आईने त्या दोघांच्या लग्नाला विरोधच केला होता. तेव्हा राघवनेच मार्ग काढला. राधाची सोय 'पहेली'मध्येच करायची. तिला मुंबईत आणायचंच नाही. राधाची त्याला तयारी होती. राघवच्या मते त्याने एका दगडात दोन पक्षी मारले होते. आईवडिलांची मर्जीही मोडणार नव्हती. आणि 'पहेली'वर सुद्धा आपलं माणूस कायमचं राहणार होतं. 'पहेली'वर आणखी एक मजला चढला आणि तिथे राधा-राघवचा संसार सुरू झाला. राघवच्या अंदाजाप्रमाणे राधाच्या कायमस्वरूपाच्या वास्तव्यामुळे 'पहेली'चं व्यवस्थापन खूपच सुधारलं होतं. भरभराट चालू होती.

यथावकाश राधा-राघवचा संसार वाढण्याची चाहूल लागली; पण होणाऱ्या मुलाच्या नावावरून वाद झालाच नाही. त्यांची ओळख, विवाह 'पहेली'मुळेच झाला होता. त्यामुळे 'पहेली' त्यांच्या जिव्हाळ्याचा विषय झाला होता.

'पहेली'चं ते ऋण मानण्याचा एक छोटासा प्रयत्न म्हणून त्यांनी तो निर्णय घेतला होता. मुलगा झाला, तर त्याचं नाव 'उजाला' आणि मुलगी झाली तर नाव 'उजाली' ठेवायचे ठरलं; कारण 'पहेली'मधील नायक-नायिकांनी तसाच निर्णय घेतलेला होता.

सिनेमातील त्या जोडप्याला मुलगी होते; पण या जोडप्याला मात्र मुलगाच झाला होता आणि त्याचं नाव ठरल्याप्रमाणे 'उजाला' ठेवलं गेलं होतं.

उजाला आता २५ वर्षांचा झाला होता. राघवप्रमाणे तोही देखणा, रुबाबदार दिसत होता. 'पहेली'चा कारभार स्वतंत्रपणे सांभाळत होता. तेव्हा जनरीतीप्रमाणे

त्याच्या लग्नाचा विचार सुरू झाला होता. इतकी वर्षं राघवच्या प्रेमात, संसारात त्याला समरसून साथ देणारी राधा मात्र एकाच मुद्द्यावर हटून बसली होती. उजालाचं लग्न तिच्याच जमातीतील मुलीशी व्हावं, अशी तिची इच्छा होती. राघवला त्याचंच आश्चर्य वाटत होतं. राधा इतक्या वर्षांत कधीच तिच्या गावी गेली नव्हती. खरंतर तिचा पत्ता आजतागायत राघवला माहीत नव्हता. तिच्या माहेरहून कधी साधं पत्रसुद्धा आलं नव्हतं, की तिनेही कधी लिहिलं नव्हतं. सुरुवातीला त्याने तिला विचारलं होतं, पण तिचं एकच उत्तर होतं, 'मी घरून पळून आले आहे. माझा पत्ता जर घरच्या लोकांना लागला तर ते मला परत घेऊन जातील. म्हणून तर मी मुंबईला न येता या आडगावी राहणं पसंत करीत आहे.''

राघवलाही तिचा तो युक्तिवाद पटला होता. त्यानंतर त्यानेही तो विषय परत काढला नाही. आणि आता तीच राधा उजालाचं लग्न तिच्याच जमातीतील मुलीशी करण्याचा हट्ट धरून बसलेली होती. निदान त्या निमित्ताने तरी तिच्या घरच्या माणसांची माहिती मिळेल या विचाराने त्यानेही फारसे आढेवढे घेतले नाहीत. आता वधू संशोधनाची सगळी जबाबदारी राधाने घेतली होती. त्यासाठी तिला फक्त एकच महिन्याची मुदत हवी होती.

पहिल्या अमावास्येला 'पहेली'च्या आवारातील त्या बाहुल्या बांधलेल्या झाडावर सभा भरली होती. सभेला सुरुवात झाल्यावर राधाने आपला प्रस्ताव मांडला.

''महाराज, इतक्या वर्षांत या झाडावरच्या आत्म्यांनी वेगवेगळी स्त्री-पुरुषांची रूपं घेऊन मानवाबरोबर संसार केला आहे. त्यांना संततीही झाली आहे. ती संतती आता थोडी मोठी झाली आहे. मानवी संस्काराप्रमाणे आता त्यांची लग्न होणं अपेक्षित आहे; पण मला वाटतं, त्यांचं लग्न मानवाबरोबर होऊ नये. तर त्यांचं लग्न हे आपल्या संततीमध्येच व्हावं. तसं झालं तरच त्यांना आपल्याबद्दल आत्मीयता वाटेल. नाहीतर ती संतती आपल्याला दुरावेल.'' थोड्याशा चर्चेनंतर राधाचा विचार सर्वांना पटला.

आता राधाचं काम फारच सोपं झालं होतं. उजालासाठी आता फक्त 'उजाली' नाव असलेल्याच मुलीचा विचार होऊ शकणार होता. राघवलाच काय पण कुणालाच हे गुपित कळणार नव्हतं.

(**टीप** : तुमचा मुलगा किंवा मुलगी जर लग्नाची असेल, तर त्यांच्यासाठी उजाला किंवा उजाली नावाची मुलगी सांगून येण्याची शक्यता नाहीच; कारण त्यांनी तसा ठरावच केलेला आहे; पण जर तो प्रेमविवाह असेल, तर जरा

चौकशी करा.

बहुधा त्यांच्या आईवडिलांपैकी कोणीतरी हॉटेल 'पहेली'ला भेट दिली असण्याची शक्यता आहे. तिथेच त्यांचं प्रेमही जमलेलं असेल. म्हणूनच त्यांच्या मुलामुलीचे नाव उजाला किंवा उजाली असेल.)

(अक्षररंग, दिवाळी अंक, २०११)

∎

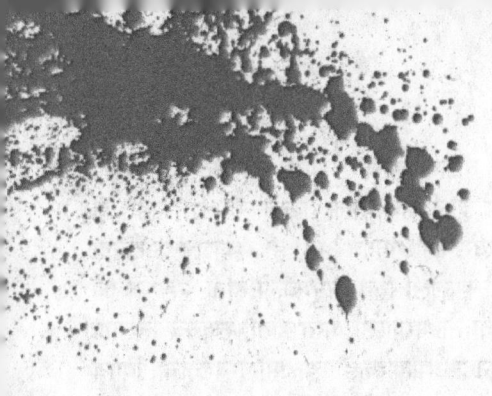

अरुंधतीचा डबा

अरुंधती उठली. शौच-मुखमार्जन करून तिने सवयीप्रमाणे दोन कप पाणी मोजून ते भांडं गॅसवर ठेवलं. त्यामध्ये दोन चमचे चहा टाकला. नंतर तिने साखरेचा डबा हातात तोलून वजनाचा अंदाज घेतला. त्यानंतर डब्याचं झाकण उघडून आतली साखर बघितली आणि समाधानाचा सुस्कारा सोडला. डब्यात दोघांच्या चहापुरती साखर होती. म्हणजे तिने वाण्याकडून आणलेली साखरेची एक किलोची पुडी दुसऱ्या डब्यात होतीच. हल्ली तिला तशी सवयच लागलेली होती. घरात अर्धा-एक किलो साखर तिला वेगळ्या डब्यात ठेवावीच लागत होती; कारण नेहमीच्या डब्यातील साखर कधी नाहीशी होईल याचा भरवसाच नव्हता. एकदा तर तिने लाडवासाठी म्हणून एक किलो साखर डब्यात भरली होती; पण जेव्हा लाडू करण्यासाठी म्हणून तिने डबा उघडला तेव्हा तो डबा अर्धासुद्धा राहिलेला नव्हता.

घरात ती आणि प्रभाकर दोघंच तर होते. प्रभाकर पोलीस खात्यात होता. त्यामुळे एकदा घराबाहेर पडला की केव्हा परत

येईल याचा भरवसा नसे. कामवाली बाईही विश्वासू होती. म्हणूनच एक किलो साखर अशी अचानक कशी नाहीशी झाली हेच तिला कळत नव्हतं. त्यानंतरही कधीमधी महिन्यातून एखादे वेळी साखर नाहीशी होत असे. हं! म्हणजे एक दोनदा तर तळाला गेलेली साखर डबाभरही झालेली तिने अनुभवली होती. म्हणजे जो कोणी साखर चोरून नेत होता, त्याची तो भरपाईही करत होता. त्याचंच तिलाही आश्चर्य वाटत होतं. तिने एक-दोनदा प्रभाकरकडे त्या साखरेबद्दलचा विषय काढला होता; पण प्रभाकर तर स्वयंपाकघरात येतही नसे. त्याला चहासाखरेचे डबे कोणते ते तरी माहीत होतं की नाही कुणास ठाऊक?

प्रभाकर गुन्हा अन्वेषण विभागात काम करीत असे. गुंतागुंतीच्या गुन्ह्यांची उकल केल्याबद्दल त्याचा गौरवही झालेला होता. गुन्ह्याच्या ठिकाणावरची एखादी विसंगतीही त्याच्या पट्कन लक्षात येई; पण घरात मात्र तो आंधळा व बहिरा होऊन जात असे. काही वेळेला तो केसबद्दलच्या विचारात गढून गेलेला असे. तर काही वेळेला घरात तरी थोडा विरंगुळा मिळावा म्हणूनही दुर्लक्ष करीत असावा. म्हणूनच जेव्हा अरुंधतीने या साखरेच्या नाहीशा होण्याबद्दलचा विषय काढला तेव्हा तो त्याने तसा उडवूनच लावला होता. म्हणजे त्याचं म्हणणंही बरोबरच होतं. कुणी बाहेरची व्यक्ती आपल्या अनुपस्थितीत घरात घुसून फक्त साखरच चोरत असेल हेच मुळी त्याला पटत नव्हतं. घरात इतर मौल्यवान वस्तू चोरण्यासारख्या असताना तो चोर सगळं सोडून साखरच का चोरत होता? डाळी, तांदळाला तो हातही लावत नव्हता. अरुंधतीलाही तो मुद्दा पटलेला होताच. तरीही साखरच का, या प्रश्नाचं उत्तर मात्र तिला मिळालं नव्हतं.

बरं, तो चोर काही वेळेला डबा साखरेने भरूनही ठेवत असे. म्हणजे त्याचा उद्देश चोरीचा नसावा. जणू काही उसनी नेलेली वस्तू तो परत करीत होता. बरं, हा प्रकार नेहमीच घडत असे असं नाही, तर महिन्यातून एखाद्या वेळीच घडत असे. पोलीस अधिकाऱ्याची पत्नी म्हणून तिने आपल्या मनाने काही प्रयोगही केले होते, म्हणजे डब्याभोवती, डब्यावर पावडर लावून ठेवली होती; पण त्याचाही फारसा उपयोग झालेला नव्हता; कारण हा प्रकार काही रोज घडत नव्हता. आणि चहा- साखर या तर रोजच्याच सकाळ-संध्याकाळ लागणाऱ्या गोष्टी होत्या. मग तिने चहा-साखरेचे डबे फळीवरून उचलून ओट्याखालच्या कपाटात ठेवले. नेहमीप्रमाणे काही दिवस व्यवस्थित गेले. आणि एके दिवशी कपाटातील साखरेचा डबा पूर्ण भरलेला आढळला. म्हणजे चोराला ही नवीन जागाही माहीत झालेली होती. त्याची घरावर चांगलीच पाळत असणार. तरी कसून तपास करूनही चोर कुठून येतो, केव्हा येतो, याचा पत्ता मात्र लागत नव्हता.

आता अरुंधतीने दुसरी युक्ती केली. तिने साखरेच्या डब्यामध्ये आता गूळ भरून ठेवला. साखर वेगळ्याच डब्यात पण बाजूलाच ठेवली होती. थोड्या दिवसांनंतर अरुंधतीला परत धक्का बसला. डब्यातील गूळ आता नाहीसा झाला होता. आणि त्या बदली तो डबा परत साखरेने भरलेला होता. ही गोष्ट मात्र अजबच होती. आता प्रकरणाला दोन वेगवेगळे फाटे फुटले होते. एक म्हणजे चोराची मानसिकता फक्त साखरेबरोबरच जोडलेली होती. दुसरी गोष्ट म्हणजे चोराला साखरच चोरायची नव्हती, उलट त्याने त्या डब्यात गुळाऐवजी साखरच भरून ठेवली होती. आता तिने त्या डब्यात तूरडाळ भरून ठेवली. शेजारी नवा साखरेचा डबाही होताच. चोराची तिच्या घरावर पाळत होतीच. त्यामुळे साखर कोणत्या डब्यात आहे हेही त्याला नक्कीच माहीत होणार होतं. यावेळीही मागचीच पुनरावृत्ती झाली. तूरडाळ नाहीशी होऊन डबा परत साखरेनेच भरलेला आढळला. थोडक्यात, चोराला त्या विशिष्ट डब्यातील साखरेचंच आकर्षण होतं. आता तिने नवीनच मार्ग स्वीकारला. त्या डब्यातील साखर न वापरता ती दुसऱ्याच डब्यातील साखर वापरायला लागली; पण तो डबा मात्र ती रोज उघडून बघत असे. त्यातली साखर जशीच्या तशीच होती; पण एकदा तिला संशय आला. कालपर्यंत त्या डब्यात जाडी साखर बघितल्याचं तिला आठवत होतं; पण आज मात्र त्या डब्यात बारीक साखर होती. आता हे साखरेचं गूढ वाढतच चाललं होतं. महिन्यातून कधीतरी एकदाच घडणाऱ्या असल्या फालतू गोष्टीकडे लक्ष द्यायला प्रभाकरला वेळ नव्हता. आणि भुताटकीसारख्या प्रकारांवर तिचा विश्वासही नव्हता. सगळे गूढ त्याडब्याशीच होते. जी व्यक्ती ती साखर चोरत (?) होती ती गुन्हेगारी प्रवृत्तीची वाटत नव्हती; कारण इतर कोणत्याही वस्तूला तिने हातही लावलेला नव्हता. बहुधा काही वेगळ्या मानसिकतेमुळे ती साखर चोरत असावी, असं म्हणणंही योग्य नव्हतं; कारण काही वेळा तर ती साखर भरूनही ठेवत होती. पाळत ठेवूनही या प्रकरणाचा गुंता सुटत नव्हता. जर त्या व्यक्तीची मानसिकताच तशी असेल तर मानसिक पातळीवरच संवाद साधणं आवश्यक होतं. त्यामुळे तिने चिठ्ठी लिहून त्या डब्यात ठेवली.

'आपण कोण आहात हे मला माहीत नाही. पण माझ्या साखरेच्या डब्यातील साखर आपण कधीकधी वापरत असता. तसेच ती परतही करीत असता. त्यामुळे मला आपल्याला भेटण्याची आणि बोलण्याची उत्सुकता लागून राहिलेली आहे. जर काही कारणांमुळे मला भेटणं अवघड वाटणार असेल तर आपण माझ्याशी फोनवरही बोलू शकाल. माझा फोन क्रमांक तुम्हाला माहीत असेल, असं मी गृहीत धरते किंवा याच डब्यात आपण चिठ्ठीही ठेवू शकता; कारण

आजतरी हा एकमेव दुवा आपल्या दोघांमध्ये आहे. यावेळी मात्र मी आपल्या साखरेऐवजी गूळच ठेवीत आहे.'

त्यासाठी अरुंधतीने एक किलो गूळ मुद्दाम आणला होता आणि कागदात गुंडाळलेली गुळाची पुडीही पत्रासोबत ठेवलेली होती. यापेक्षा जास्त काही करणं तिला शक्यच नव्हतं. तरीही ती तो डबा रोज उघडून पाही; पण ती गुळाची पुडी आणि चिठ्ठी मात्र तशीच होती; पण एके दिवशी मात्र तिचं वाट पाहणं संपलं होतं. डब्यातील गुळाची पुडी आणि चिठ्ठी नाहीशी झाली होती. आता डबा परत साखरेनेच भरलेला होता. त्यात चिठ्ठी वगैरे काहीही नव्हती. थोडक्यात, त्या व्यक्तीला तिची ओळख करून द्यायची नव्हती. आणि अरुंधतीही काहीही करू शकत नव्हती. तिने हे सगळं प्रभाकरला सांगितलं; पण प्रभाकरमधल्या पोलीस अधिकाऱ्याने तो सर्व प्रकार उडवूनच लावलेला होता. अगदी बोटभर चिठ्ठी जरी असती तर त्याने विश्वास ठेवला असता; पण अरुंधतीच्या कथाकथनाव्यतिरिक्त कुठलाच पुरावा अरुंधतीकडे नव्हता; पण प्रभाकरने मात्र तिला एक सल्ला दिला. तिच्याकडे चांगली क्षमता आहे. कथा सांगण्याचं कसबही आहे, तेव्हा तिने आता कथा लिहायचा प्रयत्न करावा.

त्यानंतरचे काही दिवस तसेच गेले. आणि एके दिवशी अरुंधतीला डब्यात एक चिठ्ठी आणि पाकीटही मिळालं. चिठ्ठीमध्ये स्पष्टच लिहिलं होतं,

'आपण कोण आहात ते मला माहीत नाही. तरीही आपण माझ्यावर साखर चोरण्याचा जो आरोप करीत आहात तोच आरोप मी आपल्यावर करीत आहे. हा साखरेचा डबा माझाच आहे आणि आपणच माझ्या डब्यातील साखर बिनदिक्कत चोरून माझ्यावरच चोरीचा आरोप करीत आहात. आपण माझ्यावर केलेल्या आरोपाप्रमाणेच आपणही चोरलेली साखर परत करीत असता; पण माझ्या डब्यातील साखर वापरून गूळ ठेवण्यामागचा उद्देश मात्र माझ्या लक्षात येत नाहीये

'आपण म्हणता की आपला टे.नं. मला माहीतच असेल. कशावरून? मी आपल्याला यापूर्वी कधीही भेटलेली नाहीये किंवा आपण बोललेलो नाही. आपण कुठे राहता, हेही मला माहीत नाही. किंबहुना, आपण आपलं नावही लिहिलेलं नाही. काही हरकत नाही. मी माझं नाव लिहिते आहे. माझे नाव अरुंधती आहे. आणि हे नाव बनावट नाही. अगदी खरंखुरं नाव आहे. वाटल्यास डब्यावरही पहा. डब्यावरही तेच नाव आहे. आता सोबतचे कागद वाचा.'

आता अरुंधती चक्रावून गेली होती. ही बाई तर आपलंच नाव सांगते आहे. एवढंच नव्हे तर डब्यावरही तिचंच नाव असल्याचं लिहिते आहे. अरुंधतीने आता तो डबा उचलला आणि निरखून पाहू लागली. डब्यावर कुठेतरी नाव असल्याचं जाणवत होतं. तिने भिंग आणून ते वाचण्याचा प्रयत्न केला. ते नाव आता जरी

पुसट झालेलं असलं तरी ते अरुंधतीच असावं, असं वाटत होतं. आता तिला त्या डब्याचा इतिहास आठवला.

तो डबा तिने दुकानातून विकत आणलेला नव्हता किंवा तिला कुणी भेट म्हणूनही दिला नव्हता. तर तिने तो डबा दारावरच्या बोहारणीकडून जुन्या कपड्यांच्या बदल्यात घेतला होता. त्या दिवशी त्या बोहारणीने डोक्यावरचा हारा उतरल्यावर सगळ्या भांड्यांच्या खालून तो डबा काढला होता आणि म्हणाली होती ,"बाई, हा डबा मी खास तुमच्यासाठीच मागे ठेवलेला होता. अजूनपर्यंत कुणालाच दाखवलेला नाही. फक्त तुम्हालाच पहिल्यांदा दाखवते आहे. मला वाटतं तो तुम्हाला आवडेल."

अरुंधतीलाही तो डबा आवडला होता. जणू काही प्रथमदर्शनी प्रेमातच ती पडली होती. त्या दिवशी दोघींनीही घासाघीस केली नव्हती. म्हणजे हा डबा नवा नव्हता तर. दुसऱ्याच कुणा अरुंधतीने मोडीमध्ये विकलेला हा डबा योगायोगाने माझ्याकडे आलेला होता. हा खरोखरच योगयोग होता? पण बोहारीण तर म्हणाली होती, की तिने तो माझ्यासाठीच वेगळा ठेवलेला होता. त्यानंतर ती बोहारीणही परत कधी भेटली नव्हती. आता अरुंधतीने ते सोबतचे कागद वाचायचं ठरवलं.

'ही एक गमतीची गोष्ट आहे. आपण पाठवलेली गुळाची पुडी मी सोडली. आणि त्या वर्तमानपत्रातील एका बातमीवर माझी नजर गेली. रत्नाकर सोसायटीमध्ये झालेल्या घरफोडीबद्दल ती बातमी होती. मला ते नाव परिचित वाटलं. आणि माझ्या लक्षात आलं की ती केस मीच सोडवलेली होती. मी पोलीस सब इन्स्पेक्टर आहे. रत्नाकर सोसायटीची ती केस दहा वर्षांपूर्वीची आहे. कुणी धबडगावकर नावाचे इन्स्पेक्टर होते. त्यांनी ती फाइल तपास लागत नाही म्हणून बंद केली होती. मी चार्ज घेतल्यानंतर योगायोगानेच किशन अरोरा हा गुन्हेगार एका घरफोडीच्याच आरोपाखाली पकडला गेला होता. त्याला बोलता केल्यावर त्याने त्या रत्नाकर सोसायटीच्या घरफोडीबद्दलही कबुली दिली. त्या वेळी गुन्हा केल्यानंतर तो पळून गेला होता. केरळमध्ये अट्टीपल्लम गावात राहून उद्योग करीत असे. आता दहा वर्षांनंतर बहुधा तिकडच्या पोलिसांचा ससेमिरा मागे लागल्यावर परत इकडे आला होता आणि पकडला गेला होता.

'योगायोगानेच ते दहा वर्षांपूर्वीचं वर्तमानपत्र माझ्या वाचनात आलं. गंमत वाटली म्हणून लिहिलं आहे. असो. आपल्याला भेटायला मीही उत्सुक आहे. माझ्या घरातील मांडणी आपल्याला माहीतच आहे; कारण या साखरेच्या डब्याची जागा वरचेवर बदलूनही आपण नेमका हाच डबा घेत

होतात. म्हणजे आपण म्हणता त्याप्रमाणे माझ्या घरचा पत्ता, फोन नंबरही आपल्याला माहीत असेलच, असे मीही गृहीत धरते आहे.

माझ्या दृष्टीने आजतरी मी हे सगळं गंमत म्हणूनच स्वीकारलेलं आहे; कारण जोपर्यंत गुन्हा सिद्ध होत नाही तोपर्यंत तरी मी त्या व्यक्तीला गुन्हेगार समजत नाही. म्हणूनच आजच्या घटकेला तरी माझ्या नजरेतून तुम्ही गुन्हेगार नाही आहात.

आपली,
अरुंधती सराफ

कागद वाचल्यावर अरुंधती आणखीनच गोंधळली. ही दुसरी अरुंधती सराफ पोलीस खात्यात सब इन्स्पेक्टर होती. म्हणजे प्रभाकरला तिचं नाव माहीत असायलाच हवं होतं. म्हणजे नामसाधर्म्यामुळे तरी प्रभाकरने तिचा उल्लेख केव्हातरी करायला हवा होता; पण ही अरुंधती मात्र रत्नाकर सोसायटीच्या केसचा उल्लेख दहा वर्षांपूर्वीचा करते आहे. वाण्याकडची रद्दी तेवढी दहा वर्षांची जुनी नक्कीच नव्हती. जास्तीत जास्त एक-दोन महिन्यांची जुनी असणार होती. त्यांच्याकडेही तेच वर्तमानपत्र येत असे; पण इतकी जुनी रद्दी मात्र तिच्याकडे नव्हती. वाचनालयात मात्र मिळण्याची शक्यता होती. पोलिसांच्या संग्रहात देखील ते वर्तमानपत्र असू शकेल. अगदी शेवटचा उपाय म्हणजे त्या वर्तमानपत्राच्या कचेरीत जाऊनही तपास करता आला असता. जर प्रभाकरने शब्द टाकला असता तर ते शक्य होतं. त्यासाठी आता प्रभाकरला सगळं सांगायला हवं होतं; कारण ती साखरेची गोष्ट आता काल्पनिक कहाणी राहिली नव्हती, तर प्रत्यक्ष अरुंधती सराफच्या हस्ताक्षरातील पत्रच तिच्याकडे होतं. त्याच रात्री तिने तो सगळा प्रकार प्रभाकरला सांगितला. पत्र-सुद्धा दाखवलं. प्रभाकरचा जरी रत्नाकर सोसायटी प्रकरणाशी प्रत्यक्ष संबंध नव्हता तरी त्याला त्याची माहिती होती. तरीही प्रत्यक्ष केसपेपर पहिल्याशिवाय तो काहीही सांगणार नव्हता.

दुसऱ्याच दिवशी प्रभाकरने सर्व माहिती गोळा केली. त्या प्रकरणातील संशयित आरोपी किशन अरोराच होता. त्याची चौकशीही चालू होती; पण आता तो फरार झालेला होता. चिठ्ठीतील दुव्याप्रमाणे तो अट्टीपल्लम गावात असण्याची शक्यता होती. त्या ठिकाणीही संपर्क साधला; पण तेथेही त्याचा पत्ता लागू शकला नाही. प्रभाकरने अरुंधती सराफशी संपर्क साधण्यासाठी सर्व रेकॉर्ड्स तपासली; पण अरुंधती सराफ नावाची सब इन्स्पेक्टरच काय साधी कॉन्स्टेबलही रेकॉर्डवर नव्हती. आता प्रभाकरला त्या अरुंधती सराफचाच संशय येऊ लागला होता. त्याने तिला बेसावध ठेवूनच तिची जास्त माहिती गोळा करायचं ठरवलं. या

वेळेला त्याने वर्तमानपत्रातील न सुटलेल्या केससंबंधीचं एक कात्रण, तसेच वर्तमानपत्रात प्रसिद्ध पोलीस तपासाची हकिगत अशा दोन केसेस साखरेच्या डब्यात ठेवल्या. त्यानंतर फक्त वाट बघणं एवढंच त्याच्या हातात होतं. त्याचबरोबर अरुंधतीने तिच्या डायरीमध्ये प्रत्येक दिवसाची नोंदही ठेवायला सुरुवात केली होती. थोड्याच दिवसांत अरुंधतीला एका केससंबंधीची उकल मिळाली. ती केस वर्तमानपत्रातील नव्हती, तर पोलीस स्टेशनमधील डायरीतील होती. आता अरुंधतीलाही हाच चाळा लागला होता. प्रभाकर तिला वेगवेगळ्या केसेस पुरवत होता. आणि अरुंधती सराफ त्यांची उकल पुरवीत होती. अगदी केस डायरीतील तारखांसकट पुरवीत होती. त्या तपशिलातील काही तारखा पडताळून पाहता येण्यासारख्या होत्या. तर काही तारखा मात्र काल्पनिक म्हणजे भावी काळातील असत; पण अरुंधती सराफचं गुन्हा उकलण्याचं कौशल्य मात्र नजरेत भरत होतं. एकूण त्या अरुंधती सराफलाही हा खेळ गमतीचाच वाटत होता. दरम्यानच्या काळात जंग जंग पछाडूनही प्रभाकरला त्या अरुंधती सराफचा ठावठिकाणाही मिळत नव्हता. तर मग तिचे पोलीस ठाणे वगैरे गोष्टी दूरच राहिल्या. अरुंधती सराफचं गूढ जरी उकललं नाही तरी सर्व नोंदींमधून एक गोष्ट मात्र लक्षात आली, ती म्हणजे अरुंधती सराफकडून डब्यामार्फत येणारं टपाल फक्त एकादशीच्याच दिवशी येत असे. इतर दिवशी त्या डब्यातील साखरेला हातही लागत नसे.

अरुंधती सराफच्या लिहिण्यात सफाई होती. म्हणून प्रभाकरच्या सांगण्यावरून तिने त्या कथा फक्त 'अरुंधती' या नावाने प्रसिद्ध करू का, असं विचारल्यावर दिलखुलासपणे तिला होकारही मिळाला होता. आता अरुंधती पोलीस चातुर्य कथा लिहायला लागली होती. कथा लिहून झाल्यावर डबा टपालाद्वारे प्रत पाठवून तिची संमतीही घेत होती. प्रत्यक्षात न भेटता, न बोलता दोघींची गट्टी जमली होती.

एके दिवशी मात्र वेगळीच घटना घडली. अरुंधतीने साखरेचा डबा उघडून ओट्यावर ठेवलेला होता. यावेळी तिला त्यातील साखर कमी होते आहे असं दिसलं. जणू काही कुणी तरी वाटीभर साखर काढून घेतलेली आहे. आता मात्र अरुंधती घाबरली; कारण इतके दिवस या सर्व घटना तिच्या दृष्टीआडच घडत होत्या. आता ती त्यामध्ये आणखी गुरफटत चालली होती. घटना तिच्या नजरेसमोरच घडली होती. ती त्या घटनेची साक्षीदार होती. तिने डबा उचलून तळाकडून बघितला; पण जर तळाला भोक असतं तर साखर ओट्यावर सांडायला हवी होती; पण तसं न होता जणू काही ती हवेतच गायब झाली होती. तिने आता एका ताटात ती डब्यातील साखर ओतली, तेव्हा तिला आणखी धक्का बसला. त्या साखरेबरोबर दोन सोन्याच्या बांगड्याही ताटात पडल्या होत्या. हा काहीतरी वेगळाच प्रकार आहे, हे अरुंधतीला जाणवलं होतं; कारण मुळात अरुंधती सराफ पोलिसात असल्याने

सोन्याचे दागिने साखरेच्या डब्यात ठेवण्याची शक्यता कमीच होती. दुसरी गोष्ट तिच्या लक्षात कॅलेंडर बघितल्यावर आला; कारण तो दिवस एकादशीचा नव्हता तर ती चतुर्थी होती. थोडक्यात, आता अरुंधतीच्या जीवनात आणखी एक व्यक्ती येत होती, जी तिला भेटणार नव्हती. बोलणार नव्हती. तरीही अरुंधती तिच्या-बरोबर जोडली जात होती. नवीन संबंध जोडायचा का नाही हा पर्यायच नव्हता. तो संबंध प्रस्थापित झालाच होता. नाकारलं तरी त्या साखरेच्या डब्याशी संबंधित आणखी कुणीतरी एक व्यक्ती होती तर...का तीही अरुंधती सराफच होती? तिने शांतपणे विचार केला. बांगड्या त्या डब्यातच ठेवल्या. त्यासोबत एक चिठ्ठीही ठेवली. त्यात अशा मौल्यवान वस्तू डब्यात ठेवू नयेत, असा सल्लाही दिला होता. खाली फक्त नाव लिहिलेले होते अरुंधती. आता अरुंधती एकादशीची वाट पाहत होती. बांगड्या बघून अरुंधती सराफला काय म्हणायचं होतं त्याची. अपेक्षेप्रमाणे एकादशीला साखरेच्या डब्यात अरुंधती सराफचं पत्र मिळालं. त्यामध्येही तिने स्पष्टच लिहिलं होतं की त्या बांगड्या तिच्या नाहीत. त्यामुळे ती त्या बांगड्या परत करीत आहे. त्या जर तिच्या नसतील तर दुसऱ्या कुणाच्या आहेत, त्याचा तपास लावायलाच हवा होता. त्यासाठी एकच मार्ग उपलब्ध होता तो म्हणजे तोच साखरेचा डबा होता.

अरुंधतीने त्या बांगड्या आणि चिठ्ठी परत डब्यात ठेवली. आता ती येणाऱ्या चतुर्थीची वाट बघू लागली.

अंदाजाप्रमाणे चतुर्थीला डब्यात चिठ्ठी मिळाली. चिठ्ठी लिहिणारी व्यक्ती घाबरलेली होती. तरीही धिटाईने पत्र लिहिलं होतं. तुम्हाला या डब्यातील बांगड्यांची माहिती कशी मिळाली? कारण त्या बांगड्या तिने डब्यात ठेवल्याचं अगदी कुणालाच माहीत नव्हतं; त्याचबरोबर गुपचूप येऊन डब्यातच पत्र कसं काय ठेवलं, याबद्दलही आश्चर्य प्रकट केलं होतं.

अरुंधतीलाही आता या प्रकाराची गंमत वाटायला लागली होती. तिनेही उलटटपाली पत्र लिहिलं. त्यात तिने ती लेखिका असल्याचं लिहिलं होतं. गंमत म्हणून तिची एक कथाही डब्यात ठेवली होती. कथेखाली मुद्दामच ठळक अक्षरांमध्ये ले. अरुंधती असंच मोघम लिहिलं होतं. अरुंधतीला आता दोन अवधानं पाळावी लागणार होती. एक चतुर्थीचं टपाल आणि दुसरं एकादशीचं टपाल. त्यामध्ये अदलाबदल होऊन चालणार नव्हती. अरुंधतीने मनातल्या मनात तिचं नामकरणही करून टाकलं. ती चतुर्थीची अरुंधती झाली होती. पुढच्या चतुर्थीला त्या चतुर्थी अरुंधतीचं टपाल मिळालं. अपेक्षेप्रमाणे तिचं नावही अरुंधतीच निघालं होतं. त्याबद्दलही तिने आश्चर्य व्यक्त केलं होतं. त्याचबरोबर तिला ती कथा आवडल्याचं-ही लिहिलं होतं. जमल्यास आणखी काही कथा पाठवण्याचीही विनंती केलेली

होती. आता तिचा पत्रव्यवहार या नवीन चतुर्थी अरुंधतीबरोबर सुरू झाला.

प्रभाकरला या नवीन मैत्रिणीबद्दल सांगण्यात काहीच अर्थ नव्हता; कारण अरुंधती सराफ सारखाच या चतुर्थी अरुंधतीचाही ठावठिकाणा लागणं अशक्य होतं; कारण तिने दिलेला पत्ता म्हणा वा ठावठिकाणाही अस्तित्वात असण्याची तिलाच शक्यता वाटत नव्हती. अरुंधती सराफ तिच्या म्हणण्यानुसार ती दहा वर्षं भावी काळात होती, तर या चतुर्थी अरुंधतीने तिच्या पत्राबरोबर तिने मार्गशीर्ष वद्य चतुर्थी, शके १८१४ असं लिहिलं होतं. बहुधा त्यामुळेच तिला एकविसाव्या शतकातील कथांची नवलाई वाटली असावी. त्या काळात लिहिता-वाचता येणाऱ्या स्त्रियाही फारशा नव्हत्याच ना!

थोड्याच दिवसांत अरुंधतीच्या पोलीस चातुर्य कथांचा एक संग्रह मोठ्या थाटामाटात प्रकाशित झाला. एका पोलीस अधिकाऱ्याची पत्नी, तसेच पोलीस चातुर्य कथा लिहिणारी पहिली लेखिका म्हणूनही तिचं खूप कौतुक झालं. जाहीर समारंभामध्ये नाही, पण खासगी रीतीने तिने सगळं श्रेय अरुंधती सराफला दिलं होतं. त्या कथासंग्रहाची एक प्रतही तिला पाठवली होती; पण हे सर्व जाहीरपणाने सांगून कुणाचा त्यावर विश्वासही बसला नसता; कारण सब इन्स्पेक्टर अरुंधती सराफ ही व्यक्ती अस्तित्वात असल्याचा कोणताच पुरावा मिळाला नव्हता. सब इन्स्पेक्टर अरुंधती सराफ ही फक्त त्या पुस्तकातील व्यक्तिरेखाच होती.

अरुंधती काही काळाने दुसऱ्या कथासंग्रहाची जुळवाजुळव करीत असताना वर्तमानपत्रामध्ये एक पत्र प्रसिद्ध झालं. पोलीस चातुर्य कथा लिहिणाऱ्या लेखिका अरुंधती यांचा गौरव झाला; पण योगायोगाने फुटपाथवर जुनी पुस्तकं धुंडाळत असताना माझ्या हाती एक पुस्तक लागलेलं आहे. ते पुस्तक ९० वर्षांपूर्वी प्रसिद्ध झालेलं आहे; पण त्याचं वैशिष्ट्य म्हणजे त्या कथासंग्रहातील अनेक कथा या पोलीस चातुर्य कथासंग्रहात समाविष्ट झालेल्या आहेत. थोडक्यात, ही दुर्मिळ प्रत बहुधा कथालेखिकेच्या हाती लागली असावी आणि त्या कथा तिने आपल्या नावावर प्रसिद्ध केलेल्या असाव्यात. कथालेखिकेने किमान कथानायिकेचं नाव अरुंधती सराफ आहे हे तरी बदलायला हवं होतं. हे पुस्तक जर माझ्या नजरेस पडलं नसतं तर लेखिकेचं वाङ्मयचौर्य असंच गुलदस्तात राहिलं असतं.

हे पत्र वाचताच अरुंधती हादरली. चतुर्थीच्या अरुंधतीने तिला पाठवलेल्या कथा, तिने स्वतःच्याच नावाने प्रसिद्ध केलेल्या होत्या.तिने ताबडतोब चतुर्थीच्या अरुंधतीकडे चौकशी केल्यावर तिनेही ती गोष्ट मान्य केली. त्या कथा तिच्या नवऱ्यानेही वाचल्या होत्या. त्या आवडल्याने त्याने मुद्दाम प्रसिद्धही केल्या होत्या; पण त्या खुलाशाच्या पत्रावर शेंबडं पोरही विश्वास ठेवणार नव्हतं, हेही तिला कळत होतं.

या आरोपाला उत्तर देण्यासाठी अरुंधतीकडे एकच पुरावा होता. तो म्हणजे या कथेतील व्यक्तींची नावं जरी बदललेली असली तरी सर्व घटना, स्थळं याची पोलीस स्टेशनच्या डायरीमध्ये नोंद होती. खटल्याच्या निकालाची तपशीलवार नोंद मिळू शकली असती. ती सर्व माहिती ९० वर्षांपूर्वीच्या अरुंधतीला माहिती असणं शक्यच नव्हतं. फार फार तर एवढंच म्हणता आलं असतं, की त्या ९० वर्षांपूर्वीच्या अरुंधतीकडे नॉस्त्रादेमससारखी भविष्यात डोकावण्याची शक्ती मात्र होती.

अरुंधती आता प्रसिद्ध लेखिका झालेली असल्याने तिने तिचे हे अनुभव काही प्रसिद्ध लेखकांकडे अभिप्रायार्थ पाठवलेले होते.

त्यापैकी एक आहेत प्रसिद्ध गूढकथलेखक. त्यांच्या अभिप्रायानुसार ही एक चांगली गूढकथा आहे. शेवटपर्यंत अरुंधतीच्या डब्याचे गूढ खिळवून ठेवते. दुसरे एक प्रसिद्ध विज्ञानकथालेखक, त्यांचा अभिप्राय असा आहे -

विज्ञानातील एका मतप्रवाहानुसार आपल्याच विश्वाला समांतर अशी काही विश्वेसुद्धा अस्तित्वात असावीत. ती जरी वेगळ्या पातळीवर अस्तित्वात असली, (ही वेगळी पातळी भैतिक पातळी नव्हे, तर काळाच्या संदर्भातील पातळी) तरी काळाचे हे धागे काही क्षणांपुरते तरी एकमेकांना छेदत असावेत. या कथेतील अरुंधतीचा डबा जरी भौतिक पातळीवरचा असला तरी काळाच्या धाग्यांचे छेदनबिंदू मात्र डब्याच्या अंतर्भागापुरतेच मर्यादित असावेत. त्यामुळे डब्याची जागा बदलली (अगदी एक हजार वर्षांचा काळ घ्या) तरी ते छेदनबिंदू चतुर्थी आणि एकादशीला कार्यरत होत असावेत.

परंतु या वैज्ञानिक संकल्पनेचा थोडासा विस्तार कथेमध्ये होणे गरजेचे वाटते. तसे केल्यास ही एक चांगली विज्ञानकथा होऊ शकेल.

अरुंधती सराफच्या पोलीस तपासकथांच्या पुढच्या आवृत्तीमध्ये अरुंधतीचा डबा आणि वरील अभिप्रायही वाचकांना वाचायला मिळतील.

(साहित्य आभा, दिवाळी अंक, २०१६)

■

बंद पाकीट

गेल्या वर्षी आम्ही दोघं एका प्रसिद्ध सहल कंपनीने आयोजित केलेल्या सिमला-कुलू-मनाली सहलीला गेलो होतो. आयुष्यात एकदा तरी सिमला किंवा काश्मीर बघायचं ही महाराष्ट्रीयन माणसाची इच्छा असतेच. त्याला केरळ, बंगाल किंवा राजस्थानचं आकर्षण नसतं, असं नाही. तो ते प्रांत बघेलही; पण ऐपत असली तर त्याची पहिली पसंती पूर्वी काश्मीरला आणि आता ती सिमला-कुलू-मनालीला असते. आमच्या बाबतीत मात्र थोडं उलटंच झालं होतं. आम्ही पहिल्यांदा केरळ, उटी वगैरे बघितलं होतं. आता सिमल्याचे वेध लागले होते. शक्य तितक्या लवकर म्हणजे याच वर्षी सिमला बघायचं ठरवलं होतं.

प्रवास कंपनीच्या मते सिमल्याला सीझन एप्रिलपासून सुरू होतो. त्यापूर्वी ऑफ सीझनचे दर असतात. शिवाय काही घरगुती अडचणींमुळे आम्हाला एप्रिलपूर्वीच परतणं आवश्यक होतं. म्हणून फेब्रुवारी-मार्चमध्येच जाण्याचं ठरवत होतो. डिसेंबर-जानेवारी बर्फाचे महिने. थंडीचा कडाका. तर एप्रिल मे थंडी संपलेली. आतापर्यंत तरी सिनेमातच बर्फ बघितलेलं होतं. तेही प्रत्यक्ष अनुभवण्याची

इच्छा होतीच. शिवाय सिमला म्हणजे सतत चढण; कारण तेथे वाहनांना बंदी असल्याचं पूर्वी ऐकलं होतं.

आम्ही दोघंही आता साठीच्या पुढे गेलो होतो. संधिवात जरी अजून मुक्कामाला आला नव्हता, तरी येत आहे, असा निरोप मिळाला होता. मधुमेह जरी वस्तीला असला तरी अजून पाहुण्यासारखाच राहत होता. म्हणजे अजून तरी त्याने त्याच्या जाचक नियम-अटी, इन्शुलिनचा खुराक इ. लादल्या नव्हत्या; पण हा चोरपावलाने आलेला पाहुणा केव्हाही शिरजोर होऊ शकतो, याची कल्पना होती. थोडक्यात, दिवसेंदिवस सर्व गोष्टी जास्तच त्रासदायक होणार होत्या.

सहल कंपनीच्या नियमित सहली एप्रिलमध्ये सुरू होणार होत्या. ऑफ सीझनच्या इकॉनॉमी टूर्स होत्या; पण त्या टेबलामागच्या मुलीने गोडगोड हसत आणि माझ्याकडे बघत म्हटलं, "काका, तुम्ही ती टूर घेऊ नका; कारण त्या सहलीत खूपच मोठा म्हणजे १८ तासांचा सलग बसप्रवास आहे. तुमच्या पाठीला त्रास होईल."

"मग नकोच ती टूर. तुमची पाठ इतर वेळीसुद्धा दुखते. मग एवढ्या प्रवासात खूपच त्रास होईल." माझ्या बायकोने कारण नसताना उगाचच माझी पाठदुखी काढली. "त्यापेक्षा ही कपल टूर घेऊ या का? त्या तारखाही आपल्याला सोयीच्या आहेत. दर पण ठीक आहेत."

"त्याचं काय आहे, या कपल टूर आहेत ना. त्यात फक्त आम्ही जोडप्यांनाच घेतो. रेग्युलर टूरमध्ये मुलंबाळं, मित्रही असतात. तसे यात करत नाही. या सहलीमध्ये बहुसंख्य नवविवाहित जोडपीच असतात. त्यामुळे खासगीत आम्ही त्या सहलीला 'हनिमून टूर' असंच म्हणतो. या सहलींमध्ये रात्रीचा मुक्काम आवर्जून हॉटेलमध्येच असतो. दुसरी गोष्ट म्हणजे या जोडप्यांना सकाळी लवकर उठणं आवडत नाही. त्यामुळे काही वेळा सकाळी कार्यक्रमांना उशीर होतो. काही जोडपी तर सकाळी बाहेर पडतही नाहीत. अशा वेळी इतर मंडळींची चिडचिड होते." तिने तिचं काम केलं.

"वाऽऽ मग फारच छान. नाही तरी त्या थंडीत सकाळी लवकर उठणं कितपत जमणार आहे कुणास ठाऊक. त्यातूनही सांधे धरले की कसली आली आहे सहल? आम्ही पण खोलीवर आरामच करू." मी म्हटलं.

"तसं असेल तर तुम्ही ही टूर घेऊ शकता. मग करून टाका आताच बुकिंग. म्हणजे बसमध्ये पुढच्या जागा मिळतील." टेबलापलीकडील 'ती' गोड हसत म्हणाली, (आता यापुढे गोड हसत असं सारखं म्हणणार नाही; कारण त्या मुली सारख्या गोड हसत असतात. तेव्हा तुम्ही ते शब्द गृहीत धरा.) टेबलापलीकडील ती जी असं म्हणाली तरी टेबलाअलीकडचीचा विचार घेणं क्रमप्राप्त होतं. म्हणून

मी शेजारच्या खुर्चीकडे नजर टाकली आणि तिकडून उत्तर आलं, "तुम्हाला चालणार असेल तर माझी हरकत नाही."

"रसिक हो, 'किती या चतुर बायका,' असं शाहीर रामजोशींनी उगीचच म्हटलं नाही. "तुमची हरकत नसेल तर माझी हरकत नाही." म्हणजे बॉल आता माझ्या कोर्टात होता. म्हणजे सहल काळात कुठलीही तक्रार करता येणार नव्हती. या उलट कुठल्याही गैरसोयीबद्दल माझ्या बाजूची खुर्ची तक्रार करू शकत होती; कारण आता निर्णय माझ्या एकट्याचाच होता. सुदैवाने सबंध सहलीत तक्रारीची वेळच आली नाही.

"ठीक आहे. मग करून टाकू या मार्चमधील पहिल्याच सहलीचं बुकिंग." मी उद्‌गारलो.

"बरं मग हा फॉर्म जरा भरून द्या," माझ्यासमोर एक फॉर्म करत ती म्हणाली. आम्ही फॉर्म भरायला सुरुवात केल्याचं तिने पाहिलं आणि इंटरकॉम उचलून तिने दोन कॉफीची ऑर्डर दिली. या आधी जेव्हा मी पहिल्यांदा आलो होतो तेव्हा माहितीपत्रक आणि गार पाणी मिळालं होतं. आतासुद्धा आल्या आल्या गार पाणी मिळालं होतं. आम्हाला माहिती देण्याच्या भरात कॉफी विचारायचं राहून गेलं होतं. आम्ही फॉर्म भरत असताना तिला थोडी सवड मिळाली म्हणून तिने आता कॉफी मागवली होती. आणखी एक, जेव्हा आम्ही आमची तिकिटं घ्यायला आणि फायनल पेमेंट करायला गेलो तेव्हा तिकिटांबरोबरच शीतापेय मिळालं होतं. प्रत्यक्ष सहलींच्या दिवसांत तर सकाळ, संध्याकाळ मेजवानीच असायची.

दिल्लीला जेव्हा आम्ही सर्व सहलकरी प्रत्यक्ष भेटलो, तेव्हा त्या टेबलापलीकडील मुलीने दिलेला इशारा प्रत्ययास आला. (मी 'आम्ही सहलकरी' म्हणालो; कारण आमचा उद्देश सहल होता. 'पर्यटन' नव्हता.) सहलीत एकूण २६ जोडपी २५-३० वर्षांच्या वयोगटातील होती. आम्हाला बसमध्यें पुढच्या जागा मिळाल्या होत्या. इतर सहलीत मुलंबाळं वगैरे असतात. त्यामुळे तुमच्या शेजारी कोणीही असू शकतं; पण इथे सर्व जोडपीच होती. त्यामुळे जरा ऐसपैस बसता येणार होतं. अंग चोरून घ्यायची आवश्यकता भासत नव्हती. बहुतेकांची लग्न एक महिन्यापेक्षा जुनी नव्हती. तर एक-दोन जोडपी हळदही न निघालेली नवपरिणित होती. म्हणजे जरी प्रेमविवाह होता तरी प्रत्यक्ष लग्न मात्र एक-दोन दिवसांपूर्वीच झालेलं होतं. नुसते सहलकरीच नव्हे तर बरोबरचे सहल मॅनेजर व त्यांचे चार सहकारीसुद्धा तरुण, अविवाहित होते, तेव्हा त्यांच्यावर मी शेवटच्या दिवशी एक कविता म्हटली होती :

आम्ही ५० संसारी त्यात हे पाच ब्रह्मचारी
आम्ही असतो साखरझोपेत
तेव्हा हे करतात चहाची तयारीऽऽ

(कवितेच्या शेवटी थोडा उपदेशसुद्धा केला होता.)

जेव्हा केव्हा लग्न कराल, कोठेही जा हनिमूनला
पण एक सुचवितो तुम्हाला, येऊ नका मनालीला।।
नाही तर बायको राहील तळमळत खोलीवरी
आणि तुम्ही जाल करायला चहाची तयारी।।
(कारण आदमी आदत से मजबूर होता है।)
एवढंच नव्हे जन्मभर ती तुम्हाला ऐकवेल
तिथे ५० माणसांसाठी राबराब राबता
घरी मात्र चहा करायला मलाच सांगता।।

या कविता वाचनानंतर एकच हास्यकल्लोळ उडाला होता. असो. पण सबंध सहल काळात हा वयातील फरक आम्ही त्यांना किंवा त्यांनी आम्हाला जाणवू दिला नाही हे खरं!

सहलीमध्ये सहजगत्या दोन गट पडले होते. वयानुसार नाही, तर शाकाहारी आणि मांसाहारी असे प्रकार होते. मांसाहारी शक्यतो एकाच टेबलावर बसत. शाकाहारी, जशी जागा मिळेल तिथे वेगवेगळ्या टेबलांवर बसत. त्यामुळे आम्हाला वेगवेगळ्या जोडप्यांची कंपनी मिळे.

त्या सहलींच्या दरम्यान आमच्या लग्नाचा वाढदिवस येत होता. त्या कंपनीच्या प्रथेनुसार असे वाढदिवस आवर्जून साजरे करण्याची पद्धत होती. वैयक्तिक वाढदिवसाला मोठं चॉकलेट दिलं जाई, तर लग्नाच्या वाढदिवसाला त्या जोडप्यासाठी खास टेबल सजवलं जाई. त्या दिवशी प्रथम वाढून घेण्याचा मान त्या जोडप्यास मिळत असे. त्या दिवशी आमच्या आगमनानंतर सर्वांनी टाळ्या वाजवून आमचं स्वागत केलं. सर्व सोहळ्यानंतर आमच्या जेवणास सुरुवात झाली.

आमच्या लग्नाचा ३९वा वाढदिवस ही त्या सगळ्यांनाच कौतुकाची बाब वाटत होती. आठ दिवसांच्या सहसावामुळे बोलण्यात मोकळेपणा आला होता. मंदार आणि रेणू हे असंच एक जोडपं. नुकतंच लग्न झालेलं. रेणूला काही त्रास सुरू झाला आणि कुणाच्या तरी सांगण्यावरून ती माझ्या पत्नीला भेटली. माझी पत्नी डॉक्टर नसली तरी अनुभव होता. त्याहीपेक्षा महत्त्वाचं म्हणजे तिने रेणूला धीराचे शब्द सांगितले. रेणूचा त्रास कमी झाला होता. त्यामुळे ते

जोडपं जरा जास्त जवळ आलं होतं. बोलता बोलता विषय निघाला, 'आमची पहिली रात्र.' त्या वेळी हनिमूनला नवविवाहित जोडपी जात नव्हती, असं नाही. प्रमाण कमी होतं; पण आजच्या- सारखी लग्नानंतर लगेचच दोन-तीन दिवसांत निघत नसत. आता तर काही नवविवाहित जोडपी घरीसुद्धा येत नाहीत. स्वागत समारंभानंतर परस्पर हॉटेलवरच जातात. पूर्वी तशी पद्धत नव्हती. लग्नानंतर दुसऱ्या दिवशी सत्यनारायणाची पूजा झाली. त्याच संध्याकाळी 'रीत' म्हणून बायकोला माहेरी पाठवली. ती तिथे दोन दिवस राहून परतली. त्यानंतर आमची 'पहिली रात्र' साजरी झाली.

''अरे वाऽऽ! काळे काका, मग आम्हाला सांगा ना तुमच्या त्या रात्रीबद्दल,'' मंदार रेणूला कोपराने ढोसत डोळे मिचकावत म्हणाला.

''अरे! काय सांगणार तुला त्याबद्दल. मला नाही वाटत की तुमचा-आमचा अनुभव फारसा वेगळा असेल. हां, एक मात्र आहे. तुमचा प्रेमविवाह आहे. तुम्ही लग्नापूर्वी अनेक दिवस एकमेकांना भेटत होतात. आमच्या वेळी आम्ही दोघं एकमेकांना संपूर्ण अपरिचित होतो. आतासारखी जवळीक सोडाच, पण साधा स्पर्श झाला तरी तरुण-तरुणी अंग चोरत होते.

हां, याचा अर्थ असा नाही की एखाद्या तरुणीच्या स्पर्शामुळे सुखद भावना होत नव्हत्या; पण आता एक सुंदर तरुणी एकांतात समोर आल्यावर खरं सांगायचं तर मी गांगरूनच गेलो होतो. लग्नापूर्वी काही पुस्तकं वाचली होती, हे जरी खरं असलं तरी ती थिअरी होती. प्रॅक्टिकल शून्य होतं. पहिल्या रात्री असणारी स्त्रीची मनःस्थिती, पुरुषाने कसं वागावं याबद्दलचं विवेचन, सूचना सगळं सगळं वाचलं होतं. मनातल्या मनात रंगीत तालीम केली होती; पण प्रत्यक्ष हातात हात आल्यावर उत्तर विसरलो.

त्या पुस्तकात एक वाक्य लिहिलं होतं...जेव्हा प्रत्यक्ष वेळ येईल त्या वेळी विसरा हे शास्त्र आणि नियम. त्या वेळी फक्त एकच गोष्ट लक्षात ठेवा की तुमच्या कुठल्या कृतीमुळे तुमच्या जोडीदाराला आनंद होतो आहे, सुख वाटतं आहे, तसे वागा. आणि आता इतक्या दिवसांच्या अनुभवांवरून सांगतो, कामसुख हे नियमाप्रमाणे मिळत नाही की ओरबाडून जबरदस्तीने मिळत नसतं. तर रतीसुखानंतर आपल्या जोडीदाराच्या चेहऱ्यावर जो तृप्तीचा भाव दिसतो ना त्यात असतं. ती खरी सफलता असते; पण पहिल्या रात्री हे आपल्याला कळत नाही.

मला वाटतं की पहिल्या रात्री आपण फक्त नावीन्याचा अनुभव घेत असतो. खरं खरं कामसुख आपण त्यानंतरही काही दिवसांनी, महिन्यांनी किंवा वर्षांनीही उपभोगत असू. वयानुसार, प्रसंगानुसार आपली रुची बदलत

असते. त्यानुसार आपण नवे प्रयोग करीत असतो. त्यातले काही फसतात, ते पुढे टाळतो. काही स्वीकारतोही. त्यासाठी जोडीदाराचं सहकार्य मोलाचं असतं. रंगभूमीवरचे नट सांगतात ना की त्यांचा प्रत्येक प्रयोग हा नवीन आणि पहिला प्रयोगच आहे, असं ते समजतात. तसंच हे आहे. कधीतरी तुमचा प्रयोग कल्पनेबाहेर रंगतो, तर कधी फसतो. तरी पण पुढच्या वेळी आपण तोच प्रयोग त्याच उमेदीने करत असतो. मागच्या प्रयोगातल्या चुका टाळायचा प्रयत्न करीत असतो आणि काही वेळा त्या प्रयत्नात आणखी काही नवीन चुका करत असतो.

"वर्षानुवर्षं चालणारा हा प्रयोग आहे. त्यात नट अन् नटी तुम्हीच. प्रेक्षकही तुम्हीच आणि परीक्षकही तुम्हीच."

"छान, काळे काका, प्रश्नाचं उत्तर न देता इतरच खूप काही सांगितलंत." मंदार हसत म्हणाला.

"अरे मंदार, खरं म्हणजे तू चुकीच्या वेळी हा प्रश्न विचारला आहेस. आमच्या पहिल्या रात्रीचा एकमेव साक्षीदार इथे हजर आहे. माझ्या सांगण्यात जर काही चुका झाल्या तर इथेच शहानिशा होईल. निदान आजच्या रात्री तरी चांगला मूड राहू दे. तू असं कर. जर तुला वेळ मिळाला तर उद्या आपण दोघंच भेटू. मग बोलू सावकाश. आज नाही, पण उद्या मला थोडा वेळ ही मोकळं सोडेल. तुझं तू बघ. मलाही नवीन पिढीकडून काही टिप्स मिळाल्या तर हव्याच आहेत." मी म्हणालो.

'मानलं बुवा काळे काका तुम्हाला. माझी बायको मला क्षणभरही मोकळं सोडत नाही." मंदार हसत म्हणाला.

"म्हणून तर इथे अॅटॅच्ड बाथरूम आहेत. मजा करा लेको. उद्या घरी गेल्यावर आहेच रुटीन." मी म्हणालो.

"पुरे झालं. उठा आता. त्यांना ठरवू दे कसं वागायचं ते. तुम्ही नका आता कोचिंग क्लासेस काढू." माझी बायको मला उठवत म्हणाली. रेणू खाली मान खालून जेवत होती; पण तिच्या कानाच्या पाळ्या लाल झाल्या होत्या.

मलाही पटलं की आता पुरे झालं. सर्व मंडळी आपापल्या खोलीत परतत होती. आम्हापण परतलो. खोलीत आल्यावर नेहमीप्रमाणे रोजच्या गोळ्या घेतल्या. सांधेदुखीवरची मलमं चोळून झाली. रूम हीटरवर सांधे शेकून झाले. मगच पांघरुणाच्या उबेत शिरलो.

"अगदी रंगात आला होतात. मला वाटलं, आता तुम्ही त्याला खरोखरच सगळं सांगताय की काय," माझी पत्नी म्हणाली.

"अगं, मी काय सांगणार? आता मलाच ३९ वर्षांपूर्वीचं काही आठवत

नाहीये. आता जर तुला आठवत असेल तर तूच मला सांग. मी त्या रात्री कसा वागलो?'' मी म्हणालो.

''मी काय सांगणार? अहो बायको नवनवरी आहे. एखाद्या पुरुषाचा स्पर्श-सुद्धा तिला नवखाच होता. पुस्तकं वाचली होती म्हणता, मग जरा सबुरीने घ्यायचं. काय करायचं होतं ते अगदी घाईघाईने पाच मिनिटांत आटोपूनही टाकलंत. मी तर इतकी बावरले होते की काय चाललं आहे याचं मला भानसुद्धा नव्हतं आणि चुका काढायला मला तरी कुठे काय माहीत होतं? आणि जरी असली तरी ज्या माणसाशी पुरती दहा वाक्यसुद्धा बोललेली नाहीत, अशा माणसाला, तोसुद्धा नवरा, त्याला काय सांगणार होते.

''पण तुम्ही म्हणालात तेच खरं आहे. खरा सुखाचा मार्ग नुसतं पुस्तक वाचून समजत नाही. काही दिवसांच्या अनुभवानेच समजतो. गेल्या ३९ वर्षांत इतकं सुख मिळालं आहे, की आता त्याची इच्छापण होत नाही. फक्त तुमच्या खांद्यावर डोकं ठेवायला मिळालं की सुखाने झोप लागते,'' असं म्हणत पांघरुणात ती माझ्याजवळ आली.

दुसरा दिवस सहलीचा शेवटचाच दिवस होता. आज आम्ही एका स्वतंत्र टेबलावर बसलो होतो, असं म्हणण्यापेक्षा बाकीचे अजून रांगेतच उभे होते. आमच्या टेबलावर एक उमदा तरुण येऊन बसला. त्याच्या हातात जेवणाचं ताट नव्हतं; पण बसता बसता म्हणाला, ''हॅपी मॅरेज ॲनिव्हर्सरी. काल तुमच्या लग्नाचा ३९वा वाढदिवस होता ना? मग कसा काय साजरा केलात तुमचा ३९ वा हनिमून?''

''मी आपल्याला ओळखलं नाही. आपण आमच्या सहलीबरोबर नाही आहात.'' मी सावधगिरीने म्हटलं.

''ओऽऽ सॉरी, मी माझी ओळख करून देतो. मी मदन देव. मी तुमच्या सहलीबरोबर नाहीये; पण मी इथेच असतो. इथे हनिमूनला जोडपी येतात. त्यांना काही वेळा अडचणी येतात. बरं, या सहलीचे मॅनेजरही ब्रह्मचारी आणि अननुभवी आहेत. जमलं तर अशा अडचणीतल्या जोडप्यांना मदत करतो. बस,'' मदन देव म्हणाला.

''थँक्स! पण वयाच्या 'साठी'नंतरचा 'हनिमून' असेल तसाच होता. आता या वयात देहाचं आकर्षण म्हटलं तर कमीच होतं. शरीरही दाद देत नाही. जुन्या आठवणींची उजळणी हाच आमचा हनिमून,'' मी म्हणालो.

''पुढच्या वर्षी तुमच्या लग्नाला ४० वर्षं पुरी होतील नाही का? पुढच्या वर्षीसुद्धा इकडेच येणार का?'' मदन देवने विचारलं.

''मला नाही वाटत ते शक्य होईल. बँक बॅलन्स आणि शारीरिक तंदुरुस्ती दोन्ही कमी होत आहेत. बहुधा पुढच्या वर्षी आम्ही घरीच असू. किंबहुना, आम्ही

आमचा ४०वा हनिमून आमच्याच खोलीत साजरा करायचा विचार करत आहोत,' मी म्हणालो.

''वेलऽऽ. मीही तुम्हाला तेच सुचवणार होतो; कारण मी तुम्हाला तुमच्या लग्नाच्या ४०व्या वाढदिवसानिमित्त एक अनोखी भेट देऊ इच्छितो.'' मदन म्हणाला.

''आभारी आहे; पण तुमचा-आमचा स्नेह भेट देण्या-घेण्याइतका नाही. शिवाय तुम्ही इथले, आम्ही मुंबईचे. पुढच्या वर्षी भेट होण्याची शक्यताही नाही,'' मी विषय संपवत म्हणालो.

''जरा ऐकून तर घ्या. माझी भेट म्हणजे एखादी वस्तू नाहीये, तरऽऽ.'' मदन क्षणभर थांबला. ''ती एक सदिच्छा भेट आहे. तुमच्या जुन्या आठवणींना उजाळा देणारी. तुमच्या तथाकथित चुका सुधारण्याची संधी देणारी भेट आहे. आपण फक्त हो म्हणा. पाहिजे तर पत्नीचापण सल्ला घ्या.'' मदन म्हणाला.

''हे बघा. तुम्ही काय ते स्पष्ट बोला. आम्हाला काहीही कमी नाहीये. पश्चात्ताप होण्याजोग्या केलेल्या चुकापण आठवत नाहीत. हां, म्हटलं तर यांच्या-बरोबर लग्न केल्याची चूक म्हणता येईल; पण हे नाही तर दुसऱ्या कोणाबरोबर तरी संसार झालाच असता. मग हाच नवरा काय वाईट आहे? निदान आम्ही दोघं एकमेकांना सांभाळून तरी घेत असतो.'' सौ.ने प्रथमच तोंड उघडलं.

''नाही, नाही! मी तुम्हाला ती चूक सुधारायची संधी देणार नाहीये. किंबहुना, तुम्ही जगलेल्या आयुष्यात बदल करायचं सामर्थ्य माझ्यात नाहीये.

''मी तुम्हाला तुमच्या आयुष्यातील फक्त 'तो' अर्धा तासच परत जगण्याची संधी देणार आहे. फक्त 'तो'च अर्धा तास, त्याचा तुमच्या पुढच्या-मागच्या आयुष्यावर काहीही परिणाम होणार नाहीये; पण तुम्हाला 'तो' अर्धा तास तुमच्या मनाप्रमाणे घालवता येईल.

''काल तुम्ही म्हणाला होतात. मोठ्याने नाही, पण तुमच्या मनात ती पहिल्या रात्रीची खंत आहे. 'घाईघाईने' पाच मिनिटांत उरकून टाकल्याची.' समजा, मी जर तुम्हाला 'तो' अर्धा तास परत जगायला दिला तर? आवडेल तुम्हाला?

बघा. विचार करा. घाई नाहीये. अगदी पुढच्या वर्षापर्यंत विचार करा. मी तुम्हाला हे पाकीट भेट देत आहे. जर तुम्हाला ही भेट स्वीकाराविशी वाटली तर. पुढच्या वाढदिवसाला हे पाकीट उघडा. आत माझं कार्ड आहे. माझी आठवणच तुम्हाला ती भेट पोहोचवेल; पण लक्षात ठेवा, तुम्हाला फक्त 'तो'च अर्धा तास मिळणार आहे.

''हो आणखी एक गोष्ट सांगतो. त्या अर्ध्या तासापुरतंच तुम्हाला ४० वर्षांपूवीचं आरोग्य अनुभवता येईल. सांधेदुखी, हार्टट्रबल अगदी काहीसुद्धा त्रास

देणार नाही; कारण हा अर्धा तास सायडिंगला काढलेल्या गाडीसारखा आहे. तुमचं बाकीचं आयुष्य, व्याधी वगैरे त्या त्या वयातच भोगाव्या लागणार आहेत.

“अच्छा. तुम्हाला पुढील आयुष्याबद्दल माझ्या शुभेच्छा!” मदन देवने एक पाकीट माझ्या हातात ठेवलं. आमचा निरोप घेतला आणि हॉलच्या बाहेर निघूनही गेला.

तो निघून गेल्यावर संयोजकांकडे, तसेच हॉलच्या नोकर वर्गाकडे चौकशी केली; पण त्यांना तो मदन देव कोण होता ते माहीत नव्हतं; पण माझ्या हातात पाकीट मात्र होतं.

आज आम्ही मुंबईत आमच्या घरीच आहोत. आज आमच्या लग्नाचा ४०वा वाढदिवस आहे. गेल्याच आठवड्यात मी ते पाकीट काढून टेबलावर ठेवलं होतं. उद्देश एकच, बायकोने ते पाहावं. तिने ते पाहिलं होतं; पण ती काहीच बोलली नव्हती. शेवटी मीच पाकिटाचा विषय काढला. आणि तिला म्हणालो,

“काय, आज पाकीट उघडायचं का? ४० वर्षांपूर्वी केलेली घिसाडघाई. तुझी इच्छा असल्यास मला ती माझी चूक सुधारायची आहे.”

“मला कल्पना आहे त्याची. म्हणून तर तुम्ही ते पाकीट वर काढून ठेवलं होतं. खरं सांगू, मला नाही वाटत ते पाकीट उघडावं.

“मला नाही वाटत तुमची फार मोठी चूक झाली होती. तुमच्या आवेगाला कसा प्रतिसाद द्यायला हवा हे मला तरी कुठे कळत होतं? किंबहुना ‘दाम्पत्य सुख’ असं ज्याला संबोधलं जातं, ते सुख म्हणजे काय असतं ते त्या वेळी आपल्या दोघांनाही ठाऊक नव्हतं. ती तर आपल्या पुढच्या सुखाच्या वाटेवर अडखळत टाकलेली पहिली वेडीवाकडी पावलं होती.

“मंदारला तुम्ही सांगितलं होतं तेच खरं आहे. या प्रयोगात आपण प्रत्येक वेळी जुन्या चुका टाळायचा प्रयत्न करीत असतो. आणि अजाणता नवीन चुका करत असतो. या खेळाचा प्रत्येक प्रयोग नवीनच असतो.

“तेव्हा तो त्या ४० वर्षांपूर्वीच्या संचातला खेळ परत केला तरी त्या नाही तर दुसऱ्या काही नवीन चुका होतीलच. मग कशाला तो खेळ परत खेळायचा?” माझ्या हातात ते पाकीट परत देत ती म्हणाली.

आणि आम्ही ते पाकीट उघडलंच नाही.

एक खास सूचना :

... जर तुम्ही ६० वर्षांवरील असाल आणि जर तुम्हाला तसं पाकीट हवं असेल, तर मला पत्र लिहा. मी तुम्हाला त्या पर्यटन कंपनीचं नाव, पत्ता, सहल

वगैरेचा तपशील कळवेन. जर तुम्ही नशीबवान असाल तर! असं म्हणायचं कारण म्हणजे तो डॉ. मदन देव तिथल्या कुणालाच दिसलेला किंवा भेटलेला नाही. किंवा त्याचं नावही कुणी ऐकलेलं नाही. आणि त्यातूनही जरी नाहीच भेटला, तरी हरकत नाही. मी आमच्याकडचं पाकीट तुम्हाला पाठवून देईन. कारण आम्ही ते पाकीट कधीच उघडणार नाही आहोत.

(मानिनी, दिवाळी अंक, २००६)

डोकेदुखी

माधव झोपेतून जागा झाला, तेव्हा त्याचं डोकं दुखत होतं. डोक्यात विचारांचा कल्लोळ उडाला होता. भाषणं, आरोप-प्रत्यारोप, खरं-खोटं काहीच कळत नव्हतं. निवडणुका जवळ आल्या होत्या. तरी आता पूर्वीसारखा प्रचाराचा गदारोळ नव्हता. मोठ्या सभासुद्धा भरत नसत. भरल्या असत्या तरी माधवला त्यात रसच नव्हता. दिवसभर केलेला लोकलचा प्रवास. त्यानंतर सभेला जाण्याचा उत्साहही त्याच्याजवळ नव्हता. तीच तीच भाषणे, तोच आवेश, दुसऱ्यांची निंदानालस्ती. व्यासपीठ बदललं की, वक्ते बदलतात याचं जमावाला काय? आज याला तर उद्या त्याला टाळ्या. जनतासुद्धा आता वैतागलेली होती. सगळेच चोर आणि भ्रष्टाचारी!

प्रत्येक जण आपापल्या मित्रमंडळींत सर्वांवर तोंडसुख घ्यायचा; पण हे वक्ते त्यांचेच विचार जाहीरपणे मांडत होते. माधव कधी शाळा-कॉलेजात स्टेजवर उभा राहिला नव्हता की, कधी ऑफिसमध्ये सेंड ऑफ पार्टीमध्ये बोलला नव्हता. ऑफिसमधल्या कोणाच्या लग्नाला गेला तरी प्रेझेंट घेऊन दुसराच कोणी स्टेजवर जात असे. फारच आग्रह झाला तर इतर

ग्रुपबरोबर स्टेजच्या पायऱ्या चढे, नाहीतर खालीच खुर्चीवर आइस्क्रीम खात बसे.

कालपासून त्याचं डोकं दुखत होतं. त्यामुळे तो सरळ घरी आला होता. गरम चहा घेऊन चौपाटीवर चक्कर मारली होती. समुद्रावरची ताजी हवा खाऊन जरा बरं वाटलं होतं. रात्री जेवून झोपायची तयारी केली होती; पण आई म्हणाली, "माधवा! अरे डोकं दुखत असलं तर थोडं तेल घाल डोक्यावर. उन्हातान्हातून फिरला असशील. त्यामुळे दुखत असेल डोकं."

माधवनं तोही उपाय केला होता. त्यामुळे झोप शांत लागली होती; पण डोकेदुखी काही थांबली नाही. डोक्यात विचारांची गर्दी झाली होती; पण त्यात सुसंगती नव्हती.

तो आठवडा त्याने कसाबसा काढला. ॲस्पिरिन किंवा तत्सम गोळ्या घेत तो दिवस काढत होता. मग मात्र तो फॅमिली डॉक्टर भडकमकरांकडे गेला. नेहमीप्रमाणे डॉक्टरांनी रक्तदाब, डोळे तपासणी इ. जुजबी तपासण्या करून तात्पुरती औषधयोजना सुचवली. सर्व नॉर्मल होतं, तरी गुण येत नव्हता. माधवची डोकेदुखी नुसतीच नव्हती, तर कोणीतरी मोठ्याने बोलत आहे, चिडून बोलत आहे, तर कोणी दुसऱ्याला शांत आवाजात समजावत आहे, असे भास त्याला होत असत. शेवटी डॉ. भडकमकरांनी त्याची केस डॉ.वर्तकांकडे रिफर केली.

डॉ.वर्तक हे मानसोपचारतज्ज्ञ होते. त्यांनी नुकतीच प्रॅक्टिस सुरू केली होती. त्यामुळे तसा अनुभव थोडा होता; पण मनाची कवाडं मात्र खुली होती. ते मुद्दामच रेल्वेने प्रवास करीत. लोकांशी ओळखी काढायच्या, त्यांचे विचार, तक्रारी, मते ऐकून ते शिकत होते. ते असंख्य अनुभव त्यांना ना पुस्तकात मिळणार होते, ना त्यांच्याकडे मर्यादित प्रमाणात येणाऱ्या केसेसमधून.

माधव डॉ. वर्तकांच्या समोर बसला होता आणि सांगत होता, "डॉक्टर! मला सांगायला कसंसंच वाटतं; मला होणारे भास फार विचित्र आहेत. जणूकाही एखादी सभाच भरली आहे, असं वाटतं. म्हणजे राजकीय सभा नव्हे तर जणू वादविवाद चालले आहेत. त्यात आरोप-प्रत्यारोप होत आहेत, असं वाटतं. दिवसा कामात असतो; पण झोपेत हा गोंधळ चालू असतो. झोप चाळवते. मग दिवसभर डोकं दुखत राहतं."

"असं ! पण वादविवादांचा विषय तरी काय असतो?" डॉक्टरांनी विचारलं.

"विषय नेहमीचाच. कोणीतरी कामगारांना चिथावलेलं असतं. मग मालकाच्या किंवा अधिकाऱ्यांच्या नावानं दिलेल्या घोषणा. त्यांना समजावण्याचे केलेले प्रयत्न. असंच काहीतरी असतं. मला नीट समजत नाही, किंबहुना मी मुद्दाम दुर्लक्षच करतो म्हणा ना. कारण मला असल्या भानगडी आवडत नाहीत. आपल्यावर सोपवलेलं काम आपण करायचं." माधवने सांगितलं.

"बरं, आता मला सांगा की, तुम्ही ज्या ठिकाणी नोकरी करता तिथली मॅनेजमेंट किंवा सेटअप कसा आहे? वातावरण कसं आहे?" डॉक्टरांनी विचारलं.

"मी एका कन्स्ट्रक्शन कंपनीत नोकरीला आहे. मी हेडक्लार्क आहे. माझ्यावरती ऑफिसर, त्यानंतर मॅनेजर, हाताखाली पाच क्लार्क आहेत. कामगारांशी आमचा प्रत्यक्ष संबंध येत नाही; पण कधी लोन किंवा तक्रारी वगैरेसाठी कामगार ऑफिसमध्ये येतात तेवढेच. मॅनेजर हुशार आहेत. कंपनी कशी चालवायची याचं त्यांना चांगलं ज्ञान आहे. सर्व खात्यांना सांभाळून, सर्वांना बरोबर घेऊनच त्यांचा कारभार चालतो. अगदी तळातल्या कामगारालाही जरी दुखलंखुपलं किंवा कुठं काही बिनसलं तरी त्यांना बरोबर पत्ता लागतो. कोणाची काय गरज आहे, हे त्यांना जणू आपोआपच कळतं. त्यामुळे मातीत काम करणाऱ्यांना बूट, वेल्डिंगवाल्यांना चष्मे वगैरे सर्व आपणहूनच मंजूर केलं आहे." माधव सांगत होता.

"वाऽऽ ! अगदी आदर्श कंपनी आहे म्हणायची. मग युनियन वगैरे काही आहे का नाही?" डॉ. वर्तकांनी विचारलं.

"तशी युनियन आहे ना; पण संघर्ष, भांडणं वगैरे मात्र नाहीत." माधव म्हणाला, "म्हणजे मला तरी तसं वाटत होतं असं म्हणा; कारण गोपाळ नावाचा एक कामगार आहे. तो त्या दिवशी चिडून बोलत होता. मॅनेजरला शिव्या देत होता. मी काही लक्ष दिलं नाही."

"गोपाळ काय करतो? आणि तो तुमच्याकडेच का तक्रार करत होता? त्याच्या सुपरवायझरकडे किंवा युनियनकडे का नाही गेला? जर कंपनीत सलोख्याचे संबंध असतील तर त्याच्यावरचा अन्याय सहज दूर होईल." डॉक्टरांनी समजावलं.

"गोपाळ हा साईटवरचा कामगार आहे. बऱ्याच वेळा आम्ही एकाच गाडीनं जातो. माझा फर्स्टक्लासचा पास आहे, तर त्याचा सेकंडचा. त्या दिवशी गाडी चुकेल म्हणून मीपण त्याच्याबरोबर सेकंड क्लासमध्येच चढलो होतो, तेव्हा आमचं बोलणं झालं." माधवने खुलासा केला.

"मग गोपाळचं काय म्हणणं आहे?" डॉक्टरांनी संभाषण चालू ठेवलं.

"खरं सांगू का, माझं त्याच्या बोलण्याकडे लक्ष नव्हतं. आधीच मला सेकंडनं प्रवास करायची सवय नाही. त्यामुळे त्या गर्दीत मी घुसमटून गेलो होतो. त्यात कोणाची तरी बॅग माझ्या गुडघ्यावर आपटत होती. पायावर पाय पडत होते. परत पाकीट जायचीपण धास्ती वाटत होती." माधवने सांगितलं.

"हरकत नाही; पण मला एक सांगा, तुमच्या डोक्यातले आवाज, भाषणं केव्हापासून सुरू झाली? तुमची आणि गोपाळची भेट झाल्यानंतर की

त्यापूर्वीपासून होती?'' डॉ. वर्तक विचारत होते.

"तसं नक्की सांगता येणार नाही; पण मला वाटतं, गोपाळची भेट झाल्यानंतर सुरू झालं असावं; पण डॉक्टर, गोपाळचा आणि माझ्या डोकेदुखीचा काय संबंध?'' माधवने चमकून विचारलं.

"नाही, तसा काहीच संबंध नाही; पण काय असतं, काही वेळेला आपल्यावर अन्याय होत आहे, असं आपल्याला वाटत असतं; पण तसं बोलून दाखवायचा धीर मात्र होत नाही. मग त्या दाबामुळे डोकेदुखीसारख्या भावनेद्वारे ती व्यथा बाहेर दिसते. उलट काही वेळा दुसरा कुणी समदुःखी भेटला, की वेगळंच घडतं. याला जमावाचं मानसशास्त्र म्हणतात. समविचाराची माणसं एकत्र आली की, फक्त बोलतात, बडबडतात. त्यापलीकडे फारसं काही होत नाही; पण त्यातल्या एकानं जरी दगड हातात घेतला तरी मग दुसऱ्याला पण तीच इच्छा होते असं असतं.'' डॉक्टरांनी खुलासा केला.

"अहो, पण माझं तसं नाहीये हो. माझ्यावर मॅनेजरांनी कोणताच अन्याय केलेला नाहीये. मला वाटतं, गोपाळ उगीचच पराचा कावळा करतो आहे. आमचे मॅनेजर खरोखरच अतिशय हुशार गृहस्थ आहेत. योग्य जागी योग्य माणूस नेमण्याची कला त्यांच्याकडे आहे. त्यामुळे तर सगळे बिनतक्रार कामं करतात. मी आपल्याला उदाहरण देतो बघा.

"हे आपलं शरीर आहे. त्यात असंख्य खाती म्हणजे अवयव आहेत. प्रत्येक अवयवाचं काम वेगवेगळं, त्याप्रमाणे त्या अवयवाची रचनाही असते नाही का! दात चावण्यासाठी अगदी घट्ट, तर त्याच्या जवळची जीभ अगदी हाड नसलेली, नाजूक, हाताची कातडी नरम, तर तळपायाची अगदीच राठ. शरीरातील हृदय रक्तवाहिन्यांमार्फत सगळ्या अवयवांना सारखंच रक्त पुरवत असतं. जसं आम्हा सगळ्यांना कंपनीकडून पगार किंवा पैसे मिळत असतात. त्याच्या बदल्यात आम्ही सगळे अवयव आपापलं काम करून हृदयाला रक्त व ऊर्जा पुरवत असतो. प्रत्येक अवयव जरी फक्त आपल्या वाटणीचंच काम करत असला, तरी त्याचं सुसूत्रीकरण मेंदूच करत असतो नाही का? म्हणजे पहा, आपल्याला तहान-भूक लागली की, अन्न कुठं मिळेल याचा विचार करणं, पायांनी तिकडे जाणं, डोळ्यांनी बघणं, हातांनी उचलणं, दातांनी चावून खाणं, ही कामं मेंदूच बघतो की नाही?

"नाही म्हणजे हे सर्व मी आपल्यासारख्या डॉक्टरांना सांगायचं म्हणजे ऽऽ'' माधव ओशाळल्या स्वरात म्हणाला.

"छान आहेत की विचार आणि अगदी सुसूत्रपणे मांडताय! ऐकायला चांगलं वाटतं आहे. पुढे बोला ना,'' डॉक्टरांनी उत्तेजन दिलं.

"म्हणजे कुठलं काम कुठल्या अवयवानं केव्हा करायचं, हा क्रम जर मेंदूनं ठरवला नाही तर मोठीच आफत होईल, नाही का?

"अगदी आपण पाणी पितो, तेच उदाहरण घ्या ना! जरा चूक झाली की लागलीच उचकी. चालताना काही वेळा मेंदू दुसऱ्याच विचारात असतो. मग लागते ठेच. त्याचा अर्थ असा नाही की त्यानं मुद्दाम दुर्लक्ष करून पायाला इजा केली. उलट एखादा काटा जरी पायात घुसला तरी वरच्या डोळ्यांना पाणी येतं आणि तोच मेंदू डोळ्यांना, हातांना तो काटा काढायला सांगतो की नाही?

"मला फक्त एवढचं सुचवायचं आहे की, आमच्या मॅनेजरनी गोपाळला काही मुद्दाम त्रास दिलेला नाहीये. जाऊ दे. मी आपला उगाच वेळ घेत नाही ना?' माधवने समारोप केला.

"छे! छे! मला वेळ आहे. चालू दे तुमचं बोलणं," डॉक्टर म्हणाले.

"परत केव्हातरी, आता नको; पण मला मात्र खूप बरं वाटतं आहे. ऐकून घेतल्याबद्दल थँक्स." माधव म्हणाला.

"ठीक आहे. पुढच्या वेळी बोलू; पण परत जर तसे भास झाले तर नीट लक्ष देऊन ऐका आणि मला सांगा."

डॉक्टरांनी निरोप दिला. काही औषधंही लिहून दिली.

पुढच्या सिटिंगच्या वेळी आल्या आल्याच डॉक्टरांनी विचारलं, "अरे, काय म्हणतोय पाय? मागच्या वेळेस थोडे लंगडत होतात, आता बरे दिसताय. बाकी कसं काय चाललंय? म्हणजे आवाज वगैरे..."

"हां! त्या पायाचं काय, बुटाचा एक खिळा वर आला होता. तो ठोकून टाकला झालं; पण आवाजाचं काही खरं नाही. ऑफिसमध्येसुद्धा वातावरण खराब होत चाललंय." माधवने सांगितलं.

"म्हणजे तीच गोपाळची केस का?" डॉक्टरांनी विचारलं.

"हो ना! गोपाळनं आता इतर कामगारांना हाताशी धरलं आहे आणि आपली वेगळी युनियन स्थापन केली आहे. मी त्याला खूप समजावलं. बाबा रे, तू उगाच चालत्या गाड्याला खीळ घालू नकोस." माधव म्हणाला.

"पण त्याचं म्हणणं तरी काय आहे आता?" डॉक्टरांनी विचारलं.

"अहो, कुठंतरी काहीतरी ऐकून येतात आणि अर्थ न कळता बोलत असतात ही मंडळी.

गोपाळ तावातावाने बोलत होता, "म्हणजे आम्ही तळागाळातली माणसं! तुम्हाला काय कळणार आमच्या हालअपेष्टा? तुमचे मॅनेजर वरच्या मजल्यावर एअरकंडिशन्ड केबिनमध्ये बसून सर्व कारभार बघणार. आम्ही कोणत्या अवस्थेमध्ये

काम करतो ते त्यांना कसं कळणार? आम्ही भर उन्हा-पावसात, धुळीत, चिखलात काम करतो. त्यांना ऊन लागलं की चक्कर येते, तर पावसात सर्दी होते.''

"अरे, असं कसं म्हणतोस? तुमच्या कामाची आणि परिस्थितीची कल्पना असल्याशिवायच का त्यांनी तुम्हाला बूट, हेल्मेट वगैरे दिलं आहे?'' मी समजावलं.

"त्यांनी आपणहून दिलं का? अरे, दहा वेळा आम्हाला लागलं, खरचटलं म्हणून आम्ही तक्रारी केल्या तेव्हा दिलं. म्हणजे आम्ही परत त्यांच्याकडे तक्रारी घेऊन जाऊन त्यांचा वेळ खाऊ नये म्हणून दिलं. कळलं?'' गोपाळचा आवेश वाढतच होता.

"मग तुमचं म्हणणं तरी काय आहे?'' मी गोपाळला विचारलं.

"आम्ही त्यांना सांगितलं आहे की, आम्हाला पण मॅनेजमेंटमध्ये सहभाग हवाय; त्या शिवाय आमची दु:खं तुमच्यापर्यंत पोहोचणार नाहीत.'' गोपाळनं सांगितलं.

"मग मॅनेजमेंटनं काय केलं? घेतला का त्यांचा प्रतिनिधी?'' डॉक्टरांनी मध्येच विचारलं.

"मला माहीत नाही; पण मला ते योग्य वाटत नाही.'' माधवने सांगायला सुरुवात केली. मी त्याला खूप समजावलं.

"हे बघ गोपाळ, मी सांगतो ते नीट ऐक. सैन्यात एक शिस्त असते. म्हणूनच सैन्य कुठलंही काम तत्परतेनं आणि चांगल्या रीतीनं करू शकतं. तिथे ब्रिगेडिअरपासून सामान्य सैनिकापर्यंत अनेक पातळ्यांवर लोक काम करीत असतात आणि त्यांना आखून दिलेल्या मर्यादित क्षेत्रातच काम करावं लागतं, त्याला पर्याय नाही. काही जणांनी हुकूम द्यायचे असतात, तर काही जणांनी ते हुकूम फक्त पाळावयाचे असतात. तळातल्या सैनिकांनी 'असं का?' हा प्रश्न विचारायचा नसतो तर त्याची फक्त अंमलबजावणी करायची असते. मग त्यात त्याला मरण जरी आलं तरी ते त्यानी स्वीकारायचं असतं. तरच युद्ध जिंकलं जातं.'' माधव सांगत होता.

"माधवराव, म्हणजे तुम्हाला असं म्हणायचं आहे का? सैनिकांना वरची जागा कधीच मिळणार नाही तेव्हा त्यांनी वरच्या जागेची इच्छा कधीच करू नये.'' डॉक्टर माधवला चिडवण्यासाठी म्हणाले. त्यांना त्याची मनोवृत्ती जाणून घ्यायची होती. "मी काही तत्त्ववेत्ता नाही. फक्त मला वाटतं की सोनं आणि लोखंड दोन्ही धातूच. त्यांच्या अंगभूत गुणधर्मांमुळे एकाचे दागिने घडतात तर दुसऱ्याचा उपयोग पूल बांधायला होतो. त्यांची उलटापालट होऊ शकेल;

पण ही उलटापालट उपयुक्त ठरणार नाही किंवा असं बघा की, सगळे दगड जरी सारखेच दिसत असले तरी मूर्ती घडवायला त्यातला एखादाच उपयोगी पडतो. हिरा आणि गारगोटीमधला फरक जवाहिऱ्यालाच कळतो. मूर्ती घडवणं किंवा पैलू पाडणं हे संस्कार नंतरचे आहेत. म्हणून म्हणतो निवड जाणकाराकडूनच व्हायला हवी. मूर्तिकार आपल्याला हवा तसा दगड शोधून काढतोच. एखाद्या दगडानं माझी मूर्ती घडव असं सांगून काय उपयोग?'' माधव म्हणाला.

''वाऽऽ फारच छान सांगितलंत.'' डॉक्टर अनाहूतपणे म्हणाले, ''पण त्याला ते पटलं का?''

''मला नाही वाटत त्याला पटलं असेल आणि त्यांना भरीला घालणारी मंडळी असतातच! मला त्याच्याशी काही देणं-घेणं नाही; पण माझी डोकेदुखी मात्र वाढली आहे. तुमच्या औषधांचा पण फारसा उपयोग होत नाही.'' माधवनं सांगितलं.

''असं करू या, मी तुमच्या फॅमिली डॉक्टर भडकमकरांशी बोलतो. मला वाटतं, आपण स्कॅनिंग करून घेऊ. उपाय खर्चीक आहे म्हणून टाळत होतो. ही चिठ्ठी द्या त्यांना. मी त्यांच्याशी नंतर फोनवर बोलेन.'' डॉक्टर वर्तकांनी चिठ्ठी लिहून पाकीट बंद करून माधवच्या हातात दिलं.

आज डॉक्टर वर्तकांकडे डॉ. भडकमकरांचा आणखी एक पेशंट आला होता, तेव्हा त्यांना माधवची आठवण झाली. त्या केसचं पुढे काय झालं, हे त्यांना कळलंच नव्हतं. त्यांनी डॉक्टर भडकमकरांना फोन लावला आणि माधवची चौकशी केली.

''केव्हा तरी या सवड काढून. मग सविस्तर बोलू. फोनवर नको.'' म्हणत डॉक्टर भडकमकरांनी फोन बंद केला.

वर्तकांना चैन पडेना. त्याच रात्री क्लिनिक बंद केल्यावर ते भडकमकरांकडे गेले. डॉक्टर भडकमकर सांगू लागले, ''स्कॅनिंगमध्ये माधवरावांच्या मेंदूत एक गाठ आढळली. त्यामुळे त्यांचं डोकं दुखत होतं. रेडिएशनने जाळली तरी फायदा झाला नाही. म्हणजे आता खूपच उशीर झाला आहे. सर्व मेंदूभरच रोग पसरला आहे. आता फारशी आशा उरलेली नाहीये; पण एक विचित्र गोष्ट आढळली आहे. तुम्ही मानसशास्त्रज्ञ आहात तेव्हा तुम्हीच त्याचा नीट खुलासा करू शकाल.

''माधवराव नेहमी कुणा गोपाळ नावाच्या कामगाराबद्दल बोलत असतात आणि तोच त्यांच्या डोकेदुखीचं कारण आहे, अशी त्यांची ठाम समजूत

झाली होती.'' डॉक्टर भडकमकर म्हणाले.

''खरं आहे. माझ्याकडेही ते त्याच विषयावर बोलत असत. त्यांनी त्याला खूप समजावलं होतं.'' डॉक्टर वर्तक म्हणाले.

''खरी गोम तिथंच आहे. त्यांच्या मिसेसनी सांगितलं, त्यांच्या ऑफिसमध्ये गोपाळ नावाचा कोणीच कामगार नाहीये. त्यांच्या ऑफिसमध्ये जाऊन तशी चौकशीही केली आहे. त्यांची कंपनी इतर सर्वसामान्य कंपन्यांसारखीच आहे.'' डॉ. भडकमकरांनी सांगितलं.

''हे मला माहीत नव्हतं.'' डॉ. वर्तक आश्चर्यानं म्हणाले, ''पण त्यांचं बोलणं मात्र अगदी प्रत्यक्षात बोलल्याप्रमाणे असे. विचारही सुसंगत असत. तसा दुहेरी व्यक्तिमत्त्वाचा प्रकारही वाटला नाही किंवा साधा संशयही आला नाही.''

बोलता बोलता डॉ. भडकमकरांनी एक कविता लिहिलेला कागद डॉ. वर्तकांपुढे ठेवला.

पेशी

एक शरीर असंख्य पेशी
गुण्यागोविंदाने जगत होत्या
हाताच्या, पायाच्या, डोळ्यांच्या, मेंदूच्या
आपापले कार्य करीत होत्या
त्या एकाच कार्यासाठी जन्मत होत्या
आयुष्य संपल्यावर मरत होत्या
तळपायाची एक पेशी
एकदा विचार करू लागली
एकाच अन्नापासून आम्ही जन्मतो
एकाच हवेवर आम्ही जगतो
त्यांचा आमचा सर्वांचा
एकच लाल रंग असतो
मग जन्मभर का सोसावे
आम्ही काटे आणि माती?
मेंदूच्या पेशींना मात्र सुरक्षित पेटी
ठिणगी पेटली आग भडकली
आणि

तळपायांच्या पेशीला मेंदूत जागा मिळाली
एकाच्या दोन, दोनाच्या चार
मेंदूत पसरल्या त्याच पेशी फार
मग कोणी म्हणाले 'कॅन्सर झाला'
कोणी म्हणाले 'ट्यूमर झाला'
ऑपरेशनने तो काढून टाका
रेडिएशनने तो जाळून टाका
पण आता फार उशीर झाला होता
मेंदूचा ताबा आता
तळपायांच्या पेशींकडे होता
टेनिसन का कोणी परदेशात म्हणाला होता
He has not to question How and Why
But a Soldier has to DO or DIE

भगवान श्रीकृष्ण म्हणाले होते
'स्वधर्मे निधनं श्रेय:
परधर्मो भयावह:।।
पण हे समजून घ्यायला न तेथे
मेंदूच्या पेशी होत्या न तळपायाच्या
तेथे फक्त एकाच प्रकारचा
लाल पेशींचा गोळाच शिल्लक राहिला होता

"वाचलीत?" डॉक्टर भडकमकरांनी विचारलं, "एक विचित्र गोष्ट अशी आढळली की, माधवरावांच्या मेंदूच्या गाठीचं नीट वर्गीकरणच करता आलेलं नाहीये."

डॉक्टर वर्तक थोडा वेळ थांबून बोलू लागले,

"मला एक कल्पना सुचते आहे. प्रत्यक्षात असं काही घडण्याची शक्यता आहे की नाही माहीत नाही; कारण मेडिकल जर्नलमध्ये तरी तसा कुठं उल्लेख आढळला नाही; पण माणसाचं मन किंवा मेंदू यांचं कार्य तरी अजून कुठं ठीक तऱ्हेनं माहीत आहे? पण आलंकारिक भाषेत सांगता आलं तर बघतो.

"त्याची डोकेदुखी सुरू व्हायच्या आधी म्हणजे ते पहिल्यांदा माझ्याकडे आले होते तेव्हा बुटाचा खिळा पायाला टोचत होता म्हणून लंगडत होते. आता तळपायाची पेशी म्हणजे गोपाळ समजा. मॅनेजमेंट म्हणजे मेंदू समजा आणि खिळा म्हणजे बाहेरून मिळालेली फूस समजा. हे रूपक ध्यानात घेतलं

तर सगळं स्पष्ट होतं. शास्त्रज्ञांना एक गोष्ट नक्की माहीत आहे की, शरीरातील पेशींमध्ये संदेशवहन हे विद्युत संकेतामुळेच होत असतं. त्या पेशींमधील संकेत मेंदूच्या कुठल्या तरी भागानं टिपले असावेत. आणि त्यालाच माधवरावांनी 'गोपाळ' हे नाव दिलं असावं.''

डॉक्टर वर्तकांनी तो कवितेचा कागद परत करत म्हटलं, ''ते म्हणतात त्या- प्रमाणे आता खरोखरच उशीर झाला आहे. पूर्वीच लक्षात आलं असतं तर ती स्पंदनं टिपण्याचा प्रयत्न तरी करता आला असता.''

(पुढचं पाऊल, दिवाळी अंक, २०१२)

■

उजाली

"सुरेश, आज रात्री लवकर ये. उशीर करू नकोस. आपल्याला सिनेमाला जायचं आहे. लक्षात आहे ना?" उजालीने मी ऑफिसात निघता निघता बजावलं.

अमोल पालेकरांचा 'पहेली' सिनेमा नुकताच प्रदर्शित झाला होता. अमोल पालेकरांचे चित्रपट मला आवडतात. म्हणजे त्यांनी भूमिका केलेले चित्रपट मला आवडतात. 'छोटीसी बात', 'रजनीगंधा' अगदी आपल्यातलेच नायक वाटतात. प्रेम करणारे पण व्यक्त करू न शकणारे ते नायक असतात. त्यातल्या त्यात 'गोलमाल' किंवा 'रंगबिरंगी' मधील नायक जरा चंट आहेत. त्यांचा 'गोलमाल' तर मी अजूनही कधीही लागला तर बघत असतो; पण त्यानंतरचे 'अनाहत', 'कैरी', 'ध्यासपर्व' हे चित्रपट मी पाहिलेले नाहीत. ते चित्रपट समीक्षकांनी आणि पारितोषिकांनी गौरवलेले आहेत; पण का कुणास ठाऊक मी ते चित्रपट आवर्जून पाहायला मात्र गेलेलो नाही. 'पहेली' हा चित्रपटही आवर्जून पाहावाच, असंपण समीक्षकांनी लिहिलेलं

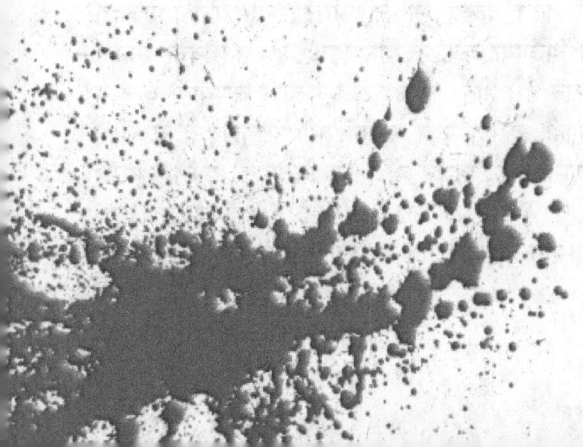

वाचनात आलेलं नाही. त्यामुळेपण तो चित्रपट पाहायची फारशी उत्सुकता नव्हती; पण उजालीला पाहायचा होता. तिला कंपनी म्हणून तिच्याबरोबर जायला- पण बरं वाटलं असतं.

केबलवर तर रोजच सिनेमे दाखवले जातात; पण त्यातही जाहिरातींचा व्यत्यय असतो. रिमोट कंट्रोलमुळे सतत चॅनल बदलण्याचा आपल्या हाताला चाळाच लागलेला असतो. त्यामुळे कुठलाही सिनेमा सलगपणे पाहणं घरी तरी कठीणच असतं. म्हणूनच विनाव्यत्यय सलग सिनेमा पाहायला लोक थिएटरमध्ये जात असतात.

ऑफिसमध्ये तर रोजचीच महत्त्वाची कामं असतात, तेव्हा ती सबब होऊ शकणार नव्हती. दुसरं कारण म्हणजे आमचं लग्न अजून तरी नवंच म्हणजे फक्त दोन वर्षं इतकं जुनं आहे. खरं म्हणजे मी आज सबंध दिवसच रजा घ्यावी अशी उजालीची अपेक्षा होती; पण ऑफिसात आजच महत्त्वाची मीटिंग असल्यामुळे ऑफिसमध्ये जाणं अनिवार्यच आहे, हे मी तिला पटवून देऊ शकलो होतो. म्हणूनच लवकर घरी परतण्याची सूचना तिने केलेली होती. तिसरी आणि सर्वांत महत्त्वाची गोष्ट म्हणजे आज आमच्या लग्नाचा दुसरा वाढदिवस होता आणि आमच्यासारख्या प्रेमविवाहितांनी लग्नाचा वाढदिवस चुकवणं हा अक्षम्य गुन्हाच ठरू शकतो.

उजाली अगदी साधी, गोड स्वभावाची मुलगी आहे. आम्हा दोघांची ऑफिसेस नरिमन पॉइंटला होती. एवढंच नव्हे तर एकाच बिल्डिंगमध्ये होती. चर्चगेट ते नरिमन पॉइंट शेअर टॅक्सीची सेवा आहे. बससेवाही आहे. सुरुवातीला आम्ही बसनेच प्रवास करत असू. आमची दोघांची तशी ओळख नव्हती; पण ती आमच्याच बिल्डिंगमध्ये कामाला आहे याची कल्पना होती. जवळजवळ रोजचाच बसप्रवास असूनसुद्धा मी कधी तिचं तिकीटही काढलं नव्हतं.

कालांतराने मला ऑफिसमध्ये बढती मिळाली. पगारातसुद्धा बऱ्यापैकी वाढ झाली होती. असाच एक पावसाळी दिवस होता. नुकतीच एक बस भरून गेली होती. दुसरी यायला थोडा वेळही लागला असता. योगायोगाने उजाली माझ्यापुढेच होती. पावसात भिजण्याऐवजी टॅक्सीने जाऊ या असा विचार मनात आला. (पगारवाढीने पाकिटात पैसे होते) अशावेळी एकट्याने जाण्याची कल्पना मला तरी योग्य वाटली नाही; कारण नाही म्हटलं तरी माझ्यापुढची तरुणीही माझ्याच बिल्डिंगमध्ये जाणार होती. म्हणून मी तिला विचारलं, "हॅलो, मिस, मी टॅक्सीने जातोय. येणार का?" तिनेही फारसे आढेवेढे न घेता होकार दिला. आम्ही टॅक्सीत चढलो. टॅक्सीत काय बोलावं हे मला सुचलं नाही. उतरल्यावर

ती मला 'थँक्स!' म्हणाली व झरझर पायऱ्या चढत निघून गेली. पुढे दोन-तीन वेळा असंच झालं; पण प्रत्येक वेळा ती माझ्यापुढेच होती असं नाही; पण रांगेतच ताटकळत असे. त्याच दोन-तीन वेळच्या प्रवासात तिचं नाव समजलं 'उजाली'. अगदीच वेगळं नाव होतं. थोडीफार ओळखही झाली, वाढलीसुद्धा.

पावसाळा संपला तरी ही टॅक्सीची सवय कायम राहिली. शेअर टॅक्सीमध्ये चार प्रवासी असतात. सर्वसाधारणपणे एकटीच स्त्री असली तर ड्रायव्हरच्या शेजारची सिंगल सीट पकडते. चौघीजणी एकत्रित जातात. काही वेळा दुसरी एखादी स्त्री ड्रायव्हर शेजारची जागा पकडते. अशावेळी उजाली विनासंकोच माझ्या शेजारी मागे बसत असे. अशावेळी शारीरिक स्पर्श टाळता येणं शक्यच नसतं; पण बहुधा तिला माझ्याबद्दल खात्री असावी. हळूहळू आमच्यामधलं अंतर कमी होत गेलं. त्यानंतर आम्ही ऑफिस सुटल्यावर नरिमन पॉइंटवर फिरत होतो. नंतर आम्ही हॉटेलमध्ये एखादा डोसा किंवा वडा-सांबार खाऊन एकमेकांचा निरोप घ्यायला सुरुवात केली.

उजालीबद्दलची माहिती मला हळूहळू मिळत गेली. तिच्या विचित्र नावावरून कल्पना येत नाही. मग मला नंतर कळलं, की ती मारवाडी होती. तिच्या वडिलांचा वडिलोपार्जित व्यापार होता. ते तिकडे मारवाडमध्येच होते. तिला कळायला लागल्यापासून ती मुंबईतच वाढली. शाळेतल्या मुलींच्या हॉस्टेलवर राहिली. आता शिक्षण संपवून नोकरीला लागल्यावर वर्किंग विमेन्स हॉस्टेलमध्ये राहते. ऑफिसमध्ये पी.ए. म्हणून काम करते. तिच्या आठवणीत तरी ती तिच्या घरी गेली नव्हती. तिला एक भाऊही आहे. तिच्यापेक्षा दोन-चार वर्षांनी लहान आहे. तो मात्र तिकडेच राहतो. तो वडिलांसोबत व्यापार सांभाळतो. मारवाडी कुटुंबातील मुलं बहुधा घरचाच व्यापारधंदा सांभाळताना दिसतात.

उजाली लहानपणापासूनच मुंबईला राहिल्यामुळे अगदी मराठीच बनून गेलेली होती. तिचं मारवाडीपण आता पुसलं गेलं होतं.

माझी गोष्टही फारशी वेगळी नव्हती. पानशेतच्या पुरात माझे आई-बाबा वाहून गेल्याने मी पोरकाच होतो. त्यांच्यापश्चात माझं बालपण बोर्डिंगमध्ये गेलं. नंतर मुंबईच्या हॉस्टेलमध्ये राहिलो. वडिलांची इस्टेट काकांनी सांभाळली. मी १८ वर्षांचा झाल्यावर ती मला सुपूर्द केली. मी मुंबईच्या उपनगरात ब्लॉक घेऊन राहत होतो. अधूनमधून पुण्याला काकांकडे जायचो. अशाच एका भेटीत काकूंनी माझ्या लग्नाचा विषय काढला.

"सुरेश, हे बघ. आता मार्गी लागला आहेस. जागाही घेतली आहेस. तेव्हा

लग्नाचा विचार कर. म्हणत असलास तर पुण्यात मुली पाहायला सुरुवात करते; पण तुला एखादी मुंबईची मुलगी पसंत असेल तर सांग. एकदा तुझा संसार मार्गी लागला की आम्ही जबाबदारीतून मोकळे होऊ!''

"सांगतो..'' असं मोघम उत्तर देऊन मी ती वेळ मारून नेली. त्यानंतरच माझ्या मनात उजालीचा विचार सुरू झाला. नाही म्हटलं तरी मागील तीन महिने आम्ही फिरत होतो. एकदा तर ती माझ्या ब्लॉकवरही आली होती. मला तिची फार गंमत वाटली. नुसती आलीच नाही तर थेट आली ती माझ्या स्वयंपाकघरातच गेली होती. माझी ब्रह्मचाऱ्याची कोठी होती; पण चहाचं सामान मात्र होतं. मला वाटलं होतं, की ही हॉस्टेलवर वाढलेली मुलगी, तिला चहा तरी करता येतो की नाही याची शंका होती; पण तसं नव्हतं. तिला स्वयंपाकाची आवड होती. तिने खुलासा केला. ती कधीकधी तिच्या मैत्रिणींकडे जात असे, तेव्हा त्यांच्या आयांकडून ती काही काही शिकली होती.

मारवाडी समाजात मुलींची लग्नं फार लवकर होतात, असं मी ऐकलं होतं. केव्हातरी मी विषय काढला म्हणून तिने तिची हकिगत सांगितली होती. सलग नाही. प्रसंगानुसार तुकड्यातुकड्यांनी सांगितली होती.

ती तिच्या वडिलांची अनौरस मुलगी होती. वडील व्यापाराच्या निमित्ताने सतत दूरदेशी जात होते. इकडे संसाराची रम्य स्वप्न पाहणाऱ्या तिच्या आईचा परपुरुषाशी संबंध आला होता. त्यातून उजालीचा जन्म झाला होता. उजालीच्या आजीने धैर्याने सगळ्याशी सामना केला. आणि उजालीचा सांभाळ करण्याचा निर्णय घेतला. उजालीच्या आईचा तर प्रश्नच नव्हता. वडिलांच्या डोक्यात काही दिवस संशय होता; पण त्यांनी तिची अगतिकता समजून घेतली. त्यांचा संसार सुरळीत सुरू झाला होता. काही दिवसांनंतर उजालीला एक भाऊही झाला. आजी होती, तोपर्यंत सगळं ठीक चाललं होतं; पण आजी गेली आणि उजालीवरून घरात कुरबुरी सुरू झाल्या. तिच्या आईवडिलांमध्ये कुरबुर सुरू झाली. परिणामी, उजालीची हकालपट्टी दूरवर मुंबईला शाळेत हॉस्टेलवर झाली. केवळ आईच्या पाठिंब्यावर तिचं शिक्षण पूर्ण झालं होतं. आता तर ती तिच्या पायावर उभी होती. तिच्या घरून लग्नाबद्दल प्रयत्न होण्याची शक्यताच नव्हती. बहुधा तिचं जन्मरहस्य त्यांच्या जमातीतील लोकांना तरी माहीत झालं असण्याची शक्यता नाकारता येणार नव्हती.

पुण्याहून परतत असताना हाच विचार माझ्या मनात कितीतरी वेळ घोळत होता. तरीही मला तिच्या अगतिकतेचा फायदा घ्यायचा नव्हता. मी आल्या-आल्याच तिला मागणी घातली. तोंडदेखलं तरी म्हटलं, "घरच्या माणसांचा

सल्ला घे, मग मला सांग.' तीही बहुधा माझ्या विचारण्याचीच वाट पाहत असावी. (असा माझा सोयीस्कर समज होता.) पण अगदीच उतावळेपणा नको म्हणून तिने दोन दिवसांनी तिचा होकार कळवला. तिच्या घरचं कोणीच सल्ला द्यायला किंवा बोलणी करायला येणार नव्हतं, हेही तिने स्पष्ट केलं. मग मीच तिला घेऊन पुण्याला गेलो. काका-काकूंच्या पाया पडलो. उजालीला पाहून त्यांना माझी निवड आवडली. उजालीही तडक काकूंबरोबर स्वयंपाकघरातच रमली. पुरुषांच्याच नव्हे, तर बायकांच्या हृदयात शिरण्याचा मार्ग बहुधा स्वयंपाकघरातूनच असतो. काकूंना माझी निवड पसंत पडली. काकांची आडकाठी नव्हती. तिच्याबद्दल आवश्यक तेवढी माहिती मी काकांना सांगितली. (म्हणजे ती सावत्र मुलगी आहे असं सांगितलं.) एका अर्थाने ते खरंही होतं. त्यामुळे त्यांच्याकडून बोलणी करायला किंवा लग्नालाही कुणी येण्याची शक्यता नव्हती. जास्त चर्चा नको म्हणून आम्ही अत्यंत खासगीत लग्न करायचं ठरवलं. उपचार म्हणून तिच्या आईवडिलांना विवाहाचा दिवस व तारीख कळवली होती. वधूवरांना आशीर्वाद द्यायला यायचं निमंत्रण केलं होतं.

आश्चर्य म्हणजे उजालीचे आई-वडील दोघंही लग्नाला आले होते. त्यांनी तोंडभरून आशीर्वादही दिला. लग्नाच्या वेळी रीतसर कन्यादानही केलं.

वास्तविक, मला वाटलं की त्याचं तिच्यावर दडपण येईल. तसं दडपण आल्याचं जाणवलंही होतं; पण लग्नाच्या आदल्या दिवशी ती आपल्या आई-वडिलांसोबत बराच वेळ बोलत बसली होती. त्यामुळे लग्नाच्या दिवशी ती खूप मोकळी वाटत होती. उत्साही दिसत होती. लग्न झाल्यावर आई-वडील जाताना मात्र उजालीचा बांध फुटला. मला आश्चर्य वाटत होतं. मी अपेक्षिलेली बापलेकीमधली कटुता अजिबात दिसली नव्हती. मीही मोठ्या अंत:करणाने त्यांना मुंबईला मुलीचा संसार बघायला यायचं निमंत्रण केलं. त्यावर ते खेदाने मान हलवत म्हणाले, ''बेटा, ते कठीण आहे. या वेळेलासुद्धा उजालीने हट्टच धरला म्हणून मला यावं लागलं. आता माझं मन या सगळ्या गोष्टींत रमत नाही. माझ्यामुळेच उजालीला व तिच्या आईला हा त्रास सहन करावा लागला आहे. या समाजाची रीत म्हणून तरी मी तिचं कन्यादान करावं असा हट्टच तिच्या आईने धरला होता. म्हणून मला यावं लागलं. नाहीतर ती एकटी काय करणार होती?

''तेव्हा बेटा तुमच्या घरी येण्याचा हट्ट धरू नकोस. ते मला शक्य होणार नाही.'' नंतर उजालीकडे वळून ते म्हणाले, ''मी तुला सगळं सांगितलेलं आहे. झाल्या गोष्टी बदलता येणार नाहीत. मी तुला सारखा भेटूही शकणार नाही;

पण जर कधी गरज पडली तर साद घाल. मी शक्य तितकी मदत करीन.''

अशा रीतीने तो भावपूर्ण निरोप समारंभ संपला. पुण्याला दोन दिवस राहून मुंबईला यायला परत निघालो. त्या दोन दिवसांत उजाली कुठल्याशा आठवणींमध्ये हरवल्यासारखी झाली होती.

मुंबईच्या प्रवासात मी उजालीला सहजच म्हणालो, ''मला वाटलं की तुझं व तुझ्या बाबांचं मुळीच पटत नसावं; पण उजाली, गेले दोन दिवस तुम्हाला पाहिलं तर कुणाला हे खरं वाटणार नाही की ते तुझे सावत्र वडील आहेत म्हणून.''

त्यावर उजाली शांतपणे म्हणाली, ''हो, खरंच आहे ते; कारण ते माझे सावत्र बाबा नव्हतेच. तेच माझे खरे जन्मदाते होते. आपलं पत्र घरी गेल्यावर आईला कुणीच साथ दिली नाही. तशी तिची अपेक्षाही नव्हती. तेव्हा तिनेच निर्णय घेतला. माझ्या खऱ्या बाबांना तिने कळवलं. ते निव्वळ आईच्या आग्रहाखातर इथे आले होते. माझे आई व बाबा अजूनही एकमेकांना विसरलेले नाहीत.

''लग्नाच्या आदल्या दिवशी आम्ही तिघं खूप वेळ बोलत होतो, तेव्हा आईने मला माझ्या जन्माची हकिगत सांगितली. मी कधीतरी तुला सांगणारच होते; पण ही जागा व ही वेळ त्यासाठी योग्य नाही. तरीही एक मात्र सांगते. आई रीतसर परवानगी घेऊन आली होती; पण तिच्याबरोबर बाबाही होते, याचा उल्लेख तू चुकूनही करायचा नाहीस. नाहीतर माझ्या आईचं आयुष्य उजाड होईल.''

हा मला धक्काच होता. माझ्या लक्षात एक गोष्ट मात्र आली, की माझ्यात व उजालीत काहीच लपून राहणार नाही. मला तिच्या जन्मरहस्याचा तपशील जाणून घेण्यात मुळीच स्वारस्य नव्हतं. तसं मी तिला स्पष्ट सांगूनही टाकलं. मी आता उजालीला जशी आहे तशी माझी पत्नी म्हणून स्वीकारलं होतं.

लग्नानंतर उजालीने नोकरी सोडली होती. संसार, घरकाम यात ती पूर्णपणे रमून गेली होती.

लग्नाच्या पहिल्या वाढदिवशी मला तिच्या चेहऱ्यावर वेगळाच आनंद दिसत होता. रात्री मी तिला त्याचं कारण विचारलं, तेव्हा तिने मला सांगितलं, की बाबा आज आशीर्वाद देण्यासाठी आले होते.

''अगं, मग त्यांना राहायला का नाही सांगितलंस?'' मी म्हणालो.

''आले होते, म्हणजे प्रत्यक्ष आले नव्हते. मला दिसले नाहीत; पण मला

जाणवलं, ते आले आहेत. मग मी त्यांना वाकून नमस्कार केला. त्यांनी मला आशीर्वादही दिला. मला दिसले नाहीत; पण म्हणाले, ''बेटा, सुखी रहो!''

मी समजून गेलो, की तिला भास झाला होता किंवा दुपारी झोपली असेल तेव्हा स्वप्न पडलं असेल. मी काहीच बोललो नाही. ती वेळ बोलण्याची नव्हतीच. मी तिला जवळ घेतलं.

आज आमच्या लग्नाचा दुसरा वाढदिवस होता. उजालीने बजावल्याप्रमाणे मी घरी लवकर आलो होतो. सकाळी उत्साहात असलेली उजाली आता मात्र हिरमुसलेली दिसत होती. मी तिला याबद्दल छेडलं. तेव्हा ती म्हणाली, ''सुरेश, बाबांची वाट पाहत होते रे... ते येणार अशी खात्रीच होती; पण ते आलेच नाहीत!''

मागचा प्रसंग आठवून मी म्हणालो, ''आज दुपारी झोपली नसशील.''

''खरंच झोपले नव्हते, ते येतील म्हणून त्यांच्यासाठी मी जागीच होते; पण ते अजूनही आले नाहीत.

''आपण असं करू या का? आज आपण सिनेमाला नको जाऊ या. कदाचित उशिरा येणार असतील.'' उजालीची बडबड चालूच होती.

हे भलतंच काहीतरी घडत होतं. उजालीला या मन:स्थितीतून बाहेर काढायला हवं होतं. म्हणून मीच जोर धरला. ''हे बघ, आज आपल्या लग्नाचा वाढदिवस आहे. आपण कितीतरी दिवसांनी सिनेमा बघायला जात आहोत. शिवाय आज माझी कितीतरी महत्त्वाची कामं उद्यावर टाकून मी लवकर घरी आलो आहे.''

पण उजालीचा मूड काही ठीक होईना. शेवटी मी परत एकदा प्रयत्न केला. ''उजाली, एक विसरू नकोस, तुझे बाबा म्हणाले होते की मला वरचेवर यायला जमणार नाही म्हणून. कदाचित उद्या येतील. तेव्हा तू आज तयार हो. निदान माझ्यासाठी तरी! तुला माहीत आहे मला अमोल पालेकरांचे सिनेमे किती आवडतात ते!'' शेवटी माझ्या विनंतीला मान देऊन ती यायला तयार झाली.

'पहेली सिनेमाची गोष्ट काय होती, काय नाही यापेक्षा उजालीचा मूड ठीक झालेला मला दिसला. सिनेमात मारवाडमधील स्थळांचं शूटिंग केलेलं दिसत होतं. ती तिला बहुतेक परिचित असावीत. मारवाडी कुटुंबाचीच कहाणी होती. त्यामुळे बहुधा तिच्या बालपणीच्या आठवणी जागल्या असाव्यात; पण उजालीचा एकूण मूड ठीक होता. सिनेमा संपता संपता मला एक गंमत कळली. शाहरुख खान आणि राणी मुखर्जी यांनी त्यांच्या मुलीचं नाव 'उजाली' ठेवलं होतं. आता उजालीला चिडवायला आणखी एक कारण मिळणार होतं.

सिनेमा संपल्यावर आम्ही बाहेर आलो. टॅक्सी मिळवण्याच्या प्रयत्नात होतो; पण जाण्याचं ठिकाण सांगितल्यावर कुणीच यायला तयार होत नव्हतं. बहुतेक सगळ्या टॅक्सीज निघून गेल्या होत्या. शेवटचीही टॅक्सी निघून जाणार याची खात्रीच होती; पण तो सरदारजी म्हणाला, ''चलो बैठो।''

टॅक्सीने आम्ही बिल्डिंगबाहेर उतरलो आणि अचानक सरदारजी पुढे सरसावला व उजालीकडे हात सरसावत म्हणाला, ''बेटी, सुखी रहो!''

उजालीने मागे वळून पाहिलं, तोपर्यंत टॅक्सी निघून गेली होती. तिच्या डोळ्यांत पाणी व चेहऱ्यावर आनंद तरळला होता. मला मात्र त्या सरदारजीच्या आवाजात 'पहेली' मधल्या किशनचाच भास झाला होता.

(आनंदाचा सोहळा, दिवाळी अंक, २०१४)

■

कबंध

रत्नाकर मतकरी

गूढकथा म्हणजे काय? तर आयुष्याच्या एखाद्या मुलुखावेगळ्या गूढपैलूविषयी लिहिलेली कथा. मृत्यू ही गोष्ट अशीच गूढ आहे. मृत्यू होताना नेमके काय होते याचे रहस्य अजून उमगलेले नाही. विज्ञानाने मानवी शरीर नष्ट होण्याचे स्वरूप उलगडले, परंतु मानवी मन, त्याच्या भावना, वासना हे शरीराबरोबरच नष्ट होते का? याचे अजून समाधानकारक उत्तर मिळालेले नाही.

या सर्व गूढतेचे सर्वसामान्यांना नेहमीच आकर्षण वाटत आले आहे. परंतु विज्ञानाच्या दृष्टीने या विषयात कितीसे तथ्य असते हा विवाद्य विषय आहे. त्यामुळे वास्तववादी कथा म्हणजे कलात्मक कथा आणि गूढकथा या कलाशून्य असे ढोबळ समीकरण बेतले गेले आहे.

रत्नाकर मतकरींच्या गूढकथांनी हे समीकरण चुकीचे ठरवले आहे. उत्तम गूढकथांमध्ये चांगले व्यक्ति-चित्रण, मनाची पकड घेणाऱ्या कथानकाबरोबरच उत्कृष्ट वातावरण-निर्मिती, या साऱ्यांची एक स्वतंत्र आकर्षक शैली रहस्य निर्माण करणाऱ्याकडे असावी लागते. आणि ही सर्व वैशिष्ट्ये रत्नाकर मतकरी यांच्या लेखनात असल्याचे वाचकांनीच मान्य केलेले आहे. अर्थात हे सगळे तात्त्विक चिंतन झाले. पण ज्याचा कुठल्याही गूढप्रकारावर विश्वास नाही,अशा माणसालाही हे पुस्तक सबंध वाचावेसे वाटेल एवढी खात्री नक्कीच आहे.

खेकडा

रत्नाकर
मतकरी

'खेकडा' या कथासंग्रहातील बहुतेक सर्वच कथांमधून जे भय दाटून राहिलेले आहे, ते वाचकाला कडकडून दंश करणारे आणि जिव्हारी झोंबणारे आहे. या भयात वाचकाचे अवघे मनोव्यापार झपाटून टाकण्याची शक्ती आहे. या कथा वाचून अंगावर जो सरसरून काटा उभा राहतो तो दीर्घकाळ तसाच टिकून राहतो, कारण या कथा मूलभूत वास्तवाला कधी विसरत नाहीत.

जसे 'तुमची गोष्ट' आरंभीच लेखक सांगतो, 'ही तुमची गोष्ट आहे म्हणजे तुमच्याही बाबतीत घडू शकेल अशी' आणि शेवटीही निक्षून सांगतो, 'तुमची म्हणून सांगितलेली ही गोष्ट तुमची नव्हेच. एक आपली शक्यता सांगितलेली एवढेच.' पण तरीही या कथेत ज्या थरारक अनुभवांचे निवेदन आहे, त्याचा प्रभाव इतका विलक्षण आहे की अपराधाचा स्पर्श तुमच्या मनीमानसी नसूनही तुमच्या गळ्याभोवती फासाचा स्पर्श झाल्याची भावना तुम्ही अनुभवता.

रत्नाकर मतकरी हे एक सिद्धहस्त कथाकार आहेत आणि या कथासंग्रहातील कथा मराठी भाषेत तरी दुर्मिळ अशा आहेत. या कथांचे अन्य भाषांतून अनुवाद झाले तर ते फक्त मतकरींचेच प्राप्त यश वृद्धिंगत करतील असे नव्हे, तर परिणामी मराठी भाषेलाही ललामभूत ठरतील.